ഗ്രീൻ ബുക്സ്

പെൺകഥകൾ

രബീന്ദ്രനാഥ ടാഗോർ

1861 മെയ് 7-ാം തീയതി കൽക്കത്തയിൽ ജനനം.
സ്കൂൾ വിദ്യാഭ്യാസം ഇടയ്ക്കു വച്ചു നിർത്തി;
പിന്നെ വീട്ടിലിരുന്നു പഠിച്ചു. കുറെക്കാലം ഇംഗ്ലണ്ടിലും
പഠിക്കുകയുണ്ടായി. പതിന്നാലാം വയസ്സിൽ അമൃത ബസാർ
പത്രികയിൽ ആദ്യ കവിത അച്ചടിച്ചു വന്നു.
കവികാഹിനിയാണ് ആദ്യത്തെ പുസ്തകം - പ്രസിദ്ധീകരിച്ചത്
പതിനേഴാം വയസ്സിൽ. കവിതകൾ, കഥകൾ, നോവലുകൾ,
സാഹിത്യനിരൂപണം, ആത്മകഥ, നാടകം, പ്രബന്ധങ്ങൾ,
പ്രസംഗങ്ങൾ തുടങ്ങിയ വിവിധ ശാഖകളിൽ അനേകം രചനകൾ.
ഗീതാഞ്ജലിയുടെ മൂലം 1910 ജൂലൈ മാസത്തിൽ പുറത്തിറങ്ങി.
ഇംഗ്ലീഷ് ഗീതാഞ്ജലി 1912 നവംബറിൽ ലണ്ടനിൽ പ്രസിദ്ധീകരിച്ചു.
1913 നവംബറിൽ അത് നോബൽ സമ്മാനത്തിനു തിരഞ്ഞെടുക്കപ്പെട്ടു.
1901ൽ ടാഗോർ സ്ഥാപിച്ച ശാന്തിനികേതനം എന്ന വിദ്യാലയം
1921 മുതൽ സർവ്വകലാശാലയായി.
1941 ആഗസ്റ്റ് മാസം എട്ടാം തീയതി ടാഗോർ അന്തരിച്ചു.

വിവർത്തനം: **പ്രഭാ ആർ. ചാറ്റർജി**

ഗ്രീൻ ബുക്സ് പ്രസിദ്ധീകരിച്ച
ഗ്രന്ഥകാരന്റെ ഇതര കൃതികൾ

ചാരുലത
സുവർണ്ണകഥകൾ - രബീന്ദ്രനാഥ ടാഗോർ
ഗീതാഞ്ജലി

പെൺകഥകൾ

രബീന്ദ്രനാഥ ടാഗോർ

വിവർത്തനം

പ്രഭാ ആർ. ചാറ്റർജി

ഗ്രീൻബുക്സ്

green books private limited
gb building, civil lane road, ayyanthole,
thrissur- 680 003, kerala, ph: +91 487-2381066, 2381039
website: www.greenbooksindia.com
e-mail: info@greenbooksindia.com

branches:
thrissur 0487-2422515
thiruvananthapuram 0471-2335301
calicut 0495 4854662

penkathakal
story
by
rabindranath tagore

translated by
prabha r chatterji

published august 2021
reprinted january 2023

cover design : rajesh chalode

printed in india
repro india ltd

isbn : 978-93-91072-04-9

₹ 190.00
GBPL/1186/2021

മുഖക്കുറി

സർവ്വകാലപ്രസക്തമാണ് ടാഗോറിന്റെ രചനകൾ. ഫെമിനിസം എന്ന പദം ആരുടെയും ചിന്തകളിൽപ്പോലും ഇല്ലാതിരുന്ന ഒരു കാലത്ത്, അനിതരസാധാരണവും അനനുകരണീയവുമായ പ്രതിബദ്ധതയോടെ സ്ത്രീത്വത്തിന്റെ സ്നേഹശീതളിമയെ ആഘോഷിച്ച, ഭാരതീയമായ കഥകൾ. ടാഗോർ എഴുതിവച്ച മനുഷ്യഗാഥകളിൽ അവിഭക്ത ഇൻഡ്യയുടെ രാഷ്ട്രീയ സാമൂഹ്യഗാത്രത്തിനേറ്റ മുറിവുകളുണ്ട്. സഹജമായ സ്നേഹഭാവത്തോടെ, ജീവിച്ചു കൊതി തീരാത്ത ഈ പെൺകഥാപാത്രങ്ങൾ ഭൂമിയിലേക്ക് തിരിച്ചു വന്നു കൊണ്ടിരിക്കുന്നു. പെൺമയുടെ ഉള്ളറകളിൽ നിന്ന് വിശ്വമഹാകവി കണ്ടെടുത്ത പവിഴമുത്തുകൾ.

കൃഷ്ണദാസ്
മാനേജിങ് എഡിറ്റർ

മുഖവുര

സമൂഹത്തിന്റെ പല തട്ടുകളിലായി നിലകൊള്ളുന്ന വൈവിധ്യമാർന്ന പന്ത്രണ്ട് സ്ത്രീകളെയാണ് ടാഗോർ ഈ കഥകളിൽ വരച്ചിടുന്നത്. സ്ത്രീമനസ്സിലെ പ്രതികാരത്തിന്റെയും നൈതികതയുടെയും കീഴടങ്ങലിന്റെയും ചെറുത്തുനിൽപ്പിന്റെയും മോഹഭംഗങ്ങളുടേയും പ്രതീക്ഷകളുടെയും ആശയക്കുഴപ്പങ്ങളുടേയും ആത്മവിശ്വാസത്തിന്റെയും കഥകൾ.

ഭൂമണ്ഡലത്തിലെ പുരുഷന്മാർ ഒന്നടങ്കം പുൽക്കൊടികളെപ്പോലെ തന്റെ കാൽക്കീഴിലാണെന്നും, ഇളംകാറ്റ് വീശുന്നതു തന്നെ സൂത്രത്തിൽ തഴുകാനാണെന്നുമൊക്കെ പകൽക്കിനാവുകൾ നെയ്തുകൂട്ടിയ, സ്വർണച്ചെമ്പകം പോലെ സുന്ദരിയായിരുന്ന തന്റെ പൂർവചരിത്രം ഒരല്പം വിഷാദം കലർന്ന നർമ്മബോധത്തോടെയാണ് അസ്ഥിപഞ്ജരം അവതരിപ്പിക്കുന്നത്.

മരണവാതിൽക്കൽ വരെ ചെന്ന് വീണ്ടും ജീവിതത്തിലേയ്ക്ക് തിരിച്ചു വന്ന കാദംബിനിയെന്ന സാധുസ്ത്രീയുടെ ആശയക്കുഴപ്പം കുറച്ചൊന്നുമല്ല. ജീവിതത്തിലെ ശരിതെറ്റുകളെക്കുറിച്ച് അല്പഭാഷിണിയായ ജയകാളിക്ക് വ്യക്തമായ ധാരണകളുണ്ട്, ചിലർ അതിൽ പൊരുത്തക്കേടുകൾ കണ്ടെത്തുമെങ്കിലും. മൂകയായ സുഭ സംവദിച്ചത് കണ്ണുകളിലൂടെയാണ്. മനസ്സിലുള്ളത് അതേപടി സത്യസന്ധമായി കണ്ണുകൾക്ക് പറയാനാകും. പക്ഷേ മനസ്സിൽ വിചാരിക്കുന്നതിനെ വാക്കുകളിലേക്ക് പരിഭാഷ ചെയ്യുമ്പോൾ പാളിച്ചകൾ ഉണ്ടാവുന്നത് സ്വാഭാവികം. അതുകൊണ്ടാവണം പ്രണയജല്പനങ്ങളിലെ പൊള്ളത്തരവും കൃത്രിമത്വവും ദക്ഷിണാചരൺ ബാബുവിന്റെ ആദ്യഭാര്യയെ കുടുകുടാ ചിരിപ്പിക്കുന്നത്. ആ ചിരി അശരീരിയായി അയാളുടെ ഉറക്കം കെടുത്തിക്കളയുന്നുവെന്നത് മറ്റൊരു കാര്യം. സംശയരോഗിയായ

ഭർത്താവിൽനിന്ന് രക്ഷപ്പെടാനാണ് ഗൗരി ഭക്തിമാർഗ ത്തിൽ അഭയം തേടുന്നത്. നീതിക്കുവേണ്ടി ജീവൻ പണയ പ്പെടുത്താൻ ശശികല തയ്യാറാവുമ്പോൾ നിരപരാധിയായ ചന്ദാര വധശിക്ഷ ചോദിച്ചു വാങ്ങുന്നത് ജീവിച്ചു മതിയാ യിട്ടല്ലെന്നതു വ്യക്തം. ഉമയുടെ നോട്ടുപുസ്തകത്തിലെ എഴുതാപ്പുറങ്ങളിൽ അവളുടെ കണ്ണീരിന്റെ നനവു പറ്റിയിരി ക്കുന്നു. ഹേമശശിയെ ചളിക്കുണ്ടിലേക്കു വലിച്ചിറക്കി ക്ഷീരോദയാക്കി മാറ്റിയതിന്റെ പാപഭാരം മോഹിത് മോഹൻ മാത്രമല്ല വിധവയ്ക്ക് ജീവിതസുഖങ്ങൾ കർശനമായി നിഷേധിച്ച സമൂഹം ഒന്നടങ്കം ചുമക്കേണ്ടതുണ്ട്. വിവാഹം മുടങ്ങിപ്പോയതിൽ കല്യാണിക്ക് തെല്ലും മനശ്ചാഞ്ചല്യമില്ല. ജീവിതം സാർത്ഥകമാക്കാൻ വേറേയും എന്തൊക്കെ വഴി കളുണ്ട്. അതു തന്നെയാണ് ഭർത്താവിനാൽ അവഗണി ക്കപ്പെട്ട ഗിരിബാലയും കണ്ടെത്തുന്നത്.

പ്രഭാ ആർ. ചാറ്റർജി

കഥകൾ

അസ്ഥിപഞ്ജരം

കുട്ടിക്കാലത്ത് ഞങ്ങൾ മൂവരുടെ കിടപ്പറയ്ക്കു തൊട്ടടുത്തുള്ള മുറിയിലെ ചുമരിൽ ഒരു അസ്ഥിപഞ്ജരം തൂക്കിയിട്ടിരുന്നു. രാത്രികാലങ്ങളിൽ കാറ്റേറ്റ് കടകട ശബ്ദമുണ്ടാക്കി അത് ഇളകിയാടും. പകൽവേളകളിൽ ആ അസ്ഥിപഞ്ജരത്തിന്റെ ആട്ടം ഞങ്ങളുടെ നേർക്കാവും. അപ്പോൾ ഭാഷാപണ്ഡിതൻ ഞങ്ങളെ മേഘനാദവധവും കാംബെൽ കോളേജിലെ വിദ്യാർത്ഥി അസ്ഥിശാസ്ത്രവും പഠിപ്പിക്കുകയാവും. ഞങ്ങൾ മൂവരും എത്രയും വേഗം സർവവിദ്യാപാരംഗതരായി തീരണമെന്നായിരുന്നു ഞങ്ങളുടെ ശുഭചിന്തകരുടെ ഇച്ഛ. അവരുടെ ആഗ്രഹം എത്രത്തോളം സഫലമായെന്ന് ഞങ്ങളെ നല്ലപോലെ അറിയാവുന്നവരോട് പറയുന്നത് അനാവശ്യമായിരിക്കും; ഞങ്ങളെ അറിയാത്തവരോട് അതു പറയാതിരിക്കുന്നതാവും ഭേദം.

അതിനുശേഷം വർഷങ്ങളെത്ര കഴിഞ്ഞുപോയി. ഇക്കാലത്തിനിടയിൽ ആ വീട്ടിനകത്തുനിന്ന് അസ്ഥിപഞ്ജരവും ഞങ്ങളുടെ തലയിൽ നിന്ന് അസ്ഥിശാസ്ത്രവുമൊക്കെ എവിടെപ്പോയെന്ന് എത്ര അന്വേഷിച്ചാലും കണ്ടെത്താനാവില്ല.

കുറച്ചു നാളുകൾക്കുമുമ്പ് ഒരുദിവസം എന്തോ കാരണവശാൽ എനിക്ക് ആ വീട്ടിൽ, ഞങ്ങളുടെ ആ പഴയ കിടപ്പറയിൽ രാത്രി ചെലവിടേണ്ടി വന്നു. പഴക്കമില്ലാത്തതു കാരണമാവും ഉറക്കം വന്നില്ല. തിരിഞ്ഞും മറിഞ്ഞും കിടന്നും മണിക്കൂറുകളിടവിട്ട് പള്ളിയിലെ മണി പന്ത്രണ്ടും മുട്ടുന്നതും കേട്ട് രാത്രി കഴിച്ചുകൂട്ടി. ഈയവസരത്തിൽ മൂലയ്ക്കു വെച്ചിരുന്ന എണ്ണവിളക്കിലെ തിരി നാലഞ്ചു മിനിട്ടു കൂടി കത്തി അപ്പാടെ കെട്ടുപോയി. ഇതിനു മുമ്പുതന്നെ ഞങ്ങളുടെ വീട്ടിൽ രണ്ടു ദുർമരണങ്ങൾ നടന്നിരുന്നു. അതുകൊണ്ട് വിളക്കണഞ്ഞതും മരണചിന്തയാണ് മനസ്സിലുദിച്ചത്. മനസ്സു പറഞ്ഞു അർധരാത്രിക്ക് ഒരു തിരിനാളം ശാശ്വതമായി ഇരുട്ടിലലിഞ്ഞുചേരുംപോലെത്തന്നെയാണ് മനുഷ്യജീവനെന്ന തിരിനാളം ചിലപ്പോൾ പകലും മറ്റു ചിലപ്പോൾ രാത്രിയിലും പൊടുന്നനെ അണഞ്ഞുപോകുന്നത്.

പഴയ അസ്ഥിപഞ്ജരവും ഓർമ്മയിലേക്ക് ഓടിയെത്തി. അതു ജീവിച്ചിരുന്നപ്പോഴത്തെ കാര്യം സങ്കല്പിച്ചുകൊണ്ടിരിക്കേ ആരോ മുറിക്കകത്ത്, ചുമരിൽ തപ്പിപ്പിടിച്ചുകൊണ്ട് കൊതുകവലയെ ചുറ്റിച്ചുറ്റി വരികയാണെന്ന പ്രതീതി ഉളവായി. ആ രൂപത്തിന്റെ കനത്ത നിശ്വാസവും കേൾക്കാനായി. അതെന്തോ തെരയുകയാണെന്നും അതൊട്ടു കിട്ടുന്നുമില്ലെന്നും മനസ്സിലായി. ദ്രുതഗതിയിൽ മുറിക്കകത്തുതന്നെ കറങ്ങിനടക്കയാണ്. എനിക്ക് ഉറപ്പുണ്ടായിരുന്നു, എല്ലാം എന്റെ ചൂടു പിടിച്ച മസ്തിഷ്കത്തിന്റെ കേളിയാണെന്ന്, എന്റെ തലയ്ക്കകത്തെ രക്തസമ്മർദ്ദത്തിന്റെ ഥപ് ഥപ് ശബ്ദമാണ്, കാലടി ശബ്ദമായി കേട്ടതെന്ന്. എന്നാലും ശരീരമാകെ കിടുകിടുത്തു. അകാരണഭയത്തിൽ നിന്ന് പുറത്തുകടക്കാനായി ഉറക്കെ വിളിച്ചു ചോദിച്ചു, ''ആരാണത്?''

കാലടിശബ്ദം കൊതുകുവലയ്ക്കരികിലേയ്ക്ക് വന്നുനിന്നു. ഉത്തരവും കിട്ടി. ''ഇതു ഞാനാണ്. ഞാനെന്റെ അസ്ഥിപഞ്ജരം തേടി വന്നതാണ്. എവിടെ പോയോ എന്തോ?''

ഞാൻ വിചാരിച്ചു, സ്വന്തം കല്പനാസൃഷ്ടിക്കു മുന്നിൽ എന്തിനു ഭയം? എങ്കിലും തലയിണ മുറുകെപ്പിടിച്ച് വളരെ സ്വാഭാവികമായി ചിരപരിചിതനെപ്പോലെ പ്രതികരിക്കാൻ ശ്രമിച്ചു. ''ഈ അർദ്ധരാത്രിക്കാണോ ഇതൊക്കെ അന്വേഷിക്കുന്നത്? അതു പോട്ടെ, ആ അസ്ഥിപഞ്ജരം നിനക്കിപ്പോൾത്തന്നെ കിട്ടിയേ തീരൂ എന്നുണ്ടോ?''

ഇരുട്ടിൽ കൊതുവലയ്ക്കു തൊട്ടരുകിൽ നിന്ന് ഉത്തരം വന്നു. ''അല്ലാതെ പിന്നെ? ഇരുപത്താറു കൊല്ലം എന്റെ യൗവ്വനം അതിലല്ലേ പൂത്തുതളിർത്തത്? ഒരിക്കൽ കൂടിയൊന്നു കാണാൻ കൊതിയുണ്ടാവില്ലേ?''

ഞാനുടൻ പറഞ്ഞു: ''സംഗതി ശരിയാണ്. എന്നാപ്പിന്നെ നീ തെരയ്. ഞാനൊന്നുറങ്ങാൻ ശ്രമിക്കട്ടെ.''

രൂപം പറഞ്ഞു: ''നീയിന്നെന്താ ഇന്ന് ഒറ്റയ്ക്കേയുള്ളൂ? എന്നാ ഞാനൊന്നിരിക്കട്ടെ. നമുക്കല്പം സംസാരിക്കാം. മുപ്പത്തഞ്ചു കൊല്ലം മുമ്പു വരെ ഞാനും മനുഷ്യരുമായി സംസാരിച്ചിരുന്നതാണല്ലോ. ഇക്കഴിഞ്ഞ മുപ്പത്തഞ്ചുകൊല്ലമായി ഞാൻ ശവപ്പറമ്പിലെ കാറ്റിൽ ഹൂഹൂ എന്നു ശബ്ദമുണ്ടാക്കി ചുറ്റിയടിക്കുകയാണ്. ഇന്ന് നിന്നോടൊപ്പമിരുന്ന് ഒരിക്കൽക്കൂടി മനുഷ്യരെപ്പോലെ സംസാരിക്കാം.''

കൊതുവലയ്ക്കടുത്ത് ആരോ ഇരുന്നതായിത്തോന്നി. ഗത്യന്തരമില്ലാതെ ഞാനും ഉത്സാഹം പ്രകടിപ്പിച്ചുകൊണ്ട് പറഞ്ഞു, ''കൊള്ളാം. മനസ്സിനു സന്തോഷം തരുന്ന എന്തെങ്കിലും കഥ പറയൂ.''

''തമാശക്കഥ കേൾക്കണമെന്നുണ്ടെങ്കിൽ എന്റെ കഥ തന്നെ പറയട്ടെ.''

പള്ളിമണിയടിച്ചു. സമയം രാത്രി രണ്ടു മണി. രൂപം കഥ പറയാൻ തുടങ്ങി.

''മനുഷ്യരൂപത്തിലായിരുന്നപ്പോൾ, കുട്ടിക്കാലത്ത് എനിക്ക് ഒരാളെ അങ്ങേയറ്റം ഭയമായിരുന്നു; എന്റെ ഭർത്താവിനെ. തനി കാലൻ. ചൂണ്ട യിൽ കോർത്ത മീനിന്റെ അവസ്ഥ ഒന്നാലോചിച്ചു നോക്കൂ. അതേ അവസ്ഥയായിരുന്നു എന്റേതും. ഞാൻ പിറന്നു വീണ സ്വച്ഛശീതള മായ ജലാശയത്തിൽ നിന്ന് ഏതോ അപരിചിതൻ എന്നെ ചൂണ്ടയിൽ കോർത്തെടുത്ത് മറ്റെങ്ങോട്ടോ കൊണ്ടുപോയതുപോലെ. അയാളുടെ പിടിയിൽ നിന്ന് രക്ഷപ്പെടാൻ ഒരു വഴിയുമില്ലായിരുന്നു. ദൈവാധീനം! വിവാഹം കഴിഞ്ഞ് രണ്ടുമാസമേ ആയുള്ളൂ. അയാൾ മരിച്ചുപോയി. എന്റെ ബന്ധുക്കൾ എന്നെച്ചൊല്ലി കുറെയേറെ കരയുകയും പരിത പിക്കുകയും ചെയ്തു. എന്റെ ഭർതൃപിതാവ് ഒരുപാടു ലക്ഷണങ്ങ ളൊക്കെ ഒത്തുനോക്കി ഭാര്യയോടു പറഞ്ഞു, ശാസ്ത്രങ്ങളിൽ പറഞ്ഞി ട്ടുള്ള വിധം വിഷകന്യകയാണിവൾ. ആ വാക്കുകൾ സുസ്പഷ്ടമായി എന്റെ ഓർമ്മയിലുണ്ട്. കേൾക്കുന്നുണ്ടോ, എങ്ങനെയുണ്ട് കഥ?''

''കൊള്ളാം. തുടക്കം അസ്സലായിട്ടുണ്ട്.''

''ഇനിയും കേട്ടോളൂ. ഞാൻ സസന്തോഷം പിറന്ന വീട്ടിലേക്കു തിരികെയെത്തി. ദിനങ്ങൾ കൊഴിഞ്ഞു വീണു, ഞാൻ വളർന്നു വലു താകാൻ തുടങ്ങി. ചുറ്റുമുള്ളവർ കഴിയുന്നത്ര മൂടിവെയ്ക്കാൻ ശ്രമി ച്ചെങ്കിലും എനിക്ക് നല്ലപോലെ അറിയാമായിരുന്നു, എന്നെപ്പോലെ സുന്ദരി ആ ചുറ്റുവട്ടത്തില്ലെന്ന്. ആട്ടെ നിനക്കെന്തു തോന്നുന്നു?''

''ആയിരിക്കാം. പക്ഷേ ഞാൻ നിന്നെ ഒരിക്കലും കണ്ടിട്ടില്ലല്ലോ.''

''കണ്ടിട്ടില്ലെന്നോ, അതെന്താ എന്റെ അസ്ഥികൂടം കണ്ടിട്ടില്ലേ? ഹാ!ഹാ!ഹാ! ഞാൻ തമാശ പറഞ്ഞതാണു കേട്ടോ. നിന്നെ എങ്ങനെ യാണ് വിശ്വസിപ്പിക്കേണ്ടത്? നോക്കൂ, തലയോട്ടിയിൽ നെറ്റിക്കു താഴെ രണ്ടു കുഴികൾ കണ്ടതോർമ്മയില്ലേ? അവ നീണ്ടു വിടർന്ന കറുത്ത കണ്ണുകളായിരുന്നു. ചുവന്ന ചുണ്ടുകളിൽ തത്തിയിരുന്ന പുഞ്ചിരിക്ക് തലയോട്ടിയിൽ കാണുന്ന വികൃതമായ ഇളിയുമായി ഒരു സാമ്യവും ഇല്ലായിരുന്നു. നീ കണ്ട വരണ്ടുനീണ്ട എല്ലുകളെ പരിപൂർണമായി പൊതിഞ്ഞ് ഒരു കാലത്ത് യൗവനത്തിന്റെ ലാവണ്യവും ലാളിത്യവും പൂത്തു തളിർത്തു നിന്നിരുന്നു. നിന്നോട് ഇതൊക്കെ പറയാൻ നിന്നാൽ എനിക്കു ചിരിവരും. ദേഷ്യവും തോന്നും. അന്ന് ആ ശരീരം ആർക്കെ ങ്കിലും അസ്ഥിശാസ്ത്രം പഠിക്കാൻ ഉതകുമെന്നു പറഞ്ഞിരുന്നെങ്കിൽ വലിയ വലിയ ഡോക്ടർമാർ പോലും വിശ്വസിക്കുമായിരുന്നില്ല. എനിക്ക റിയാം ഒരു ഡോക്ടറെ. അയാൾ തന്റെ കൂട്ടുകാരനോട് എന്നെ വിശേ ഷിപ്പിച്ചത് സ്വർണ്ണച്ചെമ്പകം എന്നാണ്. അതിനർത്ഥം ഈ ഭൂമിയിൽ ഞാനൊഴികെ സകല മനുഷ്യരും ശരീരശാസ്ത്രത്തിന്റെ ദൃഷ്ടാന്തങ്ങളാ ണെന്നല്ലേ? ഞാൻ, ഞാൻ മാത്രം അതിസുന്ദരമായ ഒരു പുഷ്പം പോലെ. സ്വർണ്ണച്ചെമ്പകത്തിനുള്ളിൽ അസ്ഥികൂടം ഉണ്ടോ എന്നോ?

വജ്രക്കല്ല് ഇളകുമ്പോൾ പ്രകാശവീചികൾ നാലുപാടും വെട്ടി ത്തിളങ്ങുമ്പോലെ, നടക്കുമ്പോൾ എന്റെ ശരീരഭംഗി സ്വാഭാവിക ചലന ങ്ങളിലൂടെ നാലുപാടും ചിതറിത്തെറിക്കും. ഞാൻ ഇടയ്ക്കിടെ എന്റെ രണ്ടു കൈകളേയും ഏറെ നേരം ഉറ്റു നോക്കും. ഭൂമിയിലെ സകല വന്യപൗരുഷശക്തികളെയും ഒന്നാകെ കടിഞ്ഞാണിട്ട് നിയന്ത്രണത്തിൽ കൊണ്ടുവരാൻ കഴിവുള്ള മൃദുലമനോഹര പേലവ കരങ്ങൾ. സുഭദ്ര അർജ്ജുനനേയും കൊണ്ട് മൂന്നുലോകങ്ങൾക്കും മധ്യേ സ്വന്തം വിജയ രഥം ഓടിച്ചു കൊണ്ടുപോയപ്പോൾ അവൾക്കും ഉണ്ടായിരുന്നിരിക്കണം ഇത്തരം സുദൃഢവും സുകോമളവുമായ രണ്ടു കൈകൾ, ചുവന്നു തുടുത്ത കൈത്തലങ്ങൾ, ലാവണ്യമാർന്ന നീണ്ടുകൂർത്ത നനുത്ത വിരലുകൾ.

നാണം കെട്ടതും നഗ്നവും ചമയരഹിതവുമായ ആ പഴകിയ അസ്ഥി പഞ്ജരം അന്ന് എന്നെപ്പറ്റി നിന്നോടു പറഞ്ഞതൊക്കെ കള്ളമാണ്. മറുത്തൊന്നും പറയാനാവുന്ന അവസ്ഥയുമായിരുന്നില്ല എന്റേത്, മറ്റു മാർഗ്ഗങ്ങളുമില്ലായിരുന്നു. അതുകൊണ്ടാണ് ഈ ഭൂലോകത്തിൽ എനിക്ക് നിന്നോട് ഏറ്റവുമധികം രോഷം. എന്റെ പതിനാറാം വയസ്സിൽ, യൗവന ത്തിളപ്പിൽ എനിക്കുണ്ടായിരുന്ന സജീവവും സചേതനവുമായിരുന്ന രൂപഭംഗി ഒരിക്കൽ നിന്റെ മുന്നിൽ പ്രദർശിപ്പിക്കാനായെങ്കിൽ എന്നു ഞാൻ ആഗ്രഹിച്ചു പോകുന്നു. നിന്റെ കണ്ണുകളിലെ ഉറക്കം ഏറെ ക്കാലത്തേക്കു നഷ്ടപ്പെടുത്താനായെങ്കിൽ, നീ പഠിച്ചെടുത്ത ശരീര ശാസ്ത്രം മുഴുവനും മായ്ച്ചു കളയാനായിരുന്നെങ്കിലെന്ന്.''

ഞാൻ പറഞ്ഞു: ''നിനക്ക് ശരീരമുണ്ടായിരുന്നെങ്കിൽ, നിന്റെ ശരീര ത്തിൽ തൊട്ട് ആണയിട്ടു പറയുമായിരുന്നു അന്നു പഠിച്ചതിന്റെ ഒരംശം പോലും ഇന്ന് എന്റെ തലയിലില്ലെന്ന്. പിന്നെ നിന്റെയാ ഭുവനമോഹന പൂർണയൗവനദീപ്തി; അത് ഈ കറുത്ത രാത്രിയുടെ ഇരുണ്ട തിരശ്ശീല യിൽ തിളങ്ങിനില്പുണ്ട്. അതേപ്പറ്റി നീ അധികം പറയേണ്ടതില്ല.''

''എനിക്ക് കൂട്ടുകാരികളാരും ഇല്ലായിരുന്നു. എന്റെ ഏട്ടൻ പ്രതിജ്ഞ യെടുത്തിരുന്നു, താൻ കല്യാണം കഴിക്കില്ലെന്ന്. വീട്ടിനകത്തും പുറത്തും ഞാനൊറ്റയ്ക്ക്. തോട്ടത്തിൽ ഇലഞ്ഞിമരത്തണലിൽ ഒറ്റയ്ക്കിരുന്ന് ഞാൻ കിനാവു കാണും. ഈ വിശാലഭൂമിക്ക് എന്നോട് പ്രണയമാ ണെന്ന്, നക്ഷത്രങ്ങളെല്ലാം ഉറ്റുനോക്കുന്നത് എന്നെയാണെന്ന്. ഇളം കാറ്റ് നെടുവീർപ്പിട്ടുകൊണ്ട് വീണ്ടും വീണ്ടും വീശുന്നത് സൂത്രത്തിൽ എന്നെത്തഴുകി കടന്നുപോകാനാണെന്ന്. പുൽത്തകിടിക്ക് ജീവനുണ്ടാ യിരുന്നെങ്കിൽ എന്റെ പാദസ്പർശമേറ്റ് പുൽക്കൊടികൾ ബോധമറ്റു വീണിരുന്നേനെയെന്ന്. ഭൂമിയിലെ യുവപുരുഷന്മാർ ഒന്നടങ്കം ആ പുൽക്കൊടികളെപ്പോലെ എന്റെ കാൽക്കീഴിലാണെന്ന്. ഇങ്ങനെയൊക്കെ ഞാൻ ചിന്തിച്ചു കൂട്ടും, എന്റെ മനസ്സിൽ അകാരണമായി വേദന അടിഞ്ഞു കൂടും.

ഏട്ടന് ഒരു സ്നേഹിതനുണ്ടായിരുന്നു. ശശിശേഖർ. മെഡിക്കൽ കോളേജിൽ പഠിച്ചു പാസ്സായി വന്നശേഷം ഞങ്ങളുടെ ഡോക്ടറായി. ഞാനയാളെ മുമ്പും പലതവണ മറഞ്ഞു നിന്നു നോക്കിയിട്ടുണ്ട്. ഏട്ടൻ ഒരു പ്രത്യേക തരക്കാരനായിരുന്നു. ഈ ലോകത്തെ നല്ലപോലെ കണ്ണു തുറന്ന്, നേർക്കുനേർ നോക്കാനുള്ള കഴിവ് ഏട്ടന് ഉണ്ടായിരുന്നില്ല. എപ്പോഴും കൂട്ടത്തിൽ നിന്ന് ഒഴിഞ്ഞുമാറി അരികു ചേർന്നു നടക്കുന്നവൻ. ഏട്ടന്റെ ഒരേയൊരു കൂട്ടുകാരനായിരുന്നു ശശിശേഖർ. അതിനാൽ ശശിശേഖറിനെയാണ് ഞാനെപ്പോഴും കാണാറ്. സന്ധ്യാസമയത്ത് പൂന്തോട്ടത്തിൽ ചക്രവർത്തിനിയെപ്പോലെ വിലസുമ്പോൾ ഈ ശശി ശേഖരന്റെ രൂപം പൂണ്ടാണ് ലോകത്തെ പുരുഷജാതി ഒന്നടങ്കം എന്റെ കാൽക്കീഴിൽ വീഴുന്നത്. അല്ലാ, നീ കേൾക്കുന്നില്ലേ, എന്തു തോന്നുന്നു?''

ഞാൻ ദീർഘനിശ്വാസത്തോടെ പറഞ്ഞു: ''ശശിശേഖറായി ജനിക്കാനായിരുന്നെങ്കിൽ എത്ര നന്നായിരുന്നു.''

''കഥ മുഴുവനും കേൾക്ക്. എന്നിട്ടാകാം ബാക്കി. മഴക്കാലത്ത് ഒരു ദിവസം എനിക്ക് പനി പിടിച്ചു. ഡോക്ടർ പരിശോധിക്കാനെത്തി. അതാണ് ഞങ്ങളുടെ ആദ്യത്തെ കൂടിക്കാഴ്ച.

ഞാൻ ജനാലയിലേക്ക് മുഖം തിരിച്ച് ഇരിക്കയായിരുന്നു. സാന്ധ്യച്ചുവപ്പ് വീണ് മുഖത്തെ പനി മൂലമുണ്ടായ വിളർച്ച അല്പം കുറയട്ടെ എന്നായിരുന്നു എന്റെ മനസ്സിലിരിപ്പ്. ഡോക്ടർ മുറിക്കകത്തേക്കു കടന്നുവന്ന് എന്റെ മുഖത്തേക്ക് ഒരു തവണ നോക്കി. ഞാനപ്പോൾ എന്നെത്തന്നെ ഡോക്ടറായി സങ്കല്പിച്ച് എന്നെ നോക്കിക്കാണാൻ ശ്രമിച്ചു. സന്ധ്യാവെളിച്ചത്തിൽ പതുപതുപ്പുള്ള തലയിണയിൽ വാടിയ പൂപോലുള്ള മുഖം. അനുസരണയില്ലാതെ നെറ്റിത്തടത്തിലേക്കു വീണു കിടക്കുന്ന മുടിയിഴകൾ, നാണംകൊണ്ട് കൂമ്പിപ്പോയ വലിയ രണ്ടു കൺപീലികളുടെ നിഴൽ കവിളിണകളിൽ.

ഡോക്ടർ വിനയത്തോടെ ഏട്ടനോടു മൃദുസ്വരത്തിൽ പറഞ്ഞു, ''നാഡി നോക്കണം.''

ഞാൻ പുതപ്പിനടിയിൽ നിന്ന് ക്ഷീണിച്ച കൈ പുറത്തേക്കു നീട്ടി. ഒരു തവണ ഞാൻ എന്റെ കൈകളിലേക്കു നോക്കി. ഹായ്! കടുംനീല വളകൾ ധരിച്ചിരുന്നെങ്കിൽ എത്ര ഭംഗിയുണ്ടാവുമായിരുന്നേനേ, എന്നു ഞാൻ കൊതിച്ചുപോയി.

രോഗിയുടെ കൈപിടിച്ച് നാഡി നോക്കുന്ന ഡോക്ടർക്ക് എന്തെന്നില്ലാത്ത വെപ്രാളം. വളരെ വിഷമിച്ച്, വിറയ്ക്കുന്ന വിരലുകൾ കൊണ്ട് നാഡിപിടിച്ചു നോക്കി. പനിയുടെ തീവ്രത മനസ്സിലാക്കി. എനിക്കും അയാളുടെ ഉള്ളിലെ നാഡിമിടിപ്പ് ഗണിച്ചെടുക്കാനായി. നിനക്കു വിശ്വാസം വരുന്നുണ്ടോ?''

''ഇതിൽ അവിശ്വസിക്കാൻ മാത്രം എന്തുണ്ട്? മനുഷ്യരുടെ നാഡി എല്ലാ അവസ്ഥയിലും ഒരു പോലല്ല മിടിക്കുക.''

''നാലഞ്ചു തവണ പനിയുടെ വരവും പോക്കും കഴിഞ്ഞപ്പോൾ എന്റെ സാന്ധ്യകാലസഭയിലെ പുരുഷാരം ചുരുങ്ങിച്ചുരുങ്ങി ഒരൊറ്റ വ്യക്തിയിൽ ഒതുങ്ങി നിന്നു. എന്റെ ലോകം ജനശൂന്യമായി, അവിടെ ഒരു രോഗിയും ഒരു ഡോക്ടറും മാത്രം അവശേഷിച്ചു.

നിറമുള്ള വസ്ത്രങ്ങളും ചമയങ്ങളും വിധവയ്ക്ക് നിഷിദ്ധമാണ്. എന്നാൽ ഞാൻ സന്ധ്യാവേളയിൽ ആരും കാണാതെ നിറമുള്ള പുടവ ചുറ്റും. തലമുടി മനോഹരമായി കെട്ടിവെയ്ക്കും. പിച്ചകപ്പൂമാല മുടിക്കെട്ടിൽ തിരുകും. കൈയിൽ ഒരു കണ്ണാടിയുമായി തോട്ടത്തിൽ ചെന്നിരിക്കും.

എന്തുകൊണ്ടാണെന്നോ? എനിക്ക് എന്നെക്കണ്ട് മതി വരുമായിരുന്നില്ല. ഞാൻ ഞാനായിട്ടു മാത്രമായിരുന്നില്ല എന്നെ നോക്കിക്കണ്ടത്. ഡോക്ടറുടെ കണ്ണുകളിലൂടേയും ഞാൻ എന്നെ നോക്കിക്കണ്ടു. ഒറ്റയ്ക്കായിരുന്നെങ്കിലും ഞാൻ ഇരുവ്യക്തികളായിരുന്നു. ഡോക്ടറായി എന്നെ നോക്കുമ്പോൾ ഞാൻ മുഗ്ധയായിപ്പോവുമായിരുന്നു, സ്വയം അളവറ്റ് പ്രണയിക്കുമായിരുന്നു, ഉള്ളിന്റെയുള്ളിൽ ഒരു നെടുവീർപ്പ് സാന്ധ്യമാരുതനെപ്പോലെ വീശിയടിക്കും.

അതിൽപ്പിന്നെ ഞാനൊരിക്കലും ഏകയായില്ല. നടക്കുമ്പോൾ കണ്ണുകൾ താഴ്ത്തി കാൽപാദങ്ങളിലെ വിരലുകൾ ഭൂതലത്തിൽ പതിക്കുന്നതെങ്ങനെയെന്നു നിരീക്ഷിക്കും. ആ പാദപതനങ്ങൾ ഈയടുത്ത കാലത്ത് പരീക്ഷ പാസ്സായി വന്ന ഡോക്ടറിൽ എന്തു പ്രതീതിയാവും ഉളവാക്കുക എന്ന് ആലോചിക്കും. ജനാലയ്ക്കപ്പുറത്ത് കത്തിക്കാളുന്ന മധ്യാഹ്നം. ഒരിടത്തും ഒച്ചയും അനക്കവും ഉണ്ടാവില്ല. അങ്ങതിദൂരെ ആകാശത്ത് ഒരു കൃഷ്ണപ്പരുന്ത് ചീറിക്കൊണ്ട് വട്ടമിടുന്നതു കാണാം. തോട്ടത്തിനപ്പുറത്തെ നാട്ടുവഴിയിലൂടെ കളിക്കോപ്പുകൾ വിൽക്കുന്ന കച്ചവടക്കാരൻ ഈണത്തിൽ കളിപ്പാട്ടം വേണോ, വള വേണോ എന്നൊക്കെ വിളിച്ചു പറയുന്നതു കേൾക്കാം. ഞാൻ നിലത്ത് ഒരു കമ്പളം വിരിച്ച് അതിൽ കിടക്കും. തളിരുപോലത്തെ ഒരു ജോടി കൈകൾ അലസമായി ഇരുവശത്തും. എന്നിട്ട് സങ്കല്പിക്കും ഈ കൈകളെ, ഇവയുടെ സൗന്ദര്യത്തെ ഈ വിധത്തിൽ ആർക്കോ കാണാനാകുന്നുണ്ടെന്ന്, ആരുടേയോ കൈകൾ എന്റെ കൈകളെ പിടിച്ചുയർത്തിയെന്ന്, ആരോ എന്റെ ചുവന്നു തുടുത്ത കൈത്തലത്തിൽ ചുംബനമർപ്പിച്ചുവെന്ന്. എന്നിട്ട് വളരെ പതുക്കെ തിരിച്ചു പോയെന്ന്. കഥ ഇവിടെവെച്ച് അവസാനിപ്പിച്ചാൽ എങ്ങനെയിരിക്കും?''

ഞാൻ പറഞ്ഞു, ''മോശമില്ല. മുഴുവനായില്ലെന്നു തോന്നും. പക്ഷേ, സാരമില്ല. ബാക്കിയുള്ളതു ഞാൻ സങ്കൽപിച്ചെടുത്തോളാം. അതോടെ ശേഷിച്ച രാത്രിയും അവസാനിക്കും.''

''പക്ഷേ അങ്ങനെ ചെയ്താൽ കഥയ്ക്ക് അല്പം ഗൗരവം കൂടിയെന്നിരിക്കും. തെല്ലും ഹാസ്യരസം ഉണ്ടാവില്ല. കഥയുടെ സത്യാവസ്ഥ

നിനക്കൊട്ടു മനസ്സിലാവുകയുമില്ല. അതുകൊണ്ട് ഞാൻ തന്നെ പറയാം, കേട്ടോളൂ.

പ്രാക്റ്റീസ് ഒരു വിധം പച്ചപിടിച്ചു തുടങ്ങിയപ്പോൾ ഡോക്ടർ ഞങ്ങളുടെ വീടിന്റെ മുകളിലത്തെ നിലയിൽ ഒരു ഡിസ്പെൻസറി തുറന്നു. ഞാനും ഇടയ്ക്കിടെ അയാളുമായി ഇടപഴകും, കളിതമാശ കൾക്കിടയിൽ മരുന്നുകളെപ്പറ്റി ചോദിക്കും, വിഷയങ്ങളെപ്പറ്റി ആരായും. എന്തു കഴിച്ചാലാണ് സ്വാഭാവിക മരണം സംഭവിക്കുക എന്നിങ്ങനെ പലതും ചോദിച്ചറിയും. വൈദ്യശാസ്ത്രത്തെപ്പറ്റി പറയുമ്പോൾ ഡോക്ട ർക്ക് നൂറു നാവാണ്. അതൊക്കെ കേട്ടുകേട്ട് മരണം എനിക്ക് ചിര പരിചിതനെപ്പോലായി. പ്രണയവും മരണവും ഇവ രണ്ടുമല്ലാതെ ഈ ലോകത്ത് മറ്റൊന്നും എനിക്ക് കാണാനായില്ല. എന്റെ കഥ തീരാറായി കേട്ടോ. ഇനി അധികമില്ല.''

ഞാനും മൃദുസ്വരത്തിൽ പറഞ്ഞു, ''രാത്രിയും അവസാനിക്കാറായി.''

നിഴൽ തുടർന്നു. ''കുറച്ചു ദിവസങ്ങൾ കഴിഞ്ഞപ്പോൾ ഡോക്ട ർക്ക് എന്തോ ഒരു ഭാവമാറ്റം. ഒന്നിലും മനസ്സുറയ്ക്കാത്തപോലെ. മാത്ര മല്ല, എന്നോട് അത്ര രസമില്ലാത്ത മട്ട്. ഒരു ദിവസം വൈകുന്നേരം കണ്ടു സാധാരണയിൽക്കവിഞ്ഞ് വേഷഭൂഷകളണിഞ്ഞ് ഏട്ടനോട് കുതിരവണ്ടി വായ്പ തരുമോ എന്നു ചോദിക്കുന്നു, രാത്രി എവിടേക്കോ പോകാനുണ്ടത്രെ.

എനിക്ക് ഇരിപ്പുറച്ചില്ല. അതുമിതും ചോദിക്കുന്ന കൂട്ടത്തിൽ ഞാൻ ഏട്ടനോട് ചോദിച്ചു: ''അല്ലാ ഏട്ടാ, ഡോക്ടർക്ക് ഇന്നെന്തിനാണ് കുതിരവണ്ടി, എവിടേക്കു പോകാൻ?''

ഏട്ടൻ സംക്ഷിപ്തമായി പറഞ്ഞു: ''ചാവാൻ.''

ഞാൻ നിർബന്ധം പിടിച്ചു. ''തമാശ പറയാതെ സത്യം പറയൂ.''

മുമ്പത്തേപ്പോലെ ചുരുക്കമായ മറുപടി ''കല്യാണം കഴിക്കാൻ.''

''അതേയോ, സത്യമോ?'' എന്നും പറഞ്ഞ് ഞാൻ ചിരിക്കാൻ തുടങ്ങി.

കുറച്ചു കുറച്ചായി എല്ലാം അറിഞ്ഞു. അതെ കല്യാണമാണ്. ഡോക്ടർക്ക് പന്തീരായിരം രൂപ സ്ത്രീധനം കിട്ടുമത്രെ.

പക്ഷേ എന്നോട് ഇക്കാര്യം പറയാതെ എന്നെ അപമാനിച്ച തെന്തിന്? ഞാനെന്താ അയാൾക്കു മാർഗ്ഗതടസ്സമാവുമായിരുന്നോ? ഞാനയാളുടെ കാലു പിടിച്ച് പറയുമായിരുന്നോ ഇങ്ങനെ ചെയ്താൽ ഞാൻ നെഞ്ചു പൊട്ടി മരിക്കുമെന്ന്. പുരുഷന്മാരെ വിശ്വസിക്കാനാവില്ല. ഭൂമുഖത്ത് ഞാനൊരൊറ്റ പുരുഷനേയെ കണ്ടിട്ടുള്ളു, പക്ഷേ ക്ഷണ നേരം കൊണ്ട് മനസ്സിലാക്കേണ്ടതൊക്കെ മനസ്സിലാക്കി.

സന്ധ്യയോടടുത്ത് രോഗികളെ പരിശോധിച്ചശേഷം ഡോക്ടർ വീട്ടിലെത്തിയപ്പോൾ ഞാൻ ഏറെ ചിരിച്ചുകൊണ്ടു ചോദിച്ചു ''അല്ലാ ഡോക്ടർ, ഇന്നു നിങ്ങളുടെ കല്യാണമാണെന്നു കേട്ടല്ലോ.''

എന്റെ ഉല്ലാസം കണ്ടിട്ട് ഡോക്ടർ വിഷണ്ണനാവുക മാത്രമല്ല ഏറെ നീരസപ്പെടുകയും ചെയ്തു.

ഞാൻ ചോദിച്ചു, ''അതെന്താ വാദ്യഘോഷങ്ങളൊന്നും ഇല്ലാത്തത്? ദീപാലങ്കാരങ്ങൾ വേണ്ടേ?''

അതുകേട്ട് അല്പം വിരസതയോടെ ഡോക്ടർ ചോദിച്ചു, ''വിവാഹമെന്താ വലിയ സന്തോഷം തരുന്ന കാര്യമാണോ?''

അതുകേട്ട് ഞാൻ നിർത്താതെ പൊട്ടിച്ചിരിച്ചു. അതുവരെ ആരും എവിടേയും കേൾക്കാത്ത തരം ചിരി.

ഞാൻ ഏട്ടനെ പറഞ്ഞു മൂപ്പിച്ചു. ''അതു പറ്റില്ല. കൊട്ടും കുരവയുമൊക്കെ വേണം. വേഗം ഏർപ്പാടാക്കൂ.'' ഏട്ടൻ അതിനു തയ്യാറായി.

ഞാൻ ഡോക്ടറുമായി സംഭാഷണത്തിലേർപ്പെട്ടു. ''അല്ലാ ഡോക്ടർ, കല്യാണം കഴിഞ്ഞ് വധു വീട്ടിൽ വന്നാലും നിങ്ങൾ രോഗികളുടെ നാഡി പിടിച്ച് നോക്കൽ തുടരുമോ?''

മനുഷ്യമനസ്സ്, പ്രത്യേകിച്ച് പുരുഷന്മാരുടെ മനസ്സ് ദൃഷ്ടിഗോചരമല്ലെന്നു വരികിലും എനിക്ക് ആണയിട്ടു പറയാനാകും എന്റെ വാക്കുകൾ ഡോക്ടറുടെ ഹൃദയത്തിൽ കുന്തമുനപോലെ തുളച്ചു കയറിയെന്ന്.

മൂഹൂർത്തം രാവേറെ ചെന്നാണ്. സന്ധ്യാസമയത്ത് ഡോക്ടർ ഏട്ടനോടൊപ്പം ടെറസ്സിലിരുന്ന് മദ്യസേവ നടത്തി. ഇതവരുടെ പതിവായിരുന്നു. ക്രമേണ ആകാശത്ത് ചന്ദ്രൻ ഉദിച്ചു പൊങ്ങി.

ഞാൻ ചിരിച്ചുകൊണ്ടു പറഞ്ഞു ''ഡോക്ടർ, മറക്കണ്ട കേട്ടോ, ഇറങ്ങാൻ സമയമായി.''

ഇവിടെ ഒരു ചെറിയകാര്യം പറയേണ്ടത് ആവശ്യമാണ്. ഇതിനകം ഞാൻ രഹസ്യമായി ഡോക്ടറുടെ മരുന്നലമാരിയിൽ നിന്ന് ചില പൊടികൾ എടുത്തിരുന്നു. അതിൽ കുറച്ചെടുത്ത് ആരുമറിയാതെ ഡോക്ടറുടെ ഗ്ലാസിൽ കലക്കിയിരുന്നു. ഏതു മരുന്നു കഴിച്ചാലാണ് മരിക്കുകയെന്നത് ഡോക്ടർ പറഞ്ഞു തന്നിരുന്നല്ലോ.

ഡോക്ടർ ഒറ്റവലിക്ക് മദ്യം മുഴുവനും കുടിച്ചുതീർത്തു. എന്റെ മുഖത്തേക്ക് നോക്കി ആർദ്രസ്വരത്തിൽ ഗദ്ഗദത്തോടെ, അർത്ഥഗർഭമായി പറഞ്ഞു, ''ശരി. ഞാനിറങ്ങട്ടെ.''

താഴെ വാദ്യഘോഷങ്ങൾ മുഴങ്ങി. ഞാൻ ഒരു ബനാറസി പട്ടു പുടവ ഉടുത്തു, എനിക്കുണ്ടായിരുന്ന ആഭരണങ്ങളത്രയും എടുത്തണിഞ്ഞു. സീമന്തരേഖയിൽ നിറയെ കുങ്കുമം ചാർത്തി. തോട്ടത്തിലെ ഇലഞ്ഞിത്തറയിൽ കിടക്ക വിരിച്ചു,

എത്ര മനോഹരമായ രാത്രിയായിരുന്നെന്നോ. വെട്ടിത്തിളങ്ങുന്ന സുതാര്യമായ നിലാവ്. നിദ്രയിലാഴ്ന്ന ജഗത്തിന്റെ ക്ലാന്തി കവർന്നെടുത്ത് തെക്കൻകാറ്റ് വീശി. തോട്ടം പിച്ചകപ്പൂവിന്റെ സുഗന്ധത്തിൽ ആറാടി.

വാദ്യഘോഷങ്ങൾ അകന്നകന്നു പോയി, നിലാവ് ഇരുട്ടായി മാറാൻ തുടങ്ങിയപ്പോൾ, മരത്തിലെ തളിരിലകളും ആകാശവും എന്റെ ആജന്മകാലത്തെ ആവാസസ്ഥലമായ ഭൂമിയും പരസ്പരം ഒന്നോടൊന്ന് അലിഞ്ഞു ചേർന്ന് ഇരുട്ടായി, മായയായി മായാൻ തുടങ്ങിയപ്പോൾ ഞാൻ കണ്ണടച്ച് പുഞ്ചിരിച്ചു.

പിറ്റേന്ന് ആളുകൾ എന്നെ കണ്ടെടുക്കുമ്പോൾ എന്റെ ചുണ്ടിന്റെ കോണിൽ ഒരു ലഹരിപോലെ ആ പുഞ്ചിരി ഉണ്ടായിരിക്കണമെന്ന് എനിക്ക് ആഗ്രഹമുണ്ടായിരുന്നു. അനന്തമായ രാത്രിയുടെ മടിത്തട്ടിലേക്ക്, എന്റെ ശാശ്വതമായ വാസസ്ഥലത്തേക്ക് പ്രവേശിക്കുമ്പോൾ ഈ പുഞ്ചിരി കൂടെ കൊണ്ടുപോകണമെന്ന് ഞാൻ ഇച്ഛിച്ചു. പക്ഷേ എവിടെ എന്റെ പുതിയ വാസസ്ഥലം? എന്റെ വിവാഹവേഷഭൂഷാദികൾ എവിടെ? ഉള്ളിൽ നിന്ന് കടകട ശബ്ദം കേട്ട് ഞാനുണർന്നപ്പോൾ കണ്ടത് മൂന്നു ബാലന്മാർ എന്റെ അസ്ഥിപഞ്ജരത്തിനു ചുറ്റുമിരുന്ന് എല്ലുകളെപ്പറ്റി പഠിക്കയാണ്. സുഖദുഃഖങ്ങൾ അനുഭവിച്ചറിഞ്ഞ, യൗവനത്തിന്റെ ഇതളുകൾ ഒന്നൊന്നായി നിത്യേന വിരിഞ്ഞിരുന്ന ഹൃദയസ്ഥാനത്ത്, നെഞ്ചിൻകൂടിൽ ചൂരൽമുനകൊണ്ട് കുത്തി അധ്യാപകൻ കുട്ടികൾക്ക് എല്ലിന്റെ പേരുകൾ പഠിപ്പിച്ചുകൊടുക്കുകയാണ്. ചുണ്ടിൽ തിരുകിവെച്ച അവസാനത്തെ പുഞ്ചിരിയുടെ ലാഞ്ഛനപോലും ഇല്ലായിരുന്നു.

കഥ എങ്ങനെയുണ്ട്?''

''അതിഗംഭീരം.''

നേരം പുലർന്നിരിക്കുന്നു. കാക്ക കരയാൻ തുടങ്ങി. ഞാൻ ചോദിച്ചു ''ഉണ്ടോ, ഇവിടെത്തന്നെയുണ്ടോ?''

ഉത്തരം കിട്ടിയില്ല.

മുറിക്കകത്ത് പ്രകാശം കടന്നു വന്നു.

(കങ്കാൾ, 1888)

ജീവൻമൃത്യു

റാണീഹാട്ടിലെ ജമീന്ദാർ ശാരദാശങ്കർബാബുവിന്റെ വീട്ടിലെ ആശ്രിതയായ വിധവയ്ക്ക് മറ്റു ഉറ്റവരോ ഉടയവരോ ഉണ്ടായിരുന്നില്ല. ഭർത്താവു മരിച്ചു, സന്താനങ്ങളുമില്ല. പിറന്ന വീട്ടിലും ആരുമില്ല, ഓരോരുത്തരായി എന്നേ പരലോകം പൂകിയിരുന്നു. ഭർതൃസഹോദരൻ ശാരദാശങ്കറിന്റെ ഇളയമകനായിരുന്നു അവരുടെ കണ്ണിലുണ്ണി. അവൻ പിറന്നു വീണതു മുതൽ അവന്റെ പെറ്റമ്മ നീണ്ടകാലം രോഗബാധിതയായി കിടക്കയെ ശരണം പ്രാപിച്ചു. വിധവയായ ഇളയമ്മ കാദംബിനിയാണ് അവനെ വളർത്തി വലുതാക്കിയത്. പോറ്റമ്മയ്ക്ക് പെറ്റമ്മയേക്കാൾ സ്നേഹമുണ്ടായെന്നിരിക്കും, നിസ്വാർത്ഥ സ്നേഹം. കാരണം പോറ്റമ്മയ്ക്ക് കുട്ടിയുടെ മേൽ അധികാരാവകാശങ്ങളൊന്നുമില്ല. സമൂഹവും അത്തരം അവകാശങ്ങൾ അംഗീകരിക്കുന്നില്ല. കേവലം വാത്സല്യം നൽകാനുള്ള അവകാശം മാത്രമാണ് പോറ്റമ്മയ്ക്കുള്ളത്. എന്നുവെച്ച് ഈ അവകാശം നിയമങ്ങളിലൂടെയോ കോടതിവ്യവഹാരങ്ങളിലൂടെയോ സ്ഥാപിച്ചെടുക്കാവുന്നതല്ല. ഒന്നുനോക്കിയാൽ അതിന്റെ ആവശ്യവുമില്ല. തന്റെ ആരോരുമല്ലാത്ത, എന്നാൽ പ്രാണനിൽ പ്രാണനായ കുഞ്ഞിന് കാദംബിനി അളവില്ലാത്ത വാത്സല്യം പകർന്നു കൊടുത്തു.

ഉള്ളിൽ അടക്കിവെച്ചിരുന്ന സ്നേഹവാത്സല്യങ്ങളൊക്കെ കുഞ്ഞിന്റെ മേൽ ചൊരിഞ്ഞ് ഒരു ശ്രാവണമാസരാത്രിയിൽ കാദംബിനി ആകസ്മികമായി മൃതിയടഞ്ഞു. പൊടുന്നനെ എന്തോ കാരണം കൊണ്ട് അവരുടെ ഹൃദയം നിലച്ചു പോയി. പക്ഷേ സമയം നിലച്ചില്ല, ആ വിധവയുടെ, ശുഷ്കിച്ച നെഞ്ചിനുള്ളിലെ സ്നേഹനിർഭരമായ ഘടികാരം എന്നന്നേക്കുമായി നിന്നുപോയി എന്നു മാത്രം.

പൊലീസിന്റെ പൊല്ലാപ്പ് ഒഴിവാക്കാനായി രാത്രിക്കുരാത്രിതന്നെ വലിയ കോലാഹലങ്ങളൊന്നുമില്ലാതെ ശവശരീരം ദഹിപ്പിക്കാൻ ഏർപ്പാടാക്കപ്പെട്ടു. ജമീന്ദാരുടെ നാലു വേലക്കാർ ചേർന്ന് ജഡം ശ്മശാനത്തിലേക്കെടുത്തു.

റാണീഹാട്ടിലെ ശ്മശാനം ഗ്രാമത്തിൽ നിന്ന് ഒരുപാടു ദൂരെയായിരുന്നു. ശ്മശാനപ്പറമ്പിൽ ഒരു തടാകം, അതിനടുത്തായി ഒരു കുടിലും വലിയൊരു ആൽമരവും. മൈതാനം പോലെ പരന്നു കിടന്ന ശവപ്പറമ്പിൽ മറ്റൊന്നും ഉണ്ടായിരുന്നില്ല. പണ്ടുപണ്ട് ഇതിലൂടെ ഒരു പുഴ ഒഴുകിയിരുന്നത്രെ. എന്നാലിപ്പോൾ ആ പുഴ വറ്റിവരണ്ടു പോയിരിക്കുന്നു. ആ പുഴയുടെ ഒരുഭാഗം കുഴിച്ചുണ്ടാക്കിയതാണ് ഈ തടാകം. ഇവിടുത്തുകാർ ഈ തടാകത്തെയാണ് പുണ്യതീർത്ഥമായി കണക്കാക്കുന്നത്.

മൃതദേഹം കുടിലിലെത്തിച്ച് ചിതയ്ക്കാവശ്യമായ വിറക് എത്താനായി നാലുപേരും കാത്തിരുന്നു. സമയം നീണ്ടുനീണ്ടുപോയി. നാലുപേരും അസ്വസ്ഥരായിത്തുടങ്ങി. വിറകെത്താൻ എന്താണിത്ര താമസം എന്നന്വേഷിക്കാൻ നിതായിയും ഗുരുചരണും ഇറങ്ങിത്തിരിച്ചു. വിധുവും വനമാലിയും ശവത്തിനു കാവലായി അവിടെ കുടിലിനകത്തു തന്നെ ഇരുന്നു.

ശ്രാവണമാസം. ഇരുട്ടു കനത്ത രാത്രി. ആകാശത്ത് ഇരുണ്ട മേഘങ്ങൾ. ഒരൊറ്റ നക്ഷത്രമില്ല. കുടിലിനകത്ത് ഇരുട്ടിൽ മിണ്ടാട്ടമില്ലാതെ രണ്ടുപേർ. ഒരുത്തന്റെ മുണ്ടിന്റെ കോന്തലയിൽ തിരിയും തീപ്പെട്ടിയും ഉണ്ടായിരുന്നു. മഴക്കാലം. തീപ്പെട്ടിയിൽ എത്ര ഉരച്ചിട്ടും തീപ്പെട്ടിക്കൊള്ളി കത്തിയില്ല. കൂടെക്കൊണ്ടുവന്നിരുന്ന റാന്തലും അണഞ്ഞുപോയി.

ഒരുപാടു നേരം കഴിഞ്ഞ് വിധു പറഞ്ഞു, ''ഒന്നു പുകവലിക്കാനായെങ്കിൽ എത്ര നന്നായിരുന്നു. ധൃതി കാരണം ഒന്നും കൊണ്ടു വരാനായില്ല.''

വനമാലി പറഞ്ഞു, ''ഞാൻ ഒറ്റയോട്ടത്തിന് പോയി എല്ലാം എടുത്തു കൊണ്ടു വരാം.''

വനമാലി സ്ഥലം വിടാനുള്ള പരിപാടിയാണെന്ന് മനസ്സിലാക്കിയ വിധു പറഞ്ഞു. ''ചതിയാ, എന്നിട്ട് ഞാനിവിടെ ഒറ്റയ്ക്കിരിക്കാനോ? വേല കൈയിലിരിക്കട്ടെ.''

മിണ്ടാട്ടം നിലച്ചു. അഞ്ചു മിനിട്ട് ഒരു മണിക്കൂറുപോലെ തോന്നിച്ചു. വിറകന്വേഷിച്ചു പോയവരെ ഇരുവരും മനസ്സുകൊണ്ട് പിരാകി. അവരെവിടെയെങ്കിലും സ്വസ്ഥമായി വെടിയും പറഞ്ഞ് പുകയും വലിച്ചിരിപ്പായിരിക്കുമെന്ന ശങ്ക ഇരുവരുടെയും മനസ്സിൽ ബലപ്പെട്ടു തുടങ്ങി.

എവിടെയും ആളനക്കമില്ല, ശബ്ദമില്ല. തടാകത്തിന്റെ കരയിൽ നിന്ന് തവളയുടെയും ചീവിടിന്റെയും ശബ്ദം മാത്രം. പൊടുന്നനെ ആരോ ദീർഘനിശ്വാസം ഉതിർക്കുന്നതുപോലെ. ശവം കിടന്നിരുന്ന ചൂടിക്കട്ടിൽ ഒന്നിളകിയോ? ജഡം ഒന്നു തിരിഞ്ഞുകിടന്നോ? വനമാലിയും വിധുവും

കിടുകിടാ വിറച്ചു, ഈശ്വരനെ ധ്യാനിക്കാൻ തുടങ്ങി. അടുത്തക്ഷണം ദീർഘശ്വാസം കുറെക്കൂടി വ്യക്തമായി കേൾക്കായി. വിധുവും വനമാലിയും തിരിഞ്ഞുനോക്കാൻ നിൽക്കാതെ കുടിലിൽനിന്നു ശരവേഗത്തിൽ പുറത്തേക്കിറങ്ങി ഗ്രാമത്തെ ലക്ഷ്യമാക്കി ഓടി.

കുറെ ദൂരം ഓടിക്കഴിഞ്ഞപ്പോൾ എതിരെ റാന്തൽവിളക്കുമായി തിരിച്ചു വരുന്ന ഗുരുചരണിനേയും നിതായിയേയും കണ്ടു. അവർ ബീഡിയും പുകച്ച് സൊള്ളിക്കൊണ്ടിരിക്കുകയായിരുന്നു. വിറകിന്റെ കാര്യമേ മറന്നുപോയിരുന്നു. തടിതപ്പാനായി വിറക് വെട്ടാൻ ആളു പോയിട്ടുണ്ടെന്നും ഉടനിങ്ങെത്തുമെന്നുമൊക്കെ അവർ നുണ പറഞ്ഞു. വിധുവും വനമാലിയും കുടിലിൽ നടന്ന കാര്യങ്ങളൊക്കെ വിശദമായി മറ്റിരുവരേയും പറഞ്ഞു കേൾപ്പിച്ചു. നിതായിയും ഗുരുചരണും ഇതൊന്നും വിശ്വസിക്കാൻ തയ്യാറായില്ല. മാത്രമല്ല ഏൽപ്പിച്ച കാര്യം ചെയ്യാതെ ഓടിപ്പോന്നതിന് ഇരുവരെയും കണക്കിനു ശകാരിക്കുകയും ചെയ്തു.

നേരം കളയാതെ നാലുപേരും തിരിച്ച് ശവപ്പറമ്പിലെ കുടിലിലെത്തി. ആശ്ചര്യം! ചൂടിക്കട്ടിൽ ശൂന്യം.

നാലുപേരും മുഖത്തോടുമുഖം നോക്കി ഇരിപ്പായി. ഇനി കുറുക്കൻ കൊണ്ടുപോയതാണോ? പക്ഷേ പുതപ്പുപോലും ഇല്ല. അന്വേഷണം കുടിലിനു പുറത്തേക്കു നീണ്ടു. കുടിലിന്റെ വാതിൽക്കൽ ചേറും ചളിയും കെട്ടിക്കിടന്നിരുന്നു. അതിൽ ഒരു സ്ത്രീയുടേതെന്നു തോന്നിക്കുന്ന, ഇനിയും ഉണങ്ങിയിട്ടില്ലാത്ത കാല്പാടുകൾ!

ശാരദാശങ്കർ ചില്ലറക്കാരനായിരുന്നില്ല. ഭൂതപ്രേതാദികളുടെ കഥയും കൊണ്ട് അയാളെ സമീപിച്ചാൽ പറഞ്ഞാൽ കാര്യം ശുഭപര്യവസായിയാവില്ലെന്നു തീർച്ച. നാലുപേരും കൂടി തിരക്കിട്ടാലോചിച്ചുറപ്പിച്ചു. ശവദാഹം വേണ്ടപോലെ നടത്തിയെന്നു പറയാം. അതാണു നല്ലത്.

പുലർച്ചെയോടെ വിറകുമായെത്തിയവർക്കു കിട്ടിയ സന്ദേശം ഇതായിരുന്നു. നേരം വൈകുന്നതുകണ്ട് കുടിലിൽ കുറച്ചു വിറകുണ്ടായിരുന്നുതെടുത്ത് കാര്യം നടത്തി. ആർക്കും സംശയം തോന്നേണ്ട കാര്യമായിരുന്നില്ല. കാരണം മൃതദേഹം അമൂല്യവസ്തുവൊന്നുമല്ലല്ലോ, ആരെങ്കിലും മോഷ്ടിച്ചു കൊണ്ടുപോകാൻ.

രണ്ടാംഭാഗം

പ്രകൃതലക്ഷണങ്ങളൊന്നും തന്നെയില്ലെന്നു വന്നാലും പലപ്പോഴും പ്രച്ഛന്നഭാവത്തിൽ ജീവൻ നിലനിന്നെന്നിരിക്കും. മൃതസമാനമായ ദേഹം വീണ്ടും സജീവമായെന്നിരിക്കും. കാദംബിനിയും മരിച്ചിരുന്നില്ല. എന്തോ കാരണത്താൽ മരണസമാനയായെന്നു മാത്രം.

ബോധം വീണപ്പോൾ കണ്ടത് ചുറ്റും കൂരിരുട്ടാണ്. സാധാരണ കിടക്കാറുള്ള സ്ഥലമല്ല ഇത് എന്നും ബോധ്യമായി. ഒരു തവണ ദീദി എന്നു വിളിക്കാൻ ശ്രമിച്ചു. പക്ഷേ ഇരുട്ടിൽ ആരും ഉത്തരം പറഞ്ഞില്ല. ഭയന്ന് കാദംബിനി എണീറ്റിരുന്നു. കഴിഞ്ഞതൊക്കെ ഓർമ്മ വന്നു. നെഞ്ചിൽ വല്ലാത്തൊരു വേദന അനുഭവപ്പെട്ടതും ശ്വാസം മുട്ടുംപോലെ തോന്നിയതുമൊക്കെ. മൂത്ത ജ്യേഷ്ഠത്തിയമ്മ മുറിയിലെ ഒരു കോണി ലുള്ള അടുപ്പിൽ കുഞ്ഞിനുള്ള പാലു ചൂടാക്കുകയായിരുന്നു. തനിക്ക് എണീറ്റു നിൽക്കാനായില്ല. ''മോനെ ഒന്നു കൊണ്ടുവരൂ ഏടത്തി, അവ സാനമായി കുട്ടനെ ഒന്നു കാണട്ടെ, ഞാനിതാ പോകാറായി'' എന്നും പറഞ്ഞ് താൻ കിടക്കയിലേക്കു മറിഞ്ഞുവീണതും കണ്ണിനുമുന്നിൽ കറുത്ത മഷിപോലെ ഇരുട്ടു പരന്നതും ഓർമ്മയുണ്ട്. തത്ക്ഷണം കാദംബിനിയുടെ ജീവിതപുസ്തകത്തിലെ സ്മരണയിലും ചേതന യിലും അക്ഷരങ്ങൾ മങ്ങി മറഞ്ഞുപോയി. കുഞ്ഞ് മധുരസ്വരത്തിൽ അവസാനമായി അവളെ ഇളയമ്മേ എന്നു വിളിച്ചതും ഇഹലോകത്തിൽ നിന്ന് പരലോകത്തിലേക്കുള്ള യാത്രയിൽ ഉപകാരപ്പെടാനായി സ്നേ ഹൗഷധത്തിന്റെ അവസാന തുള്ളി ലഭിച്ചതും ഒന്നും അവൾക്കോർമ്മ യില്ലായിരുന്നു.

കുടിലിലെ ഇരുട്ടിൽ ബോധം വീണപ്പോൾ ആദ്യം തോന്നിയത് ഇതു യമലോകം, ഇവിടെ ഇരുട്ടും വിജനതയുമല്ലാതെ മറ്റൊന്നുമില്ലെ ന്നായിരുന്നു. കാണാനും കേൾക്കാനും ഒന്നുമില്ല. ഒരു പണിയും ചെയ്യാ നില്ല. കാത്തിരിക്കുകയല്ലാതെ വേറെ വഴിയൊന്നുമില്ല.

അപ്പോഴാണ് തുറന്നിട്ട വാതിലിലൂടെ ഒരു കാറ്റ് അവളെ തഴുകി കടന്നു പോയത്. തവളകളുടെ കരച്ചിലും ചീവിടുകളുടെ ശബ്ദവും അവൾ കേട്ടു. ഒരു ക്ഷണത്തിൽ തന്റെ ഹ്രസ്വജീവിതത്തിലെ ബാല്യം തൊട്ടുള്ള സകല കാര്യങ്ങളേയും കുറിച്ച് മനസ്സിൽ എവിടേയോ ഘനീ ഭൂതമായി കിടന്നിരുന്ന ഓർമ്മകൾ ഉണർന്നു; ഇഹലോകസ്പർശം അവൾ തിരിച്ചറിയുകയും ചെയ്തു. ഒരു തവണ മിന്നൽപ്പിണർ പ്രകാശം വിതറി. ആ വെളിച്ചത്തിൽ, ഒരൊറ്റനോട്ടത്തിൽ കുടിലും ആൽമരവും താടാകവും അങ്ങു ദൂരെയുള്ള മരക്കൂട്ടവും അവളുടെ ദൃഷ്ടിയിൽ പെട്ടു. പുണ്യദിവസങ്ങളിൽ ഈ തടാകത്തിൽ കുളിക്കാൻ വരാറുള്ളത് ഓർമ്മ വന്നു. അത്തരം സന്ദർഭങ്ങളിൽ പലപ്പോഴും ഈ കുടിലിൽ മൃതദേഹം കണ്ട് എന്തുമാത്രം ഭയപ്പെട്ടിരുന്നെന്നും അവളോർത്തു.

വീട്ടിലേക്കു തിരിച്ചുപോകേണ്ടിയിരിക്കുന്നുവെന്ന ചിന്തയാണ് ആദ്യം മനസ്സിലുദിച്ചത്. പക്ഷേ താൻ മരിച്ചുപോയവളല്ലേ, തന്നെയിനി ആ വീട്ടിൽ കയറ്റുമോ, കയറ്റാമോ? അമംഗളകരമായതെന്തെങ്കിലും സംഭവിച്ചാലോ? ഇപ്പോൾ താൻ താനല്ലല്ലോ, തന്റെ പ്രേതമല്ലേ?

അല്ലെങ്കിൽ ശാരദാശങ്കറിന്റെ സുരക്ഷിതമായ വസതിയിൽ നിന്ന് നട്ടപ്പാതിരയ്ക്ക് ഈ ശ്മശാനത്തിൽ താനെത്തിയതെങ്ങനെ? തന്റെ

അന്ത്യകർമ്മങ്ങൾ നടന്നിട്ടില്ലെന്നു വരികിൽ അതിനായി കൂടെ വന്ന വർ എവിടെ? ശാരദാശങ്കറിന്റെ ബംഗ്ലാവിൽ വെച്ച് ബോധം പോവുന്ന തിനു തൊട്ടുമുമ്പുണ്ടായ സംഭവവികാസങ്ങൾ ഒരിക്കൽ കൂടി ഓർത്തു നോക്കി അവൾ തീരുമാനിച്ചു. അതെ ഞാൻ മരിച്ചുപോയിരിക്കുന്നു. ഇനി ജീവിച്ചിരിക്കുന്നവരുടെ ലോകത്തിൽ എനിക്കു സ്ഥാനമില്ല. ജീവിച്ചിരിക്കുന്നവരുമായി ഒരു ബന്ധവുമില്ല. എന്നെക്കണ്ടാൽ ജന ങ്ങൾ പേടിക്കും. ഞാനൊരു പ്രേതമാണ്. ദുർനിമിത്തമാണ്, ദുശ്ശകുന മാണ്.

ഇത്തരം വിചാരങ്ങൾ മനസ്സിലുദിച്ചപ്പോൾ ഇഹലോകവുമായുള്ള സകല ബന്ധബന്ധനങ്ങളിൽനിന്നും താൻ മുക്തയായ പ്രതീതി. അള വറ്റ സ്വാതന്ത്ര്യബോധവും അസാമാന്യശക്തിയും അവൾക്കനുഭവപ്പെട്ടു. എങ്ങോട്ടു വേണമെങ്കിലും എപ്പോൾ വേണമെങ്കിലും പോകാം. ഇഷ്ട മുള്ളതെന്തും ചെയ്യാം. അഭൂതപൂർവമായ ഈ അനുഭൂതി അവളെ മത്തു പിടിപ്പിച്ചു. ഒരിളം കാറ്റുപോലെ കുടിലിൽ നിന്നു പുറത്തുകടന്ന് അവൾ ശവപ്പറമ്പിൽ നടക്കാൻ തുടങ്ങി. മനസ്സിൽ ഭയമോ ലജ്ജയോ ശങ്കയോ ലവലേശമില്ലാതെ.

നടന്നു നടന്ന് കാലുകൾ നൊന്തു, ശരീരം തളർന്നു. ശവപ്പറമ്പ് അവസാനിക്കുന്ന ലക്ഷണമില്ല. ഇടയ്ക്കിടെ വയലുകളുണ്ട്, മുട്ടോളം വെള്ളമുള്ള കുഴികളുമുണ്ട്. ഇരുട്ടു നേർത്തു നേർത്തു വന്നപ്പോൾ അങ്ങു ദൂരെ ഗ്രാമാതിർത്തിയിലുള്ള മുളങ്കാടു കണ്ടു, പക്ഷികൾ ചില യ്ക്കുന്നതും കേട്ടു.

ആ നിമിഷം അവൾക്ക് ഭയം തോന്നി. ഈ ഭൂമിയുമായി, ഇവിടെ ജീവിക്കുന്നവരുമായി തന്റെ പുതിയ ബന്ധം എന്താണെന്ന് അവൾ ക്കൊരു രൂപവുമില്ലായിരുന്നു. ശ്മശാനത്തിൽ, രാത്രിയുടെ ഇരുട്ടിൽ ആയിരുന്നേടത്തോളം കാലം അവൾക്കൊരു ഭയവും തോന്നിയില്ല, സ്വലോകത്താണെന്ന ധൈര്യം ഉണ്ടായിരുന്നു. പക്ഷേ പകൽവെളിച്ച ത്തിൽ ജനവാസസ്ഥലങ്ങൾ അത്യന്തം ഭയങ്കരമായിരിക്കുമെന്ന് അവൾക്കു തോന്നി. മനുഷ്യർക്ക് പ്രേതാത്മാക്കളെ ഭയമാണ്, മറിച്ച് പ്രേതാത്മാ ക്കൾക്കും മനുഷ്യരെ ഭയമാണ്. മരണനദിയുടെ ഇക്കരേയും അക്കരേ യുമായിട്ടാണല്ലോ ഇരുവരുടേയും വാസം.

മൂന്നാംഭാഗം

ചളി പുരണ്ട പുടവ, രാത്രി മുഴുവൻ ഉറങ്ങാത്തതുകൊണ്ടുള്ള വിഭ്രാ ന്തിയും അങ്കലാപ്പും മുഖത്ത്. ഭ്രാന്തിയെപ്പോലുള്ള കാദംബിനിയുടെ ഈ രൂപം കണ്ടാൽ മനുഷ്യരാരും പേടിച്ചു പോകും. കുട്ടികൾ ദൂരേക്ക് ഓടിയകന്നെന്നു വരും; ദൂരെ നിന്നുകൊണ്ട് അവളെ കല്ലെറിഞ്ഞെന്നും

വരും. ഭാഗ്യവശാൽ അവളെ ഈ അവസ്ഥയിൽ ആദ്യം കണ്ടത് സന്മനസ്സുള്ള വഴിയാത്രക്കാരനായിരുന്നു.

''അമ്മേ, നിങ്ങളെ കണ്ടാൽ ഏതോ നല്ല കുടുംബത്തിൽ നിന്നാണെന്നു തോന്നുന്നല്ലോ? ഈ അവസ്ഥയിൽ നിങ്ങൾ തനിച്ച് എങ്ങോട്ടു പോകുന്നു?''

കാദംബിനി ഉത്തരമൊന്നും നൽകാതെ തുറിച്ചു നോക്കുകമാത്രം ചെയ്തു. അവൾക്കൊന്നും മനസ്സിലായില്ല. നാട്ടുവഴിയിൽ വെച്ചു കണ്ട ഈ വഴിയാത്രക്കാരന് തന്നെ കാണാമെന്നോ, താനൊരു തറവാട്ടുകാരിയാണെന്നു തോന്നുന്നുവെന്നോ? അവൾക്കിതൊന്നും സങ്കല്പിക്കാനേ ആയില്ല. ഇതു സംഭവ്യമല്ലെന്നായിരുന്നു അവളുടെ വിശ്വാസം.

വഴിയാത്രികൻ അവളോടു വീണ്ടും പറഞ്ഞു. ''വരൂ അമ്മേ, ഞാൻ നിങ്ങളെ വീട്ടിൽ കൊണ്ടു ചെന്നാക്കാം. പറയൂ, നിങ്ങളുടെ വീടെവിടെയാണെന്നു പറയൂ. എന്നോടു പറയൂ.''

കാദംബിനി ചിന്താധീനയായി. വീടോ? ഭർത്താവിന്റെ വീട്ടിലേക്കോ പിറന്ന വീട്ടിലേക്കോ തിരിച്ചുപോകുന്ന കാര്യം ആലോചിക്കാനേ വയ്യ. ഇനിയെന്തു ചെയ്യും? അപ്പോഴാണ് ബാല്യകാലത്തെ കൂട്ടുകാരിയുടെ കാര്യം ഓർമ്മ വന്നത്.

കൂട്ടുകാരി യോഗമായയുമായി കുട്ടിക്കാലത്തുതന്നെ വേർപിരിഞ്ഞിരുന്നെങ്കിലും അവർക്കിടയിൽ നിരന്തരം കത്തിടപാടുകളുണ്ടായിരുന്നു. കത്തിലൂടെ ഇരുവരും തമ്മിൽ തർക്കിക്കും. ആർക്കാണ് മറ്റേയാളോട് കൂടുതൽ സ്നേഹം എന്നതിനെച്ചൊല്ലി. കാദംബിനി തനിക്കാണെന്നും യോഗമായ അതല്ല തനിക്കാണെന്നും കത്തുകളിലൂടെ വാദപ്രതിവാദം നടത്തും. ഒരിക്കൽ കണ്ടുമുട്ടാനുള്ള അവസരം കൈവന്നാൽ പിന്നെ രണ്ടു പേരും ഒരു നിമിഷം പോലും വേർപിരിയില്ലെന്ന കാര്യത്തിൽ ഇരുവർക്കും സംശയമില്ലായിരുന്നു. അതൊക്കെയോർത്തുകൊണ്ട് കാദംബിനി പറഞ്ഞു

''നിശ്ചിന്തപൂരിലെ ശ്രീപതിചരൺ ബാബുവിന്റെ വീട്ടിലേക്കു പോണം.''

യാത്രികൻ കൽക്കത്തയിലേക്കു പോവുകയായിരുന്നു. നിശ്ചിന്തപൂർ അടുത്തല്ലെങ്കിലും പോകുന്ന വഴിക്കാണ്. അയാൾ സ്വയം കാദംബിനിയെ നിശ്ചിന്തപൂരിൽ ശ്രീപതിചരൺ ബാബുവിന്റെ വീട്ടിലെത്തിച്ചു.

കൂട്ടുകാരികളിരുവരും കണ്ടുമുട്ടി. പരസ്പരം തിരിച്ചറിയാൻ അല്പം നേരമെടുത്തെങ്കിലും ഏറെ താമസിയാതെ കുട്ടിക്കാലത്തെ മുഖച്ഛായ ഇരുവർക്കും കണ്ടെടുക്കാനായി.

യോഗമായ പറഞ്ഞു ''അല്ലാ, എന്റെയൊരു ഭാഗ്യം. നിന്നെ കാണാനാകുമെന്ന് സ്വപ്നേപി വിചാരിച്ചതല്ല. അതു പോട്ടെ, നീ എങ്ങനെയാ വന്നത്? നിന്റെ ഭർത്താവിന്റെ വീട്ടുകാർ നിന്നെ പുറന്തള്ളിയോ?''

കാദംബിനി മൗനം പൂണ്ടു. അവസാനം പറഞ്ഞു. ''ദേ നോക്ക്, ഭർത്താവിന്റെ വീട്ടുകാരുടെ കാര്യമൊന്നും എന്നോടു ചോദിക്കല്ലേ. എനിക്കിവിടെ ഒരു കോണിൽ വേലക്കാരിയെ പോലെ ചുരുണ്ടു കൂടിക്കിടക്കാനുള്ള സ്ഥലം തന്നാൽ മതി. നിന്റെ വീട്ടിലെ എല്ലാ ജോലിയും ഞാൻ ചെയ്തോളാം.''

''അയ്യോ, വേലക്കാരിയെ പോലെയോ? നീയെന്റെ കൂട്ടുകാരിയല്ലേ, നീയെന്റെ...'' അങ്ങനെയങ്ങനെ പലതും യോഗമായ പരിഭവം പറഞ്ഞു.

ആ സയത്ത് ശ്രീപതി മുറിയിലേക്കു കടന്നു വന്നു. അയാളുടെ മുഖത്തേക്ക് ഏതാനും നിമിഷങ്ങൾ നോക്കിനിന്നശേഷം പതുക്കെ കാദംബിനി പുറത്തേക്കു പോയി. അയാളെക്കണ്ട് അവൾ ശിരസ്സിലേക്ക് സാരിത്തലപ്പു വലിച്ചിട്ടില്ല; അവളുടെ മുഖത്ത് ഏതെങ്കിലും തരത്തിലുള്ള സങ്കോചമോ സംഭ്രമമോ പ്രകടമായതുമില്ല.

വിധവയ്ക്കു ചേരാത്ത ഈ പെരുമാറ്റം, യോഗമായ അസ്വസ്ഥയാക്കി. ശ്രീപതിക്ക് തെറ്റിദ്ധാരണയുണ്ടാവാതിരിക്കാനായി യോഗമായ തിടുക്കത്തിൽ നാനാവ്യാഖ്യാനങ്ങൾ നൽകാൻ തുടങ്ങി. ശ്രീപതി അതൊക്കെ എളുപ്പത്തിൽ അംഗീകരിക്കയും ചെയ്തു. എങ്കിലും ഈ സംഭവം യോഗമായയെ അസന്തുഷ്ടയാക്കി.

കൂട്ടുകാരിയുടെ വീട്ടിലെത്തിയ കാദംബിനിക്ക് അവളുമായി അടുത്തിടപഴകാൻ ആയില്ല. തങ്ങൾക്കിരുവർക്കും ഇടയിൽ മരണത്തിന്റെ വിടവുണ്ടെന്ന തോന്നൽ. സ്വയം തന്നെപ്പറ്റി, താനാരാണ് എന്നതിനെപ്പറ്റി സംശയം തോന്നിയാൽ മറ്റുള്ളവരുമായി സഹജമായി ഇടപഴകുന്നതെങ്ങനെ? യോഗമായയുടെ മുഖത്തേക്കു നോക്കിയിരുന്ന് കാദംബിനി ആലോചനയിൽ മുഴുകും. ഭർത്താവും വീട്ടുഭരണവുമായി യോഗമായ അങ്ങു ദൂരെദൂരെ മറ്റൊരു ലോകത്തിലാണ്. സ്നേഹവും ആശാപാശങ്ങളും കർത്തവ്യങ്ങളുമുള്ള ഇഹലോകത്തിൽ. താനോ വെറും നിഴൽ, ശൂന്യം. ഇവരൊക്കെ ഇഹലോകത്തിൽ അസ്തിത്വമുള്ളവർ. താനാണെങ്കിൽ അനന്തശൂന്യതയിൽ.

യോഗമായയ്ക്കും കൂട്ടുകാരിയുടെ മട്ടും മാതിരിയും ഒന്നും തിരിഞ്ഞില്ല. ഇത്തരം ദുർഗ്രാഹ്യത കവിതയ്ക്കു കൊള്ളാം, പണ്ഡിതർക്ക് അതേപ്പറ്റി വാഗ്വാദങ്ങൾ നടത്താം. എന്നാൽ ഗാർഹികമേഖലയിൽ സാധ്യമല്ല. ഗൃഹണികൾക്ക് അതുൾക്കൊള്ളാനാവില്ല. എന്തെങ്കിലുമൊരു കാര്യം സുവ്യക്തമായി മനസ്സിലായെങ്കിൽ സ്ത്രീകൾ അതങ്ങ് തീർത്തും അവഗണിച്ചെന്നു വരും. അതല്ലെങ്കിൽ തങ്ങൾക്കു മനസ്സിലാവുന്ന രീതിയിൽ അതിനൊരു വ്യാഖ്യാനം നൽകിയെന്നു വരും. ഇതു രണ്ടും സാധ്യമല്ലെന്നു വന്നാൽ അവർക്ക് വല്ലാത്ത കോപം വന്നെന്നിരിക്കും.

കാദംബിനി എത്രത്തോളം ദുർഗ്രാഹ്യയായോ യോഗമായ അത്രത്തോളം കുപിതയായി. ഇതെന്തു ഉപദ്രവമാണ് സ്വന്തം തലയിൽ വലിച്ചു കയറ്റിയതെന്ന് യോഗമായ ആധി പൂണ്ടു.

വേറേയുമുണ്ടായിരുന്നു വിപത്ത്. കാദംബിനിക്ക് തന്നെത്തന്നെ ഭയം. തന്നിൽനിന്ന് ഒളിച്ചോടാൻ അവൾക്കു കഴിയാത്തപോലെ. ഭൂതപ്രേതാദികളെ ഭയക്കുന്നവർക്ക് ഭയം ചുറ്റുപുറത്താണ്, പുറകിലാണ്, കാരണം പുറകുവശമാണല്ലോ കാണാൻ പറ്റാത്തത്. എന്നാൽ കാദംബിനിയുടെ ഭയം മുഴുവനും അവളുടെ ഉള്ളിന്റെ ഉള്ളിലായിരുന്നു, ചുറ്റുപുറത്തെച്ചൊല്ലി അവൾക്കൊരു ഭയവുമില്ലായിരുന്നു.

ഉച്ചനേരത്ത് ആരുമില്ലാത്ത നേരത്ത് മുറിക്കുള്ളിൽ അവളുടെ അലർച്ച കേൾക്കും, സന്ധ്യയ്ക്ക് വിളക്കു വെയ്ക്കുമ്പോൾ സ്വന്തം നിഴലുകണ്ട് അവൾ പേടിച്ചു വിറയ്ക്കും.

അവളുടെ ഈ ഭയം കണ്ട് വീട്ടിലുള്ളവരെയും ഒരുതരം ഭയം പിടികൂടി. വീട്ടുവേലക്കാരും യോഗമായയും ഇടയ്ക്കിടെ അവിടെയുമിവിടെയുമൊക്കെ ഭൂതപ്രേതാദികളെ കാണാൻ തുടങ്ങി.

ഒരു ദിവസം കാദംബിനി അർധരാത്രിക്ക് തന്റെ കിടപ്പറയിൽ നിന്നു പുറത്തു വന്ന് യോഗമായയുടെ കിടപ്പറയുടെ കതകു തട്ടിവിളിച്ചു, കരഞ്ഞുകൊണ്ടു പറഞ്ഞു, ''ദീദി, കാലു പിടിക്കാം, എന്നെ ഒരിക്കലും തനിച്ചാക്കരുത്.''

യോഗമായയ്ക്ക് ഭയവും ഒപ്പം അത്രതന്നെ ദേഷ്യവും വന്നു. ആ നിമിഷം കാദംബിനിയെ പിടിച്ചു വീട്ടിനു പുറത്താക്കാനുള്ള രോഷമുണ്ടായി. ദയാമനസ്കനായ ശ്രീപതി ശ്രമപ്പെട്ട് അവളെ സമാധാനിപ്പിച്ചു, തൊട്ടടുത്ത മുറിയിൽ ഇരുവർക്കും ആശ്രയം നൽകി.

പിറ്റേന്ന് രാവിലെ യോഗമായ ശ്രീപതിയോടു തട്ടിക്കയറി. ''അല്ലാ നിങ്ങളിതെന്തൊരു മനുഷ്യനാണ്? ഏതോ ഒരുത്തി സ്വന്തം ഭർത്താവിന്റെ വീടുവിട്ട് നിങ്ങളുടെ വീട്ടിൽ മാസക്കണക്കിനു താമസിക്കുന്നു. ഇവിടന്നു പോകുന്ന ലക്ഷണവുമില്ല. നിങ്ങളുടെ വായിൽനിന്ന് മറുത്തൊരക്ഷരം വീഴുന്നില്ലല്ലോ. അല്ലാ, നിങ്ങളുടെ മനസ്സിലിരിപ്പ് എന്താണെന്നൊന്നറിയണമല്ലോ. നിങ്ങൾ പുരുഷവർഗ്ഗമേ ഇവ്വിധം തന്നെ.''

വാസ്തവത്തിൽ പുരുഷന്മാർക്ക് സ്ത്രീകളോട് ഒരുതരം പക്ഷപാതമുണ്ട്. ഇതിനെതിരായി ശബ്ദമുയർത്തുന്നതും സ്ത്രീകൾ തന്നെ. നിസ്സഹായയും സുന്ദരിയുമായ കാദംബിനിയോടു ശ്രീപതിക്ക് വേണ്ടതിലധികം കരുണ തോന്നിയെന്നതു ശരിതന്നെ. അയാളുടെ പെരുമാറ്റത്തിൽ അതിനു തക്ക തെളിവു ലഭ്യമായിരുന്നു, അങ്ങനെയല്ലെന്നു യോഗമായയെ തൊട്ട് ആണയിടാൻ അയാൾ തയ്യാറായെങ്കിലും.

നിസ്സന്താനയായും വിധവയുമായ കാദംബിനിയെ ഭർത്താവിന്റെ വീട്ടുകാർ തീർച്ചയായും ഏറെ ദ്രോഹിച്ചിരിക്കണം എന്നാണ് ശ്രീപതി

വിചാരിച്ചത്. ദ്രോഹം സഹിക്കാനാവാതെ ഓടിപ്പോന്ന് ഇവിടെ ആശ്രയം തേടിയതാവണം. ഇവൾക്കാണെങ്കിൽ അച്ഛനമ്മമാരോ മറ്റു ഉടയവരോ ഇല്ല. ഇവളെ എങ്ങനെ ഇറക്കി വിടാനാകും? ഇങ്ങനെയൊക്കെ ചിന്തിച്ചു കൂട്ടി അയാൾ സ്വയം ന്യായീകരിച്ചു. ഇത്തരം അനിഷ്ടകരമായ കാര്യങ്ങളെപ്പറ്റി ചോദിച്ച് കാദംബിനിയെ അസ്വസ്ഥയാക്കാൻ അയാൾ തയ്യാറല്ലായിരുന്നു.

അപ്പോഴാണ് പത്നി യോഗമായ അയാളുടെ ഉത്തരവാദിത്തമില്ലായ്മയെപ്പറ്റി നാനാപ്രകാരത്തിലുള്ള ആരോപണങ്ങൾ ഉയർത്തിയത്. കാദംബിനിയുടെ ഭർതൃഗൃഹത്തെക്കുറിച്ച് കൂടുതൽ വിവരങ്ങളറിയേണ്ടത് സ്വന്തം കുടുംബജീവിതത്തിന്റെ ശാന്തിക്കും സമാധാനത്തിനും അത്യാവശ്യമാണെന്ന് ശ്രീപതിക്കു ബോധ്യമായി. കാദംബിനിയുടെ ഭർതൃസഹോദരന് ഒരു കത്തെഴുതിയിട്ടാൽ ഒരുവേള വിചാരിച്ച ഫലമുണ്ടാകില്ലെന്നു കരുതി അയാൾ റാണിഹാട്ടിലേക്ക് നേരിട്ടു പോയി വിവരങ്ങളന്വേഷിക്കാൻ തീരുമാനിച്ചു.

ശ്രീപതി യാത്രയായി. യോഗമായ കാദംബിനിയോടു പറഞ്ഞു ''നോക്ക് നിനക്കിവിടെ ഇനി താമസിക്കാൻ പറ്റില്ല. ആളുകൾ അതുമിതും പറയും.''

''ആൾക്കാരെന്തു പറഞ്ഞാൽ എനിക്കെന്താ? എനിക്ക് ആൾക്കാരുമായി എന്തു ബന്ധമാണുള്ളത്?''

യോഗമായ വായും പൊളിച്ചിരുന്നുപോയി. കുറച്ചൊന്നു പരുഷമായി പറഞ്ഞു, ''നിനക്കില്ലായിരിക്കാം. പക്ഷേ ഞങ്ങൾക്കുണ്ടല്ലോ. അന്യവീട്ടിലെ സ്ത്രീയെ ഞങ്ങളെത്രകാലം, എന്തു പറഞ്ഞ് ഇവിടെ നിർത്തും? നീ നിന്റെ വീട്ടിലേക്കു പോ.''

കാദംബിനി നിസ്സംഗയായി മറുചോദ്യമെറിഞ്ഞു ''അതിന് എനിക്ക് വീടെവിടെ?''

യോഗമായയ്ക്ക് കലി കയറി. ''മൂധേവി! എന്തു വർത്തമാനമാണിത്!''

കാദംബിനി പതിഞ്ഞ സ്വരത്തിൽ തുടർന്നു:

''ഞാനെന്താ നിങ്ങളെയൊക്കെ പോലെയാണോ? ഞാൻ ഈ ഭൂമിയിലെ ജീവിയേയല്ല. നിങ്ങളൊക്കെ ചിരിക്കുന്നു, കരയുന്നു, പരസ്പരം സ്നേഹിക്കുന്നു, എല്ലാവർക്കും സ്വന്തക്കാരും ബന്ധുക്കളുമുണ്ട്. നിങ്ങളൊക്കെ മനുഷ്യരാണ്. ഞാനങ്ങനെയല്ലല്ലോ. ഞാൻ വെറും നിഴൽ. എനിക്കറിഞ്ഞുകൂടാ ഈശ്വരൻ എന്നെ നിങ്ങളുടെ ഈ ലോകത്തിൽ നിർത്തിയിരിക്കുന്നതെന്തിനാണെന്ന്. നിങ്ങൾക്കും എന്നെ പേടിയാണ്. നിങ്ങളുടെ സന്തോഷത്തിനിടയിൽ ഞാനൊരു ദുശ്ശകുനമാണെന്ന് നിങ്ങൾക്കും അറിയാം, എനിക്കുമറിയാം. ഒക്കെ എന്റെ വിധി. എനിക്കും ഒന്നും മനസ്സിലാവുന്നില്ല, നിങ്ങളുമായി എനിക്കെന്തു ബന്ധമാണെന്ന്.

ഈശ്വരൻ എനിക്കായി വേറെ വഴിയൊന്നും കാണിച്ചു തരാത്ത കാലത്തോളം വേലയെടുത്ത് നിങ്ങളെയൊക്കെ ചുറ്റിപ്പറ്റി ജീവിക്കേണ്ടിയിരിക്കുന്നു.''

കാദംബിനി പലതും പറഞ്ഞു പുലമ്പിക്കൊണ്ടേയിരുന്നു. യോഗമായയ്ക്ക് ഒന്നുമേ മനസ്സിലായില്ല, പ്രതികരിക്കാനും ആയില്ല, ഒന്നു മൊട്ടു ചോദിക്കാനും ആയില്ല. ചിന്താഗ്രസ്തയായി യോഗമായ അവിടന്നു പോയി.

നാലാം ഭാഗം

രാത്രി ഏതാണ്ട് പത്തുമണിയോടെ ശ്രീപതി റാണിഹാട്ടിൽ നിന്ന് വീട്ടിൽ തിരിച്ചെത്തി. ധാരമുറിയാത്ത പെരുമഴയിൽ ഭൂമി മുങ്ങിപ്പോകുമെന്ന സ്ഥിതി. മഴയുടെ ഇരമ്പം കേട്ടാൽ തോന്നും മഴയ്ക്കും അവസാനമില്ല, രാത്രിക്കും അവസാനമില്ലെന്ന്.

യോഗമായയ്ക്ക് വിവരങ്ങളറിയാൻ തിടുക്കം ''പോയ കാര്യം എന്തായി?''

''പറയാനൊരുപാടുണ്ട്. പിന്നീടാകാം.''

നനഞ്ഞ വസ്ത്രങ്ങൾ മാറി, അത്താഴം കഴിച്ച് പുകവലിയും കഴിഞ്ഞ് ശ്രീപതി കിടപ്പറയിലെത്തി. പക്ഷേ മുഖത്ത് ചിന്താഭാരം.

യോഗമായ ജിജ്ഞാസയടക്കി ഒരുപാടുനേരം കാത്തിരുന്നു. ശ്രീപതി കിടപ്പറയിലെത്തിയതും ചോദിച്ചു. ''അവിടെ കേട്ടതെന്താണെന്നു പറയൂ.''

ശ്രീപതി മറുപടി നൽകി, ''ഒരു കാര്യം തീർച്ച, നിനക്കു തെറ്റു പറ്റിയിരിക്കുന്നു.''

കേട്ടപാതി കേൾക്കാത്ത പാതി യോഗമായ കുപിതയായി. സ്ത്രീകൾക്ക് ഒരിക്കലും തെറ്റുപറ്റാറില്ല. അഥവാ പറ്റിയാൽത്തന്നെ അതു ചൂണ്ടിക്കാട്ടേണ്ടത് ബുദ്ധിയുള്ള പുരുഷന്റെ കർത്തവ്യമല്ല. സ്വന്തം പത്തി താഴ്ത്തുന്നതാണ് പുരുഷന് യുക്തം. യോഗമായ ചൂടായി. ''ആട്ടെ തെറ്റെന്താണെന്നു കേൾക്കട്ടെ.''

ശ്രീപതി പറഞ്ഞു, ''കൂട്ടുകാരിയെന്നു പറഞ്ഞ് നീ വീട്ടിൽ താമസിപ്പിച്ചിരിക്കുന്ന സ്ത്രീ കാദംബിനിയേ അല്ല.''

ഇതു കേട്ടാൽ ദേഷ്യം വരിക സ്വാഭാവികം. അതും സ്വന്തം ഭർത്താവിന്റെ നാവിൽ നിന്നു കേൾക്കേണ്ടിവരുമ്പോൾ. ''പിന്നല്ലേ... എന്റെ കൂട്ടുകാരിയെ എന്നേക്കാളേറെ, നിങ്ങൾക്കാണോ പരിചയം? അയ്യാ, നല്ല കഥ തന്നെ.''

ശ്രീപതി ബോദ്ധ്യപ്പെടുത്താൻ ശ്രമിച്ചു. ''കഥ നല്ലതോ ചീത്തയോ എന്നൊന്നുമല്ല പ്രശ്നം. തെളിവാണ് പ്രധാനം. യോഗമായയുടെ കൂട്ടുകാരി കാദംബിനി മരിച്ചുപോയി എന്നത് നിസ്സംശയം.''

യോഗമായ പറഞ്ഞു: ''ദേ നോക്കൂ... നിങ്ങളെന്തൊക്കെയോ കുഴപ്പം ഒപ്പിച്ച ലക്ഷണമുണ്ട്. എങ്ങോട്ടോ പോകാനിറങ്ങി വേറെ എവിടേയോ എത്തിച്ചേർന്നിരിക്കും. മറ്റുള്ളവരെന്തു പറഞ്ഞു, നിങ്ങളെന്തു കേട്ടു എന്നൊന്നും ഉറപ്പില്ല. അല്ലാ, നിങ്ങളോട് ആരാണ് പറഞ്ഞത് നേരിട്ടു ചെന്ന് വിവരമറിയാൻ. ഒരു കത്തിട്ടാൽ പോരായിരുന്നോ? മറുപടിയിൽ എല്ലാം വിശദമായി അറിയാമായിരുന്നില്ലോ.''

സ്വന്തം കാര്യശേഷിയിൽ ഭാര്യയ്ക്ക് വലിയ മതിപ്പില്ലെന്നു കണ്ട ശ്രീപതി അത്യന്തം ക്രുദ്ധനായി. എല്ലാ കാര്യങ്ങളും സവിസ്തരം ഭാര്യയെ പറഞ്ഞു കേൾപ്പിക്കാൻ തുടങ്ങി. പക്ഷേ ഫലമുണ്ടായില്ല. ഇരുപക്ഷക്കാരും വിട്ടുകൊടുക്കാൻ തയ്യാറായില്ല. സമയം അർധരാത്രി കഴിഞ്ഞു.

കാദംബിനിയെ തത്ക്ഷണം വീട്ടിൽ നിന്നിറക്കി വിടണമെന്ന കാര്യത്തിൽ ഇരുവർക്കും അഭിപ്രായവ്യത്യാസമില്ലായിരുന്നു. കാരണം ശ്രീപതിയുടെ ദൃഷ്ടിയിൽ അവരുടെ അതിഥി കള്ളവേഷം ചമഞ്ഞ് എത്തിയവളാണ്. യോഗമായയുടെ അഭിപ്രായത്തിൽ കാദംബിനി വീടുവിട്ടിറങ്ങിയ മൂധേവിയും. ഇക്കാര്യത്തിൽ ഇരുവരും കടുകിട നിലപാടു മാറ്റാൻ തയ്യാറായിരുന്നില്ല.

ഇരുവരുടേയും ശബ്ദം ക്രമേണ ഉയർന്നുയർന്ന് പൊങ്ങി. അടുത്ത മുറിയിൽ കാദംബിനിയുണ്ടെന്നും അവളുടെ കാതിലിതൊക്കെ വീഴുമെന്നും ഇരുവരും മറന്നുപോയിരുന്നു.

ഒരാൾ പറഞ്ഞു: ''വല്ലാത്ത കുരുക്കിലാണ് നാം ചെന്നു പെട്ടിരിക്കുന്നത്. എല്ലാം സ്വന്തം കാതുകൊണ്ടു കേട്ടാണ് ഞാൻ വന്നിരിക്കുന്നത്.''

മറ്റേയാൾ ഉറപ്പിച്ചു പറഞ്ഞു: ''എന്നുവെച്ച്? വിശ്വസിക്കാൻ ഞാൻ തയ്യാറല്ല. ഞാൻ കണ്ണുകൊണ്ട് കാണുന്നതല്ലേ.''

അവസാനം യോഗമായ ചോദിച്ചു. ''ശരി കാദംബിനി എന്നു മരിച്ചു എന്നാണ് അവർ പറഞ്ഞത്? കേൾക്കട്ടെ.''

കാദംബിനിയുടെ ഏതെങ്കിലുമൊരു കത്തിന്റെ തിയ്യതി വെച്ച് ശ്രീപതിയുടെ വാദം പൊളിക്കാമെന്നായിരുന്നു യോഗമായയുടെ പ്ലാൻ. പക്ഷേ, ശ്രീപതി പറഞ്ഞ തിയ്യതി വെച്ചു നോക്കിയാൽ കാദംബിനി അവരുടെ വീട്ടിലെത്തിയതിന്റെ തലേന്ന് അവൾ മരിച്ചിരിക്കുന്നു. യോഗമായയുടെ നെഞ്ചിടിക്കാൻ തുടങ്ങി. ശ്രീപതിയും വേവലാതി പൂണ്ടു.

ആ സമയത്ത് പൊടുന്നനെ അവരുടെ മുറിയുടെ കതകു തുറന്നു പോയി. അതിലൂടെ അകത്തേക്കു വീശിയ കാറ്റിൽ മുറിക്കകത്തെ

വിളക്കും അണഞ്ഞുപോയി. ക്ഷണനേരം കൊണ്ട് പുറത്തെ കനത്ത ഇരുട്ട് മുറിക്കുള്ളിലേക്ക് ഒഴുകിയെത്തി, മുക്കും മൂലയുമടക്കം എല്ലായിടത്തും നിറഞ്ഞു കവിഞ്ഞു. രാത്രി രണ്ടു രണ്ടര മണി, മഴ അപ്പോഴും നിലയ്ക്കാതെ പെയ്തുകൊണ്ടേയിരുന്നു. ഒരു സ്ത്രീരൂപം, കാദംബിനി മുറിക്കകത്തേക്ക് കടന്നു വന്നു.

കാദംബിനി പറഞ്ഞു: ''നോക്ക്, ഞാൻ നിന്റെ പഴയ സ്നേഹിത കാദംബിനി തന്നെയാണ്. പക്ഷേ ഞാൻ ജീവിച്ചിരിപ്പില്ല, മരിച്ചു പോയെന്നു മാത്രം.''

യോഗമായ ഭയം കൊണ്ട് അലറിവിളിച്ചു. ശ്രീപതിയുടെ നാവിറങ്ങിപ്പോയി.

''ഞാൻ മരിച്ചുപോയെന്നേയുള്ളു. വേറെ അപരാധമൊന്നും ചെയ്തിട്ടില്ല. എനിക്ക് ഇഹലോകത്തും ഇടമില്ല, പരലോകത്തും ഇടമില്ല എന്ന സ്ഥിതിയാണ്. ഞാനെന്തു ചെയ്യാനാണ്, എവിടെ പോകാനാണ്?'' പെരുമഴ പെയ്യുന്ന അർധരാത്രിയിൽ നിസ്സഹായയായി കാദംബിനി ഈശ്വരനെ വിളിച്ചു കരഞ്ഞു:

''ഈശ്വരാ, ഞാനെവിടെ പോകാൻ.''

ബോധശൂന്യരായി നിലംപതിച്ച ദമ്പതികളെ ആ നിലയിൽത്തന്നെ വിട്ട് ഈ വിശാലജഗത്തിൽ സ്വന്തം ഇടം അന്വേഷിച്ച് കാദംബിനി പുറത്തേക്കിറങ്ങി.

അഞ്ചാം ഭാഗം

കാദംബിനി എങ്ങനെയാണ് റാണിഹാട്ടിൽ തിരിച്ചെത്തിയതെന്നു പറയാനെളുപ്പമല്ല. എന്തായാലും തുടക്കത്തിൽ അവൾ ആരുടേയും കണ്ണിൽ പെട്ടില്ല. പകലു മുഴുവനും ഇടിഞ്ഞുപൊളിഞ്ഞ ക്ഷേത്രത്തിനകത്ത് കഴിച്ചുകൂട്ടി.

മഴക്കാലം, സന്ധ്യയ്ക്ക് ഇരുട്ടു കനത്തുതുടങ്ങി. ഗ്രാമവാസികളൊക്കെ ആശങ്കാകുലരായി സ്വന്തം വീടുകളിൽ തിരിച്ചെത്തിക്കഴിഞ്ഞപ്പോൾ കാദംബിനി പതുക്കെ വെളിയിലേക്കിറങ്ങി വന്നു. ഭർതൃഗൃഹത്തിന്റെ കവാടത്തിൽ എത്തിയപ്പോൾ അവളുടെ ഹൃദയമിടിപ്പ് കൂടിയെങ്കിലും നീണ്ട സാരിത്തലപ്പുകൊണ്ട് തലയും മുഖവും മറച്ച് അകത്തേക്കു കടന്നു. കാവൽക്കാർ വേലക്കാരിയാണെന്നു കരുതി തടസ്സമൊന്നും കൂടാതെ അകത്തേക്കു കടത്തിവിടുകയും ചെയ്തു. അപ്പോഴേക്കും മഴ കനത്തു, കാറ്റിന്റെ ശക്തിയും കൂടി.

വീട്ടിനകത്ത് ശാരദാശങ്കറിന്റെ പത്നി വിധവയായ മറ്റൊരു ഭർതൃസഹോദരിയോടൊപ്പം ചീട്ടു കളിക്കുകയായിരുന്നു. വേലക്കാരി

അടുക്കളയിലും ജ്വരബാധിതനായ കുഞ്ഞ് കിടപ്പറയിൽ ഉറക്കത്തിലുമായിരുന്നു. എല്ലാവരുടെയും കണ്ണു വെട്ടിച്ച് കാദംബിനി കുഞ്ഞിന്റെ കിടപ്പറയിലേക്കു ചെന്നു. താനെന്തിനാണ് ഭർതൃഗൃഹത്തിലേക്കു വന്നതെന്ന് സ്വയം അവൾക്കുതന്നെ നിശ്ചയമില്ലായിരുന്നു. കുഞ്ഞിനെ ഒരു നോക്കു കാണാനുള്ള അദമ്യമായ ഇച്ഛയുണ്ടായിരുന്നുവെന്നതു നേര്. അതിനുശേഷം എങ്ങോട്ടു പോകും എന്തു ചെയ്യുമെന്നതിനെപ്പറ്റി അവൾ ആലോചിച്ചിട്ടേ ഇല്ലായിരുന്നു.

വിളക്കുവെട്ടത്തിൽ കണ്ടു, കുഞ്ഞ് കഞ്ഞിക്കൈകൾ ചുരുട്ടിപ്പിടിച്ച് ഉറക്കമാണ്. അവളുടെ തപ്തഹൃദയം ദാഹം കൊണ്ടു. ഒരു തവണ കുഞ്ഞിനെ കൈയിലെടുത്ത് ലാളിക്കാനായെങ്കിലെന്ന്. പിന്നെ തോന്നി ഞാനില്ലെങ്കിൽ ഈ കുഞ്ഞിനെ നോക്കാൻ ആരുണ്ട്? കണ്ടില്ലേ, ഇവന്റെ അമ്മയ്ക്കാണെങ്കിൽ കൂട്ടുകാരും കളിയും സൊറപറയലുമാണ് പണി. ഇത്രയും കാലം ഞാനുണ്ടായിരുന്നു, കുഞ്ഞിനെ പൊന്നുപോലെ നോക്കാൻ. അവനെ എന്റെ കൈയിലേല്പിച്ച് അവരൊക്കെ സ്വന്തം ചുമതലയിൽ നിന്നു തലയൂരി. കുഞ്ഞിനെ വളർത്തി വലുതാക്കേണ്ട ഭാരം ഏല്ക്കാൻ അവർക്കു സമയമില്ല. പാവം ഇവനെ ആറ്റുനോറ്റു വളർത്താൻ ആരുണ്ട്?

ഈ സമയത്ത് കുഞ്ഞ് പാതിയുറക്കത്തിൽ മൊഴിഞ്ഞു. ''ഇളയമ്മേ വെള്ളം തരൂ.''

''ആഹാ മോനെ, നീ നിന്റെ ഇളയമ്മയെ മറന്നിട്ടില്ല'', എന്നു പറഞ്ഞ് കുഞ്ഞിനെയെടുത്ത് നെഞ്ചോടു ചേർത്ത് കാദംബിനി അവനു ദാഹജലം നൽകി. പാതിയുറക്കത്തിലായിരുന്ന കുഞ്ഞ് സഹജഭാവത്തോടെ വെള്ളം കുടിച്ചു. കാദംബിനി അവന്റെ കവിളത്ത് ഉമ്മ വെച്ച് വീണ്ടും കിടത്തിയപ്പോൾ കുഞ്ഞുണർന്നു. കാദംബിനിയെ കൊച്ചു കൈകളാൽ വരിഞ്ഞ് ചോദിച്ചു. ''ഇളയമ്മേ, നിങ്ങൾ മരിച്ചുപോയോ?''

''അതെ മോനേ.''

''ഇപ്പോ തിരിച്ചു വന്നല്ലോ, ഇനി മരിച്ചു പോകില്ലല്ലോ.''

ഉത്തരം പറയുന്നതിനു മുമ്പ് വലിയൊരു അത്യാഹിതം സംഭവിച്ചു. കൈയിലൊരു പാത്രത്തിൽ കുഞ്ഞിനുള്ള ചെവ്വരിക്കഞ്ഞിയുമായി അകത്തേക്കു വന്ന വേലക്കാരി, പാത്രം താഴെയിട്ട് അയ്യോ, അമ്മേ എന്നലറി വിളിച്ച് ബോധം കെട്ടു നിലത്തു വീണു.

നിലവിളികേട്ട് ഓടിയെത്തിയ കുഞ്ഞിന്റെയമ്മ മരവിച്ചു നിന്നുപോയി. ഓടാനും കഴിഞ്ഞില്ല, ഒന്നും ഉരിയാടാനും കഴിഞ്ഞില്ല.

ഇതൊക്കെ കണ്ട് കുഞ്ഞിനും പേടിയായി. അവൻ പറഞ്ഞു, ''ഇളയമ്മേ നിങ്ങൾ പൊയ്ക്കൊള്ളൂ.''

അനേക ദിവസങ്ങൾക്കുശേഷം കാദംബിനിക്കു ബോധ്യമായി താൻ മരിച്ചിട്ടില്ലെന്ന്. ഈ വീട്, ഈ കുഞ്ഞ്, അവന്റെ സ്നേഹം, എല്ലാം

സജീവമായി അതെ മട്ടിലുണ്ട്. ഇടയ്ക്കൊരു വിച്ഛേദനവും നടന്നിട്ടില്ല. ഉണ്ടായിട്ടില്ല. യോഗമായയുടെ വീട്ടിൽ താൻ മൃതയാണെന്ന വിശ്വാസമായിരുന്നു കാദംബിനിക്ക്. എന്നാലിന്ന് ഇവിടെ കുഞ്ഞിന്റെ സാമീപ്യം അവളെ ബോദ്ധ്യപ്പെടുത്തി, താൻ ലവലേശം മരിച്ചിട്ടില്ല, പൂർണജീവനോടെ ഇരിക്കുന്നെന്ന്.

വ്യാകുലതയോടെ അവൾ പറഞ്ഞു, ''നിങ്ങളൊക്കെ എന്തിനാണ് എന്നെ ഭയക്കുന്നത്? ഞാൻ മരിച്ചിട്ടില്ല. ഞാനും നിങ്ങളെപ്പോലെ ജീവനുള്ളവളാണ്.''

കുഞ്ഞിന്റെ അമ്മ മൂർച്ഛിച്ചു താഴെ വീണു. വിവരമറിഞ്ഞ് ശാരദാശങ്കർ ഓടിയെത്തി. അയാൾ കൈകൂപ്പി തൊഴുതുകൊണ്ട് കാദംബിനിയോടു അഭ്യർത്ഥിച്ചു. ''നോക്കൂ, ഇത് ഉചിതമാണോ? സതീശൻ നമ്മുടെ വംശത്തിലെ ഏക ആൺതരിയല്ലേ? എന്തിനാണ് അവനെ കണ്ണുവെയ്ക്കുന്നത്? ഞങ്ങളെന്താ നിനക്ക് അന്യരാണോ? നീ പോയതിൽപ്പിന്നെ കുഞ്ഞ് രാവും പകലും ഇളയമ്മേ, ഇളയമ്മേ എന്ന വിളി തന്നെ. അവന്റെ പനിയും വിട്ടുമാറുന്നില്ല. കണ്ടില്ലേ, എന്തുമാത്രം മെലിഞ്ഞു പോയിരിക്കുന്നു. നീ ഈ ലോകം വിട്ടു പോയവളല്ലേ? ഇനി ഈ ആശാപാശവും മുറിച്ചുമാറ്റൂ. നിനക്ക് വേണ്ടതൊക്കെ വേണ്ട രീതിയിൽ ഞങ്ങൾ ചെയ്തു തരാം.''

കാദംബിനിക്ക് സഹിക്കാനായില്ല. ഉറക്കെ നിലവിളിച്ചു കൊണ്ടു പറഞ്ഞു, ''ഞാൻ പ്രേതമല്ല, ഞാൻ മരിച്ചിട്ടില്ല. ഞാനെങ്ങനെയാണ് നിങ്ങളെ വിശ്വസിപ്പിക്കുക.''

കാദംബിനി നിലത്തു വീണുകിടന്നിരുന്ന പിച്ചളപ്പാത്രം കൈയിലെടുത്ത് ഊക്കോടെ നെറ്റിയിലടിച്ചു. നെറ്റി മുറിഞ്ഞ് രക്തമൊഴുകാൻ തുടങ്ങി.

''നോക്കൂ, എനിക്ക് ജീവനുണ്ട്.''

ശാരദാശങ്കർ പ്രതിമ കണക്കെ നിന്നുപോയി. കുഞ്ഞ് ഭയഭീതനായി അച്ഛനെ വിളിച്ചു കരയാൻ തുടങ്ങി. തറയിൽ മുന്നേത്തന്നെ രണ്ടു സ്ത്രീകൾ ബോധം കെട്ടു കിടന്നിരുന്നു.

''ഞാൻ മരിച്ചിട്ടില്ല, മരിച്ചിട്ടില്ല'' എന്നാർത്തലച്ചുകൊണ്ട് കാദംബിനി പുറത്തേക്കോടി ഏണിപ്പടികളിറങ്ങി, വീട്ടിലെ കുളത്തിലേക്ക് എടുത്തു ചാടി. മുകൾനിലയിലെ വരാന്തയിൽ നിന്നിരുന്ന ശാരദാശങ്കർ പ്ലും എന്ന ആ ശബ്ദം കേട്ടു.

രാത്രി മുഴുവനും മഴ തുടർന്നു. പിറ്റേന്നു പകലും ഉച്ച തിരിഞ്ഞും മഴതന്നെ മഴ.

സ്വന്തം മരണത്തിലൂടെ കാദംബിനി തെളിയിച്ചു, താൻ മരിച്ചിട്ടില്ലായിരുന്നുവെന്ന്.

(ജീവിത് ഓ മൃത്, 1892)

സുഭാ

ബാലികയുടെ പേര് സുഭാഷിണി. പക്ഷേ പേരിടുമ്പോൾ ആരു വിചാരിച്ചു അവൾ ഊമയായിരിക്കുമെന്ന്. അവളുടെ മൂത്ത രണ്ടു സഹോദരിമാരുടെ പേരുകൾ സുകേശിനിയെന്നും സുഹാസിനിയെന്നുമായിരുന്നു. അതുകൊണ്ടാണ് ഇളയവൾക്ക് സുഭാഷിണി എന്നു പേരിട്ടത്. എല്ലാവരും അവളെ സുഭ എന്ന ചുരുക്കപ്പേരിലാണ് വിളിക്കാറ്.

പതിവുപ്രകാരം വരന്മാർക്കായുള്ള അന്വേഷണം നടത്തി, വലിയ ചെലവു ചെയ്ത് മൂത്ത രണ്ടുപേരേയും വിവാഹം ചെയ്തയച്ചു. ഇനിയുള്ളത് സുഭയാണ്. അവൾ ഒരു മൗനഭാരമായി അച്ഛനമ്മമാരുടെ ഹൃദയത്തിൽ അങ്ങനെ കഴിയുകയാണ്.

മൂകയെങ്കിലും അവളും വികാരങ്ങളുള്ള മനുഷ്യജീവിയാണെന്ന ചിന്ത പലർക്കും ഉണ്ടായെന്നു വരില്ല. അതുകൊണ്ട് പലരും അവളുടെ മുന്നിൽ വെച്ചുതന്നെ അവളുടെ ഭാവിയെക്കുറിച്ചുള്ള ദുശ്ചിന്തകൾ ചർച്ച ചെയ്യും. ഈശ്വരശാപം മൂലമാണ് താൻ ഈ വീട്ടിൽ പിറന്നതെന്ന് അവൾക്കു ചെറുപ്പത്തിലേ ബോധ്യമായിരുന്നു. അതിനാൽ എല്ലായ്പോഴും മറ്റുള്ളവരുടെ ദൃഷ്ടികളിൽ നിന്ന് മറഞ്ഞു നിൽക്കാൻ അവൾ ശ്രമിച്ചു. എന്നെ എല്ലാവരും മറന്നു പോയിരുന്നെങ്കിൽ എത്ര നന്നായിരുന്നു എന്ന് അവൾ ആശിക്കും. പക്ഷേ മനോവേദന ആർക്കും ഒരിക്കലും മറക്കാനാവില്ല. മാതാപിതാക്കളുടെ മനസ്സിലെ ഉണങ്ങാത്ത മുറിവായി അവൾ സദാ അവരെ നീറ്റിച്ചു. പ്രത്യേകിച്ച് അവളുടെ അമ്മയെ. തന്റെ കഴിവുകേടായിട്ടാണ് അമ്മ അവളെ കണക്കാക്കിയത്. അതങ്ങനേയെ വരൂ, കാരണം അമ്മമാർക്ക് ആൺമക്കളെക്കാൾ പെൺമക്കളോടാണ് താദാത്മ്യം തോന്നാറ്. മകൾക്ക് എന്തെങ്കിലും പോരായ്മയോ, കോട്ടമോ ഉണ്ടെന്നു വന്നാൽ അത് സ്വന്തം തെറ്റായി വ്യാഖ്യാനിച്ച് അവർ ലജ്ജിക്കും. എന്നാലോ അച്ഛന് മറ്റു മക്കളേക്കാളധികം സുഭയോടായിരുന്നു കൂടുതൽ വാത്സല്യം. അമ്മ തന്റെ ഗർഭപാത്രത്തിന്റെ കളങ്കമായി കരുതി അവളെ വെറുക്കുകയാണ് ചെയ്തത്.

സുഭയ്ക്ക് ശബ്ദമില്ലായിരുന്നു എന്നത് ശരിയാണ്. പക്ഷേ, നീണ്ട കൺപീലികളോടുകൂടിയ രണ്ടു കറുത്തു വിടർന്ന കണ്ണുകൾ അവൾക്കുണ്ടായിരുന്നു. അവളുടെ ഭാവമാറ്റത്തിനനുസരിച്ച് ഇളം തളിരുപോലെ അവളുടെ അധരങ്ങൾ തുടിക്കുമായിരുന്നു.

വാക്കുകളിലൂടെ നാം പ്രകടമാക്കാൻ ശ്രമിക്കുന്നത് ഒരു തരത്തിൽ നോക്കിയാൽ മനസ്സിലുള്ളത് പരിഭാഷ ചെയ്യുന്നതു പോലാണ്. എല്ലായ്പോഴും പരിഭാഷ ശരിയായി വരണമെന്നില്ല. കഴിവില്ലായ്മ കാരണം പലപ്പോഴും തെറ്റും പറ്റാറുണ്ട്. പക്ഷേ കരിനീല നയനങ്ങൾക്ക് ഒന്നും പരിഭാഷ ചെയ്യേണ്ട ആവശ്യമേയില്ല. മനസ്സിലുള്ളത് കണ്ണുകളിൽ അതേപടി സഹജമായി, സത്യമായി നിഴലിക്കും. ഭാവവികാരങ്ങൾക്കനുസരിച്ച് അവ സ്വയം വിടർന്നു വികസിക്കും, അതല്ലെങ്കിൽ ചിലപ്പോൾ മിഴികളടയും. ചിലപ്പോൾ തിളക്കമാർന്ന് ജ്വലിക്കും, ചിലപ്പോൾ മ്ലാനതയോടെ കൂമ്പിപ്പോകും, ചിലപ്പോൾ അസ്തമയനായ ചന്ദ്രനെപ്പോലെ നിർന്നിമേഷയായ് നോക്കിനിൽക്കും, ചിലപ്പോൾ ചഞ്ചലയായ മിന്നൽപ്പിണരുപോലെ ചുറ്റും ഒളിചിതറും. ജന്മനാ മുഖഭാവമല്ലാതെ, വിറയ്ക്കുന്ന ചുണ്ടുകളല്ലാതെ മറ്റൊരു ഭാഷയും വശമില്ലാത്തവരുടെ നയനഭാഷ സമുദ്രംപോലെ അഗാധവും ആകാശം പോലെ സുതാര്യവുമാണ്. അതെ, ആകാശം പോലെ ഉദയാസ്തമനങ്ങളുടേയും നിഴലുകളുടേയും നിശ്ശബ്ദമായ വിശാലമായ കളിയരങ്ങ്. മൂകരിൽ പ്രകൃതിയിലേതെന്നതുപോലെ ഒരു തരം മഹത്വമുണ്ട്, ഗാംഭീര്യമുണ്ട്. അതുകൊണ്ട് സാധാരണ ബാലികാബാലന്മാർക്ക് അവരെ ഭയമാണ്, അവരോടൊപ്പം കളിക്കാൻ കൂടുകയുമില്ല. വിജനമായ മധ്യാഹ്നം പോലെ ശബ്ദങ്ങളില്ല, കൂട്ടകാരുമില്ല.

രണ്ട്

ഗ്രാമത്തിന്റെ പേര് ചണ്ഡീപൂർ. ബംഗ്ലാദേശിലെ ഒരു കൊച്ചുനദീതീരത്ത്. നദിയോ, നാടൻപെണ്ണിനെപ്പോലെ അടക്കവും ഒതുക്കവും ഉള്ളവൾ, തറവാടിന്റെ മാനം കളയാതെ സ്വന്തം കാര്യം നോക്കി നടക്കുന്നവൾ. ഇരുകരയിലേയും സകല കുടുംബങ്ങളുമായി അവൾക്ക് എന്തെങ്കിലുമൊക്കെ തരത്തിൽ ബന്ധങ്ങളുണ്ട്. ഉയർന്നു നിൽക്കുന്ന ഇരുകരകളിലും മനുഷ്യവാസമുണ്ട്, ഇടതിങ്ങിനിൽക്കുന്ന തണൽമരങ്ങളുണ്ട്. താഴെക്കൂടി ഗ്രാമലക്ഷ്മിയായ നദി സ്വയം മറന്ന് ദ്രുതഗതിയിൽ ഒഴുകുകയാണ്, ഒരു പാടു നല്ല കാര്യങ്ങൾ ചെയ്തുതീർക്കാനുണ്ടെന്നമട്ടിൽ.

വാണീകണ്ഠന്റെ വീട് നദിക്കരയിൽത്തന്നെ. മുളകൊണ്ടുള്ള വേലി, രണ്ടുനില വീട്, പശുത്തൊഴുത്ത്, മെതിപ്പുര, വൈക്കോൽക്കൂനകൾ,

പുളി, മാവ്, പ്ലാവ്, വാഴ ഇവയൊക്കെ തഴച്ചു വളരുന്ന തോപ്പുകൾ. നദിയിലൂടെ വള്ളത്തിൽ പോകുന്നവർക്ക് ഇതൊക്കെ നൊടിയിൽ കണ്ണിൽപെടും. ഐശ്വര്യമുള്ള ഈ ഗൃഹാന്തരീക്ഷത്തിൽ ജീവിക്കുന്ന മൂകയായ പെൺകുട്ടി ആരുടേയെങ്കിലും കണ്ണിൽപെട്ടോ എന്നറിയില്ല. പക്ഷേ, വീട്ടുവേലകളിൽ നിന്ന് ഒഴിവു കിട്ടുമ്പോൾ സുഭ നദീതിരത്തു വന്നിരിക്കും.

ഭാഷയുടെ അഭാവം പ്രകൃതി നികത്തുംപോലെ. അവളുടെ ഭാഗത്തുനിന്നുകൊണ്ട് പ്രകൃതി എല്ലാം പറയുംപോലെ. നദിയുടെ കളകളാരവം, വഞ്ചിക്കാരന്റെ പാട്ട്, ആൾക്കാരുടെ ബഹളം, പക്ഷികളുടെ ചിലയ്ക്കൽ, മരങ്ങളുടെ മർമ്മരം, ആൾക്കാരുടെ വരവും പോക്കും ചലനങ്ങളും ഇളക്കങ്ങളുമൊക്കെ കൂടിക്കലർന്ന ശബ്ദകോലാഹലം കടൽത്തിരകളെന്നപോലെ അവളുടെ ചിരനിശ്ശബ്ദമായ ഹൃദയതീരത്ത് തുടരെത്തുടരെ അലയടിച്ചുകൊണ്ടേയിരിക്കും. പ്രകൃതിയിലെ ഈ വൈവിധ്യമാർന്ന ശബ്ദഘോഷങ്ങൾ, വൈചിത്ര്യമാർന്ന ഗതിവിധികൾ ഇതും ഒരു മൂകഭാഷ തന്നെ. സുഭയുടെ വിടർന്ന കൺപീലികളുടെ ഭാഷയുടെ വിശ്വവ്യാപിയായ രൂപം. ചീവിടുകൾ ചിലയ്ക്കുന്ന പുൽത്തകിടിയിൽ നിന്ന് ശബ്ദാതീതമായ നക്ഷത്രലോകം വരേയ്ക്കും ഒരേ ഭാഷ, ഇംഗിതം, ആംഗ്യം, സംഗീതം, രോദനം, നെടുവീർപ്പ്.

ഉച്ചനേരങ്ങളിൽ വഞ്ചികളും വള്ളങ്ങളും കെട്ടിയിട്ട് വഞ്ചിക്കാരും മുക്കുവരും ആഹാരം കഴിക്കാൻ പോകവെ, ഗൃഹസ്ഥർ ഉച്ചയുറക്കത്തിലായിരിക്കെ, കൂലിവേലക്കാർ പണികളൊക്കെ നിർത്തിവെച്ച് ഒരിത്തിരിനേരം വിശ്രമിക്കാൻ ശ്രമിക്കെ, പക്ഷികൾ കോടരങ്ങളിൽ ആലസ്യമാണ്ടിരിക്കെ, ജഗതാസകലം വിജനവും നിശ്ശബ്ദവുമായിരിക്കെ, ആകാശവിതാനത്തിനു കീഴിൽ മൂകയായ പ്രകൃതിയും മൂകയായ സുഭയും പരസ്പരാഭിമുഖരായി ഇരിക്കും. വെയിലേറ്റു പരന്നു കിടക്കുന്ന പ്രകൃതി, വൃക്ഷത്തണലിൽ സുഭ.

സുഭയ്ക്ക് അടുത്ത സുഹൃത്തുക്കളാരുമുണ്ടായിരുന്നില്ല എന്നല്ല. തൊഴുത്തിലെ രണ്ടു പശുക്കുട്ടികളായിരുന്നു സർവശിയും പാംഗുലിയും. ആ ബാലിക തങ്ങളുടെ പേരുച്ചരിക്കുന്നത് അവർ കേട്ടിട്ടേയില്ല. പക്ഷേ അവളുടെ കാലടിശബ്ദം അവർ തിരിച്ചറിഞ്ഞു. വാക്കുകളേക്കാളേറെ അവളുടെ അനുകമ്പ നിറഞ്ഞ സ്വരവും അതിലെ സന്ദേശവും അവയ്ക്ക് സ്വാഭാവികമായും മനസ്സിലായി. സുഭ അവയെ ലാളിക്കുമ്പോൾ, ശാസിക്കുമ്പോൾ, അനുനയിപ്പിക്കുമ്പോൾ മനുഷ്യരെക്കാൾ നന്നായി അവയ്ക്കതു മനസ്സിലാവുമായിരുന്നു.

സുഭ തൊഴുത്തിൽ കടന്ന് രണ്ടു കൈകളാലും സർവശിയുടെ കഴുത്തിൽ ചുറ്റിപ്പിടിക്കും. പാംഗുലി കരുണയാർന്ന ദൃഷ്ടികളോടെ അവളുടെ ദേഹത്തു നക്കും. ദിവസത്തിൽ മൂന്നു തവണ കൃത്യമായി അവൾ

തൊഴുത്തിലെത്തും, ഇടയ്ക്കൊക്കെ അതിലും കൂടുതൽ തവണ ചെല്ലും. വീട്ടിൽ ആരുടെയെങ്കിലും കടുവാക്കുകൾ കേൾക്കേണ്ടി വന്നാൽ അവൾ അഭയം തേടുക ഈ മൂകജീവികളുടെ അടുത്തായി രുന്നു. പശുക്കളുടെ സഹിഷ്ണുതയും വിഷാദവും നിറഞ്ഞ നോട്ടം കണ്ടാൽ അവയ്ക്ക് ബാലികയുടെ ഹൃദയവേദന മനസിലാക്കാനായെന്നു തോന്നും. അവളുടെ ദേഹത്ത് ഉരസിനിന്നുകൊണ്ട്, കൊമ്പുകളാൽ അവളെ തലോടിക്കൊണ്ട് അവ ആശ്വസിപ്പിക്കാൻ ശ്രമിക്കും.

ഇവയെക്കൂടാതെ ആട്ടിൻകുട്ടികളും ഒരു പൂച്ചക്കുഞ്ഞും ഉണ്ടായി രുന്നു. പക്ഷേ അവരോട് പശുക്കുട്ടികളോടെന്നപോലെ സമനിലയിലുള്ള മൈത്രീഭാവം ഇല്ലായിരുന്നു. എന്നിരുന്നാലും അവയും വേണ്ടത്ര അനുകമ്പ പ്രകടിപ്പിച്ചിരുന്നു. രാവും പകലും അവളുടെ ഊഷ്മളമായ മടിയിൽ സസുഖം ഉറങ്ങാനുള്ള അധികാരം പൂച്ചക്കുട്ടിയുടേതായിരുന്നു. സുഭ അതിന്റെ കഴുത്തിലും പുറത്തും വിരലുകൾ കൊണ്ടു തടവിയാൽ എളുപ്പം ഉറങ്ങാനാവുമെന്ന് അത് പ്രതികരിക്കുകയും ചെയ്യും.

മൂന്ന്

മേലെക്കിടയിലെ ജീവികൾക്കിടയിൽ സുഭയ്ക്ക് വേറെയുമൊരു സുഹൃത്ത് ഉണ്ടായിരുന്നു. പക്ഷേ അയാളുമായി ബാലികയുടെ ബന്ധം എന്തായിരുന്നെന്ന് കൃത്യമായി പറയാനാവില്ല. കാരണം അയാൾക്ക് സംസാരഭാഷയുണ്ടായിരുന്നു. അതിനാൽത്തന്നെ, ഇരുവർക്കുമിടയിൽ പൊതുവായൊരു ഭാഷ ഉണ്ടായിരുന്നുമില്ല.

ഗോസായി കുടുംബത്തിലെ ഇളയ പയ്യനായിരുന്നു, പ്രതാപ്. ഒരു വേലയും തൊഴിലും ഇല്ലാത്തവൻ. ഇവനെന്തെങ്കിലും പണിയെടുത്ത് നാട്ടുകാർക്കോ വീട്ടുകാർക്കോ എന്തെങ്കിലും ഗുണം ചെയ്യുമെന്ന വ്യാമോഹം, ഒരുപാടു ശ്രമപ്പെട്ടശേഷം അച്ഛനമ്മമാർ ഉപേക്ഷിച്ചിരി ക്കുന്നു. ജോലിയൊന്നുമില്ലാത്തവർക്ക് ഒരു സൗകര്യമുണ്ട്. വീട്ടുകാരും ബന്ധുക്കളും നീരസപ്പെടുമെങ്കിലും അന്യർക്ക് അവർ പ്രിയരായി രിക്കും. കാരണം ഒരു കാര്യത്തിലും ഒരു ചിട്ടയും നിബന്ധനയുമില്ലാ ത്തതുകാരണം അവർ പൊതു സ്വത്തുപോലെ ആയിത്തീരുന്നു. ഉദാ ഹരണത്തിന് നഗരത്തിൽ സർക്കാർ വക ഏതാനും പൊതുഉദ്യാന ങ്ങൾ ഉണ്ടാവേണ്ടത് അത്യാവശ്യമാണ്, അതുപോലെ ഗ്രാമത്തിൽ പണിയൊന്നുമില്ലാതെ തേരാപാരാ നടക്കുന്നവരും അത്യാവശ്യമാണ്. ഏതെങ്കിലും ഒരു കളിക്കോ കാര്യത്തിനോ ഒരാളുടെ കുറവു വന്നാൽ കൈയകലത്ത് ഇത്തരമൊരുത്തൻ ഉണ്ടെങ്കിൽ എത്ര സൗകര്യം.

പ്രതാപിന്റെ പ്രധാന വിനോദം മീൻപിടുത്തമായിരുന്നു. സമയം ചെലവാക്കാൻ പറ്റിയ പണി. ഉച്ചതിരിഞ്ഞ് അവൻ നദിക്കരയിലിരുന്ന്

ചൂണ്ടയിടുന്നതു കാണാം. അങ്ങനെയാണ് സുഭയുമായി ചങ്ങാത്തം. എന്തിനുമേതിനും കൂട്ടിനൊരാൾ ഉണ്ടാവുന്നത് പ്രതാപിനും ഇഷ്ടമാണ്. മീൻ പിടിക്കുന്ന സമയത്ത് മൂകയായ ബാലികയാണ് ഏറ്റവും നല്ല കൂട്ട്. അതുകൊണ്ട് പ്രതാപ് സുഭയുടെ കൂട്ട് വിലമതിച്ചു. എല്ലാവർക്കും അവൾ സുഭയാവുമ്പോൾ സ്നേഹപൂർവം അവനവളെ സു എന്നു വിളിക്കും.

സുഭ പുളിമരത്തിനടിയിലിരിക്കും. പ്രതാപ് അല്പം ദൂരെ കരയ്ക്കിരുന്ന് നദിയിലേക്ക് ചൂണ്ടയെറിയും. പ്രതാപിന് ഒരു വെറ്റില തിന്നുന്ന ശീലമുണ്ടായിരുന്നു. സുഭ അത് സ്വയം തെറുത്തു കൊണ്ടുവരും. അങ്ങനെ അവിടെയിരുന്നിരുന്ന് അവൾ ദിവാസ്വപ്നം കാണും. പ്രതാപിനെ ഏതെങ്കിലും വിധത്തിൽ സഹായിക്കാനായെങ്കിൽ, എന്തെങ്കിലുമൊക്കെ ചെയ്ത് ഈ ഭൂതലത്തിന് ഉപകാരപ്രദമായ ജീവികളിൽ താനും ഒട്ടും കുറവല്ല എന്ന് സ്ഥാപിക്കാൻ കഴിഞ്ഞെങ്കിൽ, എന്നൊക്കെ. പക്ഷേ ഒന്നും ചെയ്യാനില്ലായിരുന്നു. അവൾ ഈശ്വരനോട് പ്രാർത്ഥിക്കും തനിക്ക് അലൗകികശക്തി തരാനായി. മന്ത്രബലംകൊണ്ട് അവൾ ഒരു മഹാദ്ഭുതം സൃഷ്ടിക്കും. അതു കണ്ട് പ്രതാപ് ആശ്ചര്യപ്പെടും, പറയും ആഹാ, നമ്മുടെ സൂവിന് ഇത്രയ്ക്കു കഴിവുണ്ടോ, കൊള്ളാമല്ലോ.

ഒന്നാലോചിച്ചു നോക്കൂ, സുഭ ജലകന്യകയായിരുന്നെങ്കിലോ? പതുക്കെ പതുക്കെ വെള്ളത്തിനടിയിൽ നിന്ന് പൊന്തി വന്ന് നാഗമാണിക്യം കടവിൽ വെച്ച് തിരിച്ചു പോകും. പ്രതാപ് മീൻ പിടിക്കുന്നതു നിർത്തി വെച്ച് ആ മാണിക്യവുമായി വെള്ളത്തിലേക്ക് എടുത്തു ചാടും. പാതാളലോകത്തെത്തുന്ന അവൻ കാണുന്നതാരെ? വെള്ളിക്കൊട്ടാരത്തിൽ സ്വർണക്കട്ടിലിൽ ആരാണ് ഇരിക്കുന്നത്? ആഹാ, ഇതു നമ്മുടെ വാണീകണ്ഠന്റെ ഇളയമകൾ, ഊമക്കുട്ടി, സൂവല്ലേ? നമ്മുടെ സൂ രത്നഖചിതമായ പാതാളപുരിയിലെ ഒരേയൊരു രാജകുമാരിയോ? അങ്ങനെ സംഭവിച്ചുകൂടെന്നില്ലല്ലോ. അതെന്താ അത്രയ്ക്ക് അസംഭവ്യമാണോ? സത്യത്തിൽ ഒന്നും അസംഭവ്യമല്ല, എങ്കിലും സൂ പ്രജകളില്ലാത്ത പാതാളനഗരിയിലെ രാജവംശത്തിൽ ജനിക്കാതെ വാണീകണ്ഠന്റെ വീട്ടിലാണ് ജനിച്ചു പോയത്, പോരാത്തതിന് അവൾക്ക് പ്രതാപിനെ ഒരു വിധത്തിലും ആശ്ചര്യപരതന്ത്രനാക്കാനും കഴിഞ്ഞില്ല.

നാല്

സുഭ വളരുകയാണ്. അവൾക്കിപ്പോൾ സ്വയം അനുഭവിച്ചറിയാനാകുന്നുണ്ട്. ഏതോ ഒരു പൗർണമി രാത്രിയിൽ ഏതോ സമുദ്രത്തിൽ നിന്ന് ഒഴുകിയെത്തിയ ഒരുറവ അവളുടെ അന്തരാത്മാവിനെ ഒരു പുത്തൻ പുതുചൈതന്യംകൊണ്ട് പരിപൂർണമാക്കിയിരിക്കുന്നു. അവൾക്കിപ്പോൾ

സ്വന്തം നിലയ്ക്ക് സ്വയം നോക്കിക്കാണാനും ചിന്തിക്കാനും ചോദ്യം ചെയ്യാനും കഴിയും. പക്ഷേ ഒന്നും മനസ്സിലാകുന്നില്ലെന്നു മാത്രം.

പൗർണമി രാത്രികളിൽ ഇടയ്ക്കൊക്കെ അവൾ കിടപ്പറയുടെ വാതിൽ തുറന്ന് അതീവ ഭയത്തോടെ പുറത്തേക്കു നോക്കും. പൗർണ മിയും അവളെപ്പോലെ ഏകാകിനിയാണ്. ആകാശത്തിലിരുന്നുകൊണ്ട്, താഴെ സുഷുപ്തിയിലാണ്ടുകിടക്കുന്ന ഭൂമിയെ വീക്ഷിക്കുകയാണ് യൗവനത്തിന്റെ നിഗൂഢതകളും പുളകങ്ങളും ആകുലതകളുമായി. അങ്ങ് അതിദൂരെ വിജനമായ പ്രപഞ്ചസീമവരെയോ അതിനപ്പുറമോ ചെന്നാലും ഒരു വാക്കു പോലും ഉച്ചരിക്കാനാവാത്ത അവസ്ഥ, കനത്ത നിശ്ശബ്ദത. മൂകവും വ്യാകുലവുമായ പ്രകൃതി; അതിന്റെ ഏതോ ഒരു കോണിൽ മൂകയും വ്യാകുലയുമായ ഒരു ബാലികയും.

മകളെച്ചൊല്ലി, അവൾക്ക് പ്രായമേറിവരുന്നതിനെച്ചൊല്ലി മാതാ പിതാക്കൾ ചിന്തിതരാണ്. നാട്ടുകാരും ഇകഴ്ത്താൻ തുടങ്ങിയിരി ക്കുന്നു. ഊരുവിലക്കു കല്പിക്കുമെന്നുവരെ പറയുന്നവരുണ്ട്. വാണീ കണ്ഠൻ ധനികനാണ്, വീട്ടിൽ രണ്ടുനേരവും ഊണിന് മീൻകറിയു ണ്ടാവും. അതുകൊണ്ട് മറ്റുള്ളവർക്ക് കണ്ണുകടിയുണ്ട്, ശത്രുക്കളുമുണ്ട്.

ഭാര്യയും ഭർത്താവും കൂടിയാലോചിച്ചു. കുറച്ചു ദിവസത്തേക്ക് വാണീകണ്ഠൻ മറുനാട്ടിലേക്കു പോയി.

തിരിച്ചു വന്നശേഷം വീട്ടുകാരോടു പറഞ്ഞു. ''നമുക്ക് കൽക്കത്ത യ്ക്കു പോകാം.''

യാത്രയ്ക്കുള്ള ഒരുക്കങ്ങൾ ആരംഭിച്ചു. മഞ്ഞുമൂടിയ പ്രഭാതം പോലെ സുഭയുടെ ഹൃദയത്തിൽ അശ്രുബാഷ്പം നിറഞ്ഞു നിന്നു. വിവരിക്കാനാവാത്ത ആശങ്കമൂലം ഈയിടെയായി അവൾ അച്ഛനമ്മ മാരുടെ പുറകിൽ നിന്നു മാറുന്നില്ല. അവരുടെ മുഖത്തേക്കു, കണ്ണു കളിലേക്കു നോക്കിയിരുന്ന്, എന്തൊക്കേയോ മനസ്സിലാക്കിയെടുക്കാൻ പാടുപെടുകയാണ്. പക്ഷേ അവരാകട്ടെ ഒന്നും തെളിച്ചു പറയുന്നു മില്ല.

ഇതിനിടയ്ക്ക് ഒരു ദിവസം ഉച്ചതിരിഞ്ഞ് നദിയിൽ ചൂണ്ടയിട്ടു കൊണ്ടിരിക്കെ പ്രതാപ് അവളോടു ചോദിച്ചു, ''അല്ല, സൂ നിനക്ക് ചേർന്ന വരനെ കിട്ടിയത്രെ? നിന്റെ കല്യാണമാണെന്നു കേട്ടു. ഞങ്ങ ളെയൊന്നും മറന്നു കളയരുത് കേട്ടോ.''

അത്രയും പറഞ്ഞ് അവന്റെ ശ്രദ്ധ വീണ്ടും ചൂണ്ടയിലായി.

ഞാൻ നിന്നോടെന്തു തെറ്റു ചെയ്തുവെന്ന് ചോദിക്കുംവിധം മുറി വേറ്റ മാൻപേട വ്യാഘ്രത്തെ നോക്കും പോലെ സുഭ പ്രതാപിനെ നോക്കി. പിന്നെ ഒരു നിമിഷംപോലും അവളാ മരത്തണലിൽ ഇരുന്നില്ല.

വീട്ടിൽ വാണീകണ്ഠൻ ഉച്ചയുറക്കം കഴിഞ്ഞെണീറ്റ് കിടപ്പറയിലിരുന്ന് പുകവലിക്കുകയായിരുന്നു. അച്ഛന്റെ കാൽക്കലിരുന്ന് അച്ഛന്റെ മുഖത്തേക്കു നോക്കി സുഭ കണ്ണീർ വാർക്കാൻ തുടങ്ങി. അവളെ സാന്ത്വനിപ്പിക്കാനുള്ള ശ്രമത്തിൽ അച്ഛന്റെ ശുഷ്കിച്ച കവിളുകളിലൂടെ കണ്ണീരൊഴുകാൻ തുടങ്ങി.

അടുത്തനാൾ കൽക്കത്തയിലേക്കു പോകാൻ തീരുമാനമായി. സുഭ തൊഴുത്തിലെത്തി തന്റെ സഖിമാരോട് യാത്ര പറഞ്ഞു. അവക്ക് സ്വന്തം കൈകൊണ്ട് തീറ്റ കൊടുത്തു. അവയുടെ കഴുത്തിൽ കൈ ചുറ്റി കണ്ണുകളാൽ പറയാവുന്നത്ര കാര്യങ്ങൾ പറഞ്ഞു തീർത്തു, കൺപീലികളിൽ നിന്ന് കുടുകുടാ കണ്ണീരൊഴുകി.

അന്ന് ശുക്ലദ്വാദശി ആയിരുന്നു. രാത്രിയിൽ സുഭ കിടപ്പറയിൽ നിന്ന് പുറത്തേക്കിറങ്ങിവന്നു. തനിക്ക് ചിരപരിചിതമായ നദിക്കരയിൽ പുൽമേട്ടിൽ വീണു കരഞ്ഞു. ഇരുകൈകളാലും ഭൂമിദേവിയെ, മാനവവംശത്തിന്റെ മൂകയായ അമ്മയെ കെട്ടിപ്പിടിക്കാനാഗ്രഹിക്കുംപോലെ. അമ്മേ, എന്നെ പറഞ്ഞയക്കരുതേ, എന്നെ പിടിച്ചു നിറുത്തൂ അമ്മേ എന്ന് കേണപേക്ഷിക്കും പോലെ.

കൽക്കത്തയിലെ ഒരു വീട്ടിൽ വെച്ച് സുഭയുടെ അമ്മ അവളെ അണിയിച്ചൊരുക്കി. മുടി ചീകി, കസവുനാട ചുറ്റി കൊണ്ട കെട്ടി, ചമയങ്ങൾ അണിയിച്ച് അവളുടെ നൈസർഗികസൗന്ദര്യം ആകെ അലങ്കോലപ്പെടുത്തി. സുഭയുടെ ഇരുകണ്ണുകളിലും തോരാത്ത കണ്ണീർ. കരഞ്ഞു കരഞ്ഞ് കണ്ണും മുഖവും വീർത്തുകെട്ടുമെന്നും പറഞ്ഞ് അമ്മ ശകാരിച്ചുകൊണ്ടേയിരുന്നു. പക്ഷേ കണ്ണീരുണ്ടോ ശകാരം കൂട്ടാക്കുന്നു?

വരൻ കൂട്ടുകാരോടൊപ്പം സ്വന്തം പെണ്ണിനെ കാണാനെത്തിയിരിക്കുന്നു. സുഭയുടെ അമ്മയ്ക്കും അച്ഛനും വേവലാതിയുണ്ട്, ആശങ്കയുണ്ട്, വെപ്രാളവുമുണ്ട്. ഈശ്വരൻ സ്വയം ബലിയാടിനെ തെരഞ്ഞെടുക്കാൻ വന്നിരിക്കയാണ്. അമ്മ അകത്തുനിന്ന് വഴക്കു പറഞ്ഞ്, കണ്ണീർപ്രവാഹം ഇരട്ടിപ്പിച്ച് നിരീക്ഷകരുടെ മുന്നിലേക്ക് സുഭയെ ഉന്തിത്തള്ളി പറഞ്ഞയച്ചു. വന്നവർ ഒരു പാടുനേരം അവളെ നിരീക്ഷിച്ച്, പരീക്ഷിച്ച് വിധിയെഴുതി. 'മോശമില്ല.'

പ്രത്യേകിച്ച് ബാലികയുടെ കരച്ചിലാണ് അവരെ ആകർഷിച്ചത്. അതായത് വധുവിന് ഒരു ഹൃദയമുണ്ടെന്നർഥം. വരൻ കണക്കുകൂട്ടി നോക്കുകയും ചെയ്തു. അവളുടെ ഹൃദയം ഇന്ന് അച്ഛനമ്മമാരെ പിരിയുന്നതോർത്തു കരയുന്നു, വിവാഹശേഷം അത് എന്റെ കാര്യത്തിലാവും. മുത്തുച്ചിപ്പിയിലെ മുത്തെന്ന പോലെ കണ്ണീർ ബാലികയുടെ മൂല്യം കൂട്ടി, പക്ഷേ മറ്റു കാര്യങ്ങളൊന്നും അതു പറഞ്ഞില്ല, പറയാനായില്ല.

പഞ്ചാംഗം നോക്കി മുഹൂർത്തം കുറിക്കപ്പെട്ടു. ശുഭമുഹൂർത്തത്തിൽ വിവാഹവും നടന്നു.

ഊമപ്പെണ്ണിനെ അന്യന്റെ കൈകളിലേൽപിച്ച് അമ്മയും അച്ഛനും ഗ്രാമത്തിലേക്കു മടങ്ങി. അവരുടെ ഇഹലോകവും പരലോകവും ഒരു പോലെ സുരക്ഷിതമായി.

വരന് പടിഞ്ഞാറെവിടെയോ ആയിരുന്നു ഉദ്യോഗം. വിവാഹം കഴിഞ്ഞ് ഭാര്യയേയും കൂട്ടി വരൻ ജോലിസ്ഥലത്തേക്കു പോയി. ഒരാഴ്ച തികഞ്ഞില്ല, സംഗതി പുറത്തായി. നവവധു ഊമയാണെന്ന്. അതെങ്ങനെ അവളുടെ കുറ്റമാകും? അവളാരേയും വഞ്ചിച്ചിട്ടില്ല. അവളുടെ ഇരുകണ്ണുകളും എല്ലാം സത്യം സത്യമായി പറഞ്ഞതാണ്, പക്ഷേ ആർക്കും അതൊന്നും മനസ്സിലായില്ല. അവൾ നാലുചുറ്റിലും നോക്കി, ഊമകളുടെ ഭാഷയറിയാവുന്ന ചിരപരിചിതരുടെ മുഖങ്ങൾ അക്കൂട്ടത്തിലില്ലായിരുന്നു. ബാലികയുടെ നിത്യനിശ്ശബ്ദമായ ഹൃദയത്തിൽ അസീമവും അവ്യക്തവുമായ രോദനം ഉയർന്നു. ഈശ്വരനല്ലാതെ മറ്റാർക്കും അതു കേൾക്കാനായില്ല.

പിന്നീടെപ്പോഴോ കണ്ണും കാതും മറ്റെല്ലാ ഇന്ദ്രിയങ്ങളും വേണ്ട പോലെ നിരീക്ഷിച്ച് പരിശോധിച്ച് തൃപ്തനായ ശേഷം സംസാരഭാഷ അറിയാവുന്ന ഒരുവളെ സുഭയുടെ ഭർത്താവ് വിവാഹം കഴിച്ചു.

(സുഭാ, 1893)

ശിക്ഷ

ദുഖിരാം റൂയിയും സഹോദരൻ ഛിദാം റൂയിയും രാവിലെയെഴുന്നേറ്റ് വെട്ടുകത്തിയുമായി വേലയ്ക്കിറങ്ങുമ്പോൾ അവരുടെ ഭാര്യമാർ തമ്മിൽ വഴക്കും വക്കാണവും നടക്കുകയായിരുന്നു. പ്രകൃതിയുടെ നിത്യേന യുള്ള നാനാവിധ ശബ്ദകോലാഹലങ്ങളെപ്പോലെ ഇതും ചുറ്റുവട്ട ത്തുള്ളവർക്ക് കേട്ടുകേട്ട് പഴക്കമായിത്തീർന്നിരുന്നു. ഉച്ചത്തിലുള്ള ശബ്ദം കേൾക്കേണ്ട താമസം അയൽക്കാർ പരസ്പരം പറയും, ''ദാ തുടങ്ങി.'' എന്തു നടക്കുമെന്ന് പ്രതീക്ഷിച്ചോ അത് നടന്നുവെന്ന്. അന്നും അതിനു കടുകിട മാറ്റമുണ്ടായില്ല. രാവിലെ കിഴക്ക് സൂര്യനു ദിച്ചാൽ ആരും കാരണമന്വേഷിക്കാത്തതുപോലെ പുലയക്കുടിയിൽ ഇരു സഹോദരപത്നിമാരും തമ്മിൽ വഴക്കിട്ടാൽ ആരും കാരണം കണ്ടെത്താൻ ശ്രമിക്കാറില്ല, ആർക്കും ഉദ്വേഗമോ ജിജ്ഞാസയോ ഉണ്ടാ കാറില്ലതാനും.

അയൽക്കാരേക്കാളധികം ഇരു സഹോദരന്മാരേയുമാണ് ഈ വഴക്കു കൾ ബാധിക്കുന്നതെന്ന കാര്യം നിസ്സംശയം. പക്ഷേ അതൊരു അസൗ കര്യമായി ഇരുവരും ഗണിക്കുന്നതേയില്ല. സുദീർഘമായ ജീവിതപാത ഒരൊറ്റ കുതിരവണ്ടിയിൽ ഒരുമിച്ച് താണ്ടുകയാണവർ. യാത്രയിൽ ഇരുവശത്തുമുള്ള ചക്രങ്ങൾ സ്പ്രിംഗ് ഇല്ലാത്തതുമൂലം നിരന്തരം കടകട ശബ്ദം പുറപ്പെടുവിക്കുകയാണെങ്കിൽ വിധിയെന്നു വിചാരിച്ചു സഹിക്കുകയല്ലേ നിവൃത്തിയുള്ളൂ.

എന്നാലോ, വീട്ടിനകത്ത് യാതൊരുവിധ ഒച്ചയും അനക്കവുമില്ലാത്ത ദിവസങ്ങളിൽ അസ്വാഭാവികമായ എന്തോ ആപത്ത് ആസന്നമാണെന്ന ആശങ്ക എല്ലാവർക്കും ഉണ്ടാവും. അത്തരം ദിവസങ്ങളിൽ എപ്പോൾ, എന്തു സംഭവിക്കും എന്ന് ആർക്കും കണക്കുകൂട്ടി പറയാനാകില്ല.

നമ്മുടെ കഥയുടെ തുടക്കം ഒരു ദിവസം സന്ധ്യയ്ക്കാണ്. ഇരു സഹോദരന്മാരും പണികഴിഞ്ഞ് ക്ഷീണിച്ച് തിരിച്ചെത്തിയപ്പോൾ വീടിനു വെളിയിൽ ശബ്ദകോലാഹലങ്ങളില്ല; വീട്ടിനകത്തും ആളന ക്കമില്ല. ഉച്ചതിരിഞ്ഞ് ഒരുവട്ടം നന്നായി മഴ പെയ്തിരുന്നു. ആകാശത്ത്

ഇപ്പോഴും കാറു മൂടിക്കെട്ടിനിൽപുണ്ട്. കാറ്റ് അല്പം പോലുമില്ല. മഴ കാരണം വീടിനു നാലുചുറ്റും ചെടികൾ കാടുപോലെ വളർന്നിരിക്കുന്നു. വെള്ളത്തിൽ മുങ്ങിപ്പോയ വയലുകളിൽനിന്നും നനഞ്ഞു കുതിർന്ന ചെടികളിൽനിന്നും ഉയർന്ന ഈർപ്പമാർന്ന വാട പരിസരമാകെ തങ്ങി നിന്നിരുന്നു. തൊഴുത്തിനു സമീപമുള്ള വെള്ളക്കുഴികളിൽ നിന്ന് തവളകളുടെ കരച്ചിലും മരപ്പൊത്തുകളിൽനിന്ന് ചീവിടുകളുടെ ശബ്ദവും സന്ധ്യാകാശത്ത് നിറഞ്ഞു നിന്നു.

മഴക്കാലം വന്നെത്തി; പദ്മാനദി അതിഭയങ്കരിയായിത്തീർന്നിരിക്കുന്നു. വയലുകളുടെ വരമ്പുകൾ ഇടിഞ്ഞ് വെള്ളം കുടിലുകളുടെ അടുത്തെത്തി തുടങ്ങിയിരുന്നു. നാലഞ്ചു മാവ് പ്ലാവുകളും കടപുഴങ്ങി നില്പുണ്ട്. അവയുടെ ബാക്കിയുള്ള വേരുകൾ വിരലുകളെപ്പോലെ മണ്ണിനെ അള്ളിപ്പിടിച്ചു നിൽക്കാൻ പാടുപെടുകയാണ്.

ദുഖീരാമിനും ഛിദാമിനും അന്ന് ജമീന്ദാറുടെ കോടതി വളപ്പിലായിരുന്നു ജോലി. അക്കരയിൽ മണൽത്തിട്ടയോടു ചേർന്നു കിടക്കുന്ന വയലുകളിൽ നെല്ല് വിളഞ്ഞിരിക്കുന്നു. മഴ കനപ്പെടും മുമ്പ് അതൊക്കെ കൊയ്തെടുക്കണം. പട്ടിണിപ്പാവങ്ങളായ കൂലിവേലക്കാരിൽ ചിലരെ ഇക്കരെ വയലിലും മറ്റു ചിലരെ അക്കരയ്ക്കും ജമീന്ദാർ പണിക്കയച്ചു. ദുഖീരാമിനേയും ഛിദായിയേയും ബലമായി പിടിച്ചുകൊണ്ടുപോയി കച്ചേരിക്കൂരയുടെ അറ്റകുറ്റപ്പണി തീർക്കാൻ. പഴയ കൂരയിൽ വൈക്കോലിളകി ഓട്ടപ്പെട്ടതുകാരണം വെള്ളം അകത്തേക്കു വീഴുന്നു. കൂര മേയണം. പനമ്പു മെടഞ്ഞ് മൂന്നോ നാലോ വാതിലുകളും ഉണ്ടാക്കണം. ദിവസം മുഴുവൻ അങ്ങനെ മഴ നനഞ്ഞു പണിയെടുക്കേണ്ടി വന്നു. ഉച്ചയ്ക്ക് വീട്ടിലെത്താനായില്ല, കച്ചേരിക്കടുത്തു നിന്നുതന്നെ എന്തോ കഴിച്ചെന്നു വരുത്തി. വൈകുന്നേരം പണികഴിഞ്ഞപ്പോൾ തക്ക കൂലി കിട്ടിയില്ലെന്നു മാത്രമല്ല, കണക്കിലധികം ശകാരവർഷവും കിട്ടി.

ചളിയും വെള്ളവും മറികടന്ന് ഏട്ടാനിയന്മാർ വീട്ടിലെത്തിയപ്പോൾ കണ്ടതിതാണ്. ഇളയവൾ ചന്ദാരാ പുടവത്തലപ്പു നിലത്തുവിരിച്ച് മിണ്ടാതെ കിടപ്പാണ്. അന്നത്തെ ആ ദിവസം പോലെത്തന്നെ ഉച്ചയ്ക്ക് വേണ്ടതിലധികം കണ്ണീരു പൊഴിച്ച് ക്ഷീണിച്ച ശേഷം ഇപ്പോൾ സന്ധ്യയോടടുത്ത് കാറുകെട്ടിയ മുഖവുമായി കിടക്കുകയാണ്. മൂത്തവൾ രാധ മുഖം വീർപ്പിച്ച് ഇറയത്ത് ഇരിപ്പുണ്ട്. ഒന്നര വയസ്സുള്ള ഇളയ പയ്യൻ കരഞ്ഞുകൊണ്ടിരിക്കുന്നു, മൂത്തവൻ മുറ്റത്ത് ഉടുതുണിയില്ലാതെ മലർന്നു കിടന്ന് ഉറങ്ങുന്നു.

ക്ഷീണവും വിശപ്പും കൊണ്ട് ക്ഷുബ്ധനായ ദുഖീരാം അകത്തേക്കു കടന്നതും ഭാര്യയോടു കല്പിച്ചു ''ചോറു താ.''

മൂത്തവൾ അമിട്ടിനു തിരികൊളുത്തിയപോലെ ഉടനടി പൊട്ടിത്തെറിച്ചു. ''എവിടന്നെടുത്തു തരാൻ? നിങ്ങളെന്താ അരി വാങ്ങി

വെച്ചിട്ടുണ്ടോ ഇവിടെ? അതോ ഇനി ഞാൻ പുറത്തു പോയി സമ്പാദിച്ചു കൊണ്ടു വരണോ?''

ദിവസം മുഴുവനും പണിയെടുത്ത് തളർന്നെത്തിയതാണ്. വീട്ടിലാണെങ്കിൽ അരിയില്ല, തിരിയില്ല. ഇരുട്ടത്ത് കത്തിയെരിയുന്നത് വിശപ്പിന്റെയും കോപത്തിന്റെയും അഗ്നിജ്വാലകൾ മാത്രം. പ്രത്യേകിച്ച് ഭാര്യ അവസാനം പറഞ്ഞ കൊള്ളിവാക്കിലെ ദ്വയാർഥം ദുഖീരാമിന് സഹിക്കാനായില്ല. ക്രുദ്ധനായ കടുവയെപ്പോലെ അയാൾ ഗർജ്ജിച്ചു. ''എന്തു പറഞ്ഞെടീ?'' എന്ന് ആക്രോശിച്ചുകൊണ്ട് മുൻപിൻ ആലോചിക്കാതെ കൈയിലിരുന്ന വെട്ടുകത്തിയെടുത്ത് ഭാര്യയുടെ തലയ്ക്കൊന്നു കൊടുത്തു. വെട്ടേറ്റ രാധ ഇളയവളുടെ ഇടുപ്പിനരികിലായി വീണു പോയി, തൽക്ഷണം ജീവൻ വെടിയുകയും ചെയ്തു. എല്ലാം ഒറ്റ നിമിഷം കൊണ്ടു കഴിഞ്ഞു.

''എന്താ, എന്തു പറ്റീ?'' എന്നു ചോദിച്ചുകൊണ്ട് രക്താഭിഷിക്തയായ ചന്ദാരാ ചീറിക്കൊണ്ട് ചാടിയെണീറ്റു. ഛിദാം അവളുടെ വാ പൊത്തിപ്പിടിച്ചു. ദുഖീരാം വെട്ടുകത്തി താഴെയിട്ട് തലയും താങ്ങിപ്പിടിച്ച് ഹതബുദ്ധിയെപ്പോലെ നിലത്തിരുന്നുപോയി. കുഞ്ഞ് ഭയഭീതനായി അലറിവിളിച്ചു കരയാൻ തുടങ്ങി.

പുറത്ത് പരിപൂർണ ശാന്തി. പശുക്കളേയും കൊണ്ട് കന്നാലിച്ചെറുക്കൻ ഗ്രാമത്തിൽ തിരിച്ചെത്തിയിരുന്നു. അക്കരെ പണിക്കു പോയിരുന്നവരെല്ലാം കൂലിയായിക്കിട്ടിയ ഒരു കെട്ടു നെല്ലും തലയിലേറ്റി തോണിയിൽ കയറി ഇക്കരെ എത്തി അവരവരുടെ വീടുകളണഞ്ഞിരുന്നു.

രാമലോചൻ ചക്രവർത്തി തപാലാപ്പീസിൽ പോയി കത്ത് പെട്ടിയിലിട്ടശേഷം വീട്ടിലെത്തി സ്വസ്ഥമായിരുന്ന് പുക വലിക്കുകയായിരുന്നു. പൊടുന്നനെ അയാൾക്കോർമ്മ വന്നു, കുടിയാൻ ദുഖീരാം ഒരുപാടു പൈസ വാടകയിനത്തിൽ ബാക്കി തരാനുണ്ട്. ഇന്നത് എങ്ങനെയെങ്കിലും ഈടാക്കിയേ തീരൂ. ഏട്ടാനിയന്മാർ പണിയൊക്കെ കഴിഞ്ഞ് തിരിച്ചെത്തിയിരിക്കണമെന്ന് അനുമാനിച്ച് പുതപ്പും തോളിലിട്ട് കുടയുമെടുത്ത് രാമലോചൻ ചക്രവർത്തി പുറത്തേക്കിറങ്ങി.

സഹോദരന്മാരുടെ കുടിലിലെത്തിയതും രാമലോചൻ ചക്രവർത്തിക്ക് വയറ്റിൽ എന്തോ ഒരാന്തൽ. വീട്ടിൽ വിളക്കു തെളിയിച്ചിട്ടില്ല, ഇരുട്ടു കട്ടകുത്തി നിൽക്കുന്ന ഇറയത്ത് രണ്ടുമൂന്നു അവ്യക്തമായ നിഴലുകൾ. ഒരു കോണിൽ നിന്ന് വേർതിരിച്ചറിയാനാവാത്ത ഒരു കരച്ചിൽ. കുഞ്ഞ് അമ്മേ, അമ്മേ എന്നു വിളിച്ചു കരഞ്ഞുകൊണ്ട് കുതറുവാൻ ശ്രമിക്കുന്തോറും ഛിദാം അവന്റെ വാ മുറുകെ പൊത്തുകയായിരുന്നു.

രാമലോചൻ അല്പം ഭീതിയോടെ വിളിച്ചു ചോദിച്ചു, ''ദുഖി യുണ്ടോ വീട്ടിൽ?''

ഇത്രയും നേരം പ്രതിമ കണക്കെ നിശ്ചലനായിരുന്ന ദുഖീരാം ആരോ തന്നെ വിളിക്കുന്നതു കേട്ട് കുട്ടികളെപ്പോലെ വലിയ വായിലെ കരയാൻ തുടങ്ങി.

ഛിദാം വേഗം ഇറയത്തു നിന്ന് മുറ്റത്തേക്ക് ഇറങ്ങി വന്ന് രാമലോ ചനെ സമീപിച്ചു. ചക്രവർത്തി ചോദിച്ചു, ''പെണ്ണുങ്ങൾ രണ്ടും കശപിശ കൂടി ഇരിക്കയാണോ? ഇന്നു പകൽ മുഴുവനും കേട്ടു തമ്മി ത്തല്ല്.''

ഇത്രയും നേരം ഛിദാം ഇതികർത്തവ്യതാമൂഢനായിരുന്നു, എന്തു ചെയ്യണമെന്ന് ഒരു രൂപവും അയാൾക്കില്ലായിരുന്നു. പലേ സാധ്യത കളും അയാളുടെ ചിന്തയിൽ ഉണർന്നതാണ്, പക്ഷേ എല്ലാം അസാധ്യം. ഒടുവിൽ തോന്നി രാത്രി കുറെക്കഴിഞ്ഞ് മൃതദേഹം എവിടെയെങ്കിലും കൊണ്ടുപോയി തള്ളാമെന്ന്. അതും ആലോചിച്ചുകൊണ്ടിരിക്കുമ്പോ ഴാണ് രാമലോചൻ ചക്രവർത്തിയുടെ വരവ്. ഈ വരവ് സ്വപ്നേപി വിചാരിച്ചതേ അല്ല. അതിനാൽ ചക്രവർത്തിക്ക് ഉടനെ ഒരുത്തരം നൽ കാൻ ഛിദാമിനായില്ല. അയാൾ പറഞ്ഞത് ഏറ്റു പറയുകമാത്രം ചെയ്തു ''അതെ ഇന്നു മുഴുവനും പൊരിഞ്ഞ വഴക്കായിരുന്നു.''

ചക്രവർത്തി ഇറയത്തേക്കു നീങ്ങിനിന്നുകൊണ്ടു ചോദിച്ചു. ''അതു ശരി, പക്ഷേ, അതിന് ദുഖീരാമെന്തിനു കരയണം?''

ഛിദാമിനു മനസ്സിലായി, ഇനി രക്ഷയില്ല. അയാൾ പൊടുന്നനെ പറഞ്ഞു പോയി ''വഴക്കു മൂത്ത് ഇളയവൾ വെട്ടുകത്തിയെടുത്ത് മൂത്ത വളുടെ തലയ്ക്ക് വെട്ടി.''

ആപൽസന്ധിയിൽ മുൻപിൻ നോക്കുന്ന പതിവ് ആർക്കാണ് ഉണ്ടാ വുക? ഇപ്പോൾ സംഭവിച്ചിരിക്കുന്നതിനേക്കാൾ വലിയ ആപത്ത് ഉണ്ടാ യേക്കാം എന്ന ചിന്ത അത്ര സ്വാഭാവികമായി ആരുടെ മനസ്സിലും ഉദിക്കാറില്ല. ഛിദാം വിചാരിച്ചത് മുന്നിലുള്ള ഭീകരമായ സത്യത്തിൽ നിന്ന് തൽക്കാലം എങ്ങനെ രക്ഷപ്പെടാം എന്നാണ്. നുണ, സത്യത്തെ ക്കാൾ ഭീകരമായിത്തീർന്നേക്കാമെന്ന ധാരണ അയാൾക്കില്ലാതെ പോയി. രാമലോചന്റെ ചോദ്യം കേട്ടതും അയാളുടെ തലയിൽ തൽ ക്ഷണം ഉദിച്ച ഉത്തരം എന്തോ അത് ഉടൻതന്നെ പുറത്തേക്കു വന്നെന്നു മാത്രം.

രാമലോചൻ ഞെട്ടിപ്പോയി, ''അയ്യയ്യോ എന്തായീ പറഞ്ഞത്? ജീവൻ പോയിട്ടില്ലല്ലോ?''

ഛിദാമിന് പറയാതിരിക്കാനായില്ല. ''ജീവൻ പോയി.'' എന്നിട്ട് അയാൾ ചക്രവർത്തിയുടെ കാലിൽ വീണു.

ചക്രവർത്തിക്ക് നിന്ന സ്ഥലം വിട്ട് ഓടി രക്ഷപ്പെടാൻ പഴുതില്ലാതായി. ഈശ്വരാ! ത്രിസന്ധ്യയ്ക്ക് ഇതെന്തൊരു പൊല്ലാപ്പിലാണ് താൻ വന്നു പെട്ടത്. ഇനി കോടതിയിൽ പോയി സാക്ഷി പറഞ്ഞു പറഞ്ഞ് ജീവിതം തുലഞ്ഞതുതന്നെ. ഛിദാം അയാളുടെ കാലുകൾ വിടുന്ന മട്ടില്ല. ''വല്യേമാനെ, എന്റെ ഭാര്യയെ രക്ഷിക്കാൻ ഇനിയെന്തു വഴി?''

കേസും കൂട്ടവുമൊക്കെ വരുമ്പോൾ ഗ്രാമവാസികളുടെ പ്രധാന ഉപദേഷ്ടാവ് രാമലോചനാണ്. അയാൾ അല്പമൊന്നാലോചിച്ച് പറഞ്ഞു: ''നോക്ക് ഒരു വഴിയുണ്ട്. നീ ഇപ്പോത്തന്നെ സ്റ്റേഷനിൽ ചെന്നു പറയ്, നിന്റെ ഏട്ടൻ സന്ധ്യയ്ക്ക് പണി കഴിഞ്ഞ് വീട്ടിലെത്തി ചോറ് ചോദിച്ചു. കിട്ടാതെ വന്നപ്പോൾ ഭാര്യയെ വെട്ടുകത്തിയെടുത്ത് വെട്ടിയെന്ന്. ഇതു പറഞ്ഞാൽ നിന്റെ ഭാര്യ രക്ഷപ്പെടുമെന്നത് സുനിശ്ചിതം. എനിക്കുറപ്പുണ്ട്.''

ഛിദാമിന്റെ തൊണ്ട വരണ്ടു. ഇരുന്നിടത്തു നിന്ന് എഴുന്നേറ്റു കൊണ്ട് പറഞ്ഞു: ''ഏമാനേ, ഭാര്യ പോയാൽ വേറെ ഭാര്യയെ കൊണ്ടു വരാം. പക്ഷേ ഏട്ടനെ തൂക്കിലേറ്റിയാൽ പിന്നെ പുതിയൊരേട്ടനെ എവിടുന്നു കൊണ്ടു വരാൻ?''

സ്വന്തം ഭാര്യയുടെ തലയിൽ കുറ്റം കെട്ടിവെയ്ക്കാൻ ശ്രമിച്ചപ്പോൾ ഇത്രയ്ക്കൊന്നും ആലോചിച്ചതേയല്ല. തിടുക്കപ്പെട്ട് അപ്പോൾ അങ്ങനെ പറഞ്ഞുപോയെന്നു മാത്രം. ഇപ്പോൾ മനസ്സ് സ്വന്തം തടി തപ്പാൻ തക്ക യുക്തികൾ തേടുകയാണ്.

ചക്രവർത്തിക്കും ഛിദാമിന്റെ വാക്കുകളിലെ ന്യായം ബോധ്യപ്പെട്ടതു പോലെ.

''എന്നാപ്പിന്നെ നടന്നതു നടന്നതുപോലെ പറയ്. എല്ലാവരേയും രക്ഷപ്പെടുത്താനാവില്ല.''

ഇത്രയും പറഞ്ഞ് രാമലോചൻ സ്ഥലം വിട്ടു. നോക്കിനോക്കിയിരിക്കെ ഗ്രാമമൊട്ടാകെ പാട്ടായി. ചന്ദാരാ വഴക്കുമൂത്ത് ഭർത്താവിന്റെ ഏട്ടന്റെ ഭാര്യയെ വെട്ടുകത്തികൊണ്ട് തലക്കടിച്ച് കൊന്നുവെന്ന്.

മലവെള്ളപ്പാച്ചിലുപോലെ ഹുങ്കാരനാദം മുഴക്കിക്കൊണ്ട് ഗ്രാമത്തിലേക്ക് പൊലീസ് കടന്നു വന്നു. അപരാധിയും നിരപരാധിയും ഒരു പോലെ സംഭ്രാന്തരായി.

രണ്ടാംഭാഗം

സ്വയം വെട്ടിയ വഴിയിലൂടെ നടക്കുകയേ ഇനി നിവൃത്തിയുള്ളുവെന്ന് ഛിദാമിനു ബോധ്യമായി. ചക്രവർത്തിയോട് സ്വന്തം നാവു കൊണ്ട് പറഞ്ഞത് നാടു മുഴുവനും പാട്ടായിത്തീർന്നിരിക്കുന്നു. ഇനിയതു

മാറ്റിപ്പറഞ്ഞാൽ എന്തൊക്കെയാവും സംഭവിക്കുക എന്നയാൾക്ക് ആലോചിക്കാനേ ആയില്ല. എങ്ങനെ ആയാലും പറഞ്ഞതിൽ ഉറച്ചു നിൽക്കണം. അതൊടൊപ്പം വേറെയും നാലഞ്ചു സംഗതികൾ കൂട്ടിച്ചേർത്ത് ഭാര്യയെ രക്ഷിക്കാൻ നോക്കണം; അല്ലാതെ വേറെ വഴിയില്ല.

കുറ്റമേൽക്കാൻ ഛിദാം ഭാര്യയോട് അപേക്ഷിച്ചു. അവൾക്ക് ഇടിവെട്ടേറ്റതു പോലായി. ഛിദാം സമാധാനിപ്പിച്ചു: ''നീ ഞാൻ പറഞ്ഞതു പോലെ ചെയ്യ്. നീ പേടിക്കയേ വേണ്ട. നിന്നെ ഞാൻ രക്ഷപ്പെടുത്തും.''

ആശ്വസിപ്പിച്ചു, ശരിതന്നെ, പക്ഷേ അയാളുടെ തൊണ്ട വരണ്ടിരുന്നു, മുഖം വിളറിപ്പോയിരുന്നു.

ചന്ദാരായുടെ വയസ്സ് പതിനേഴോ പതിനെട്ടോ. അതിൽ കൂടില്ല. തടിച്ചുരുണ്ട കടഞ്ഞെടുത്തപോലുള്ള ദേഹപ്രകൃതം. അധികം പൊക്കമില്ല. പുത്തൻപുതു കൊച്ചു വള്ളം പോലെ നടപ്പിലും ഇരിപ്പിലും ദേഹചലനങ്ങളിലും ഒരു പ്രത്യേക താളഭംഗി ഉണ്ടായിരുന്നു. അയൽപക്കങ്ങളിൽ ചെന്നിരുന്ന് സൊറയടിക്കാൻ അവൾക്കിഷ്ടമായിരുന്നു. ഈ ഭൂമുഖത്തുള്ള എന്തും കാണാനും കണ്ടറിയാനും ഏറെ കൗതുകവും കുതൂഹലവും ഉള്ളവൾ. കുടവുമായി കടവിലേക്കു പോകുമ്പോൾ മുഖം മറയ്ക്കുന്ന പുടവത്തുമ്പ് രണ്ടു വിരലുകൊണ്ട് പൊക്കി ചുറ്റും കാണാനുള്ളതൊക്കെ നോക്കിക്കണ്ട് ആസ്വദിക്കും. ഏറെ അടുക്കും ചിട്ടയുമുള്ളവൾ. എല്ലാ വീട്ടുവേലകളും കൃത്യമായി വെടിപ്പായി ചെയ്തു തീർക്കുമായിരുന്നു.

ഇതിനു നേർവിപരീതമായിരുന്നു ദുഖീരാമിന്റെ പത്നി രാധ. ഒരു കാര്യത്തിലും ഒരു വ്യവസ്ഥയില്ല. ആകെ കുത്തഴിഞ്ഞ് താറുമാറായ മട്ട്. തലയിലെ പുടത്തുമ്പ്, ഒക്കത്തെ ശിശു, വീട്ടുകാര്യങ്ങൾ എല്ലാം അലങ്കോലപ്പെട്ടിരിക്കും. ഒന്നും വേണ്ടപോലെ കൈകാര്യം ചെയ്യാനാവില്ല. ചന്ദാരാ മൃദുവായ സ്വരത്തിൽ ഒന്നോ രണ്ടോ വാക്കുകളിൽ പറയാനുള്ളതു പറയും, കൊള്ളേണ്ടിടത്തു കൊള്ളിക്കും. രാധ അതു കേട്ട് അലറിവിളിച്ച് ശകാരവർഷം നടത്തും. നാടും കാടുമിളക്കും.

ഈ രണ്ടു ജോടികളിൽ ഭാര്യാഭർത്താക്കന്മാരുടെ പ്രകൃതങ്ങൾക്ക് ഏറെ സാമ്യതയുണ്ടായിരുന്നു. ദുഖീരാം പൊണ്ണത്തടിയനായ വെറും സാധുവായിരുന്നു. പരന്ന മുഖം, പതിഞ്ഞ മൂക്ക്, ഈ ലോകത്തെ ഒട്ടും മനസ്സിലാക്കാനും ആവില്ല, അടുപ്പിക്കാനുമാവില്ലെന്ന ഭാവം പ്രകടിപ്പിക്കുന്ന രണ്ടു കണ്ണുകൾ. തടിമാടൻ പക്ഷേ ശുദ്ധപാവം. ഒരു തരം അപൂർവ ജീവി.

അഞ്ജനക്കല്ലിൽ ആരോ ഏറെ നേരമെടുത്ത് ശ്രദ്ധാപൂർവം കൊത്തിയെടുത്ത പോലുള്ള ദൃഢശരീരമായിരുന്നു ഛിദാമിന്റേത്. എവിടേയും

ഒരല്പം പോലും ഏറ്റക്കുറവില്ല, മേദസ്സുമില്ല. ഓരോ അവയവവും അതാതിന്റേതായ ബലവും കാര്യശേഷിയും കൊണ്ട് പക്വത പ്രാപി ച്ചിരിക്കുന്നു. നദിയിലേക്ക് എടുത്തു ചാടുമ്പോഴായാലും തുഴയെടുത്ത് കൊണ്ട് തോണി തുഴയുമ്പോഴായാലും ഇല്ലിമരത്തിൽ കേറി, അങ്ങു യരത്തുള്ള തളിർത്തണ്ടുകൾ വെട്ടിക്കൊണ്ടു വരുമ്പോഴായാലും ശരി സകല കാര്യങ്ങളിലും അയാൾക്ക് സ്വാഭാവികമായ, സഹജമായ മെയ് വഴക്കം ഉണ്ടായിരുന്നു. തോളറ്റം വരുന്ന കറുത്ത മുടി എണ്ണ യിട്ടു മിനുക്കി നെറ്റിയിൽനിന്ന് പുറകിലേക്ക് ചീകി ഒതുക്കി വെയ്ക്കു മായിരുന്നു. അല്പം മിനുങ്ങിനടക്കുന്ന കൂട്ടത്തിലായിരുന്നു, ഛിദാം.

ഗ്രാമത്തിലെ മറ്റു സ്ത്രീകളുടെ സൗന്ദര്യത്തെ പ്രതി അയാൾ ഉദാ സീനനായിരുന്നില്ല, അവരുടെ ദൃഷ്ടിയിൽ സുന്ദരൻ ചമയണമെന്ന ആഗ്രഹമുണ്ടായിരുന്നെങ്കിലും ഛിദാമിന് സ്വന്തം ഭാര്യയെ ഏറെ പ്രിയമായിരുന്നു. രണ്ടുപേരും സദാ പിണങ്ങും, ഇണങ്ങും, ഈ പ്രണയ കലഹങ്ങളിൽ ആർക്കും ആരേയും തോല്പിക്കാനായില്ല. ഇരുവർക്കു മിടയിലുള്ള ബന്ധം സുദൃഢമാവാൻ മറ്റൊരു കാരണവും ഉണ്ടായി രുന്നു. ചന്ദാരാ ചഞ്ചലചിത്തയായ സുന്ദരിപ്പെണ്ണാണ്, അവളെ കണ്ണു മടച്ച് വിശ്വസിക്കാനാകില്ല എന്നു ഛിദാമും ഭർത്താവിന്റെ കണ്ണുകൾ സദാസമയവും നാലുപാടും ചുറ്റിക്കറങ്ങുകയാണ്, മുറുക്കെ പിടിച്ചി ല്ലെങ്കിൽ കൈവിട്ടുപോകുമെന്ന് ചന്ദാരയും കരുതി.

സംഭവം നടക്കുന്നതിനു കുറച്ചു ദിവസം മുമ്പ് ഭാര്യാഭർത്താക്ക ന്മാർ തമ്മിൽ തെല്ലു കാര്യമായിത്തന്നെ പിണങ്ങി. ചന്ദാരാ കുറച്ചു ദിവസങ്ങളായി ശ്രദ്ധിക്കയാണ് ഭർത്താവ് പണിക്കെന്നും പറഞ്ഞ് വീടു വിട്ടിറങ്ങി എങ്ങോ പോകും. പിന്നെ രണ്ടുമൂന്നു ദിവസം കഴിഞ്ഞാവും വരവ്. വന്നാലോ കൈയിലൊട്ടു കൂലി കിട്ടിയ പൈസയും ഉണ്ടാവില്ല. ലക്ഷണം അത്ര പന്തിയല്ലെന്നു കണ്ട് ചന്ദാരായും തുടങ്ങി തന്നിഷ്ടം. അസമയത്ത് കുടവുമെടുത്ത് കടവിൽ പോകും, ആ ചുറ്റുവട്ടത്തൊക്കെ കറങ്ങിനടക്കും, വീട്ടിലെത്തിയാലോ കാശീ മജുംദാറിന്റെ രണ്ടാമത്തെ മകനെപ്പറ്റിയുള്ള വർണ്ണന തുടങ്ങും.

അതു കേട്ട് ഛിദാമിന്റെ രാപ്പകലുകളിൽ ആരോ വിഷം കലക്കിയ അവസ്ഥ. പണിക്കുപോയാലും വീട്ടിലായാലും ഒരു നിമിഷം സ്വസ്ഥ തയില്ലെന്നായി. ഒരു ദിവസം ഛിദാം ഏട്ടന്റെ ഭാര്യ രാധയോട് ഏറെ ആവലാതിപ്പെട്ടു. രാധ കൈയും കലാശവും കാട്ടി മരിച്ചുപോയ അച്ഛനെ സാക്ഷി നിറുത്തി സമാധാനിപ്പിച്ചു: ''അസുരവിത്താണവൾ, അവളെ നിലയ്ക്കു നിറുത്താൻ എനിക്കറിയാഞ്ഞിട്ടല്ല. എപ്പഴാ സർവ നാശം വരുത്തിവെയ്ക്കുക എന്നറിയില്ല.''

അകത്തിരുന്ന് ചന്ദാരാ പതുക്കെ പറഞ്ഞു:

''അല്ലാ ഏടത്തി, നിങ്ങൾക്കെന്തിനാ ഇത്ര പേടി?''

അതോടെ ഇരുവരും തമ്മിലുള്ള വഴക്കും തുടങ്ങി.

ഛിദാം കണ്ണുരുട്ടിക്കൊണ്ട് ഭാര്യയെ താക്കീതു ചെയ്തു:

''നീ തനിച്ച് കടവിൽ പോയെന്ന് ഇനി ഒരു തവണ കേട്ടാൽ നിന്റെ എല്ലു ഞാനൊടിക്കും.''

ചന്ദാരായും വിട്ടുകൊടുത്തില്ല. ''ഓ, പിന്നെ. അങ്ങനെയെങ്കിൽ എല്ലു കൂട്ടിച്ചേർക്കാനാണോ പണി?'' അതും പറഞ്ഞു ധിക്കാരത്തോടെ തൽക്ഷണം കുടവുമെടുത്ത് പുറത്തേക്കിറങ്ങാനുള്ള ഒരുക്കം കൂട്ടി. ഛിദാം ഒറ്റക്കുതിപ്പിന് അവളുടെ മുടിക്കു പിടിച്ചു വലിച്ച് മുറിക്കുള്ളിലാക്കി വാതിലടച്ചു കുറ്റിയിട്ടു.

സന്ധ്യയ്ക്ക് പണി കഴിഞ്ഞു തിരിച്ചെത്തിയപ്പോൾ വീടു തുറന്നു കിടക്കുന്നു, അകത്താരുമില്ല. മൂന്നു ഗ്രാമങ്ങൾക്കപ്പുറമുള്ള അമ്മാവന്റെ വീട്ടിലേക്ക് ചന്ദാരാ കടന്നു കളഞ്ഞിരിക്കുന്നു.

താമസിയാതെ ഛിദാമും എത്തി അവിടെ. വളരെ കഷ്ടപ്പെട്ട് അവളെ പറഞ്ഞു സമാധാനിപ്പിച്ച് തിരികെ കൊണ്ടു വന്നു. പക്ഷേ സ്വന്തം പരാജയം സമ്മതിച്ചുകൊടുക്കേണ്ടി വന്നു. മെർക്യുറി മുഷ്ടിക്കുള്ളിൽ അടക്കിവെയ്ക്കാനാകാത്തതുപോലെ അസാധ്യമാണ് ഭാര്യയെ കൈപ്പിടിക്കുള്ളിൽ ഒതുക്കി നിർത്തുന്നതെന്ന് അയാൾക്കു മനസ്സിലായി. പിടി മുറുകുന്തോറും രസം വിരലുകൾക്കിടയിലൂടെ ചോർന്നു പോകും.

അതിനുശേഷം ഛിദാം ഒരു കാര്യത്തിലും നിർബന്ധം പിടിച്ചില്ല. പക്ഷേ അയാളുടെ മനസ്സമാധാനം ആകെ നഷ്ടപ്പെട്ടു. ചഞ്ചലചിത്തയും സുന്ദരിയുമായ ഭാര്യ, അവളോടു തനിക്കുള്ള ആശങ്ക കലർന്ന കടുത്ത പ്രേമം. ഇതൊക്കെ അയാളെ വിഷമുള്ളുപോലെ സദാ ചുളുചുളെ കുത്തിനോവിച്ചു. മാത്രമല്ല, ഇടയ്ക്കൊക്കെ അയാൾക്ക് തോന്നിപ്പോയി, ഇവൾ ചത്തുപോയിരുന്നെങ്കിൽ എത്ര നന്നായിരുന്നേനേ, ഒരല്പം ശാന്തി ലഭിച്ചിരുന്നേനെയെന്ന്. മനുഷ്യർക്ക് പരസ്പരം തോന്നുന്നത്ര വിദ്വേഷം യമരാജനോടില്ലെന്നതാണ് സത്യം.

ഈ പശ്ചാത്തലത്തിലാണ് ആ ദാരുണസംഭവം നടന്നത്. കൊലക്കുറ്റമേൽക്കാൻ ഭർത്താവു പറഞ്ഞപ്പോൾ ചന്ദാരാ ഇടിവെട്ടേറ്റ പോലെ സ്തംഭിച്ചു നിന്നു പോയി.

അവളുടെ കറുത്ത രണ്ടു കണ്ണുകൾ തീനാളം പോലെ ഭർത്താവിനെ ദഹിപ്പിക്കാൻ തുടങ്ങി. സ്വയം ചുരുങ്ങിച്ചുരുങ്ങി, ഭർത്താവെന്ന രാക്ഷസന്റെ പിടിയിൽ നിന്ന് തന്നെത്തന്നെ മോചിപ്പിക്കാനായെങ്കിൽ എന്നവൾ ആശിച്ചുപോയി. തന്റെ അന്തരാത്മാവ് ഒറ്റപ്പെട്ടുപോയതുപോലെ അവൾക്കു തോന്നി.

ഛിദാം ആശ്വസിപ്പിക്കാൻ ശ്രമിച്ചു. ''നിനക്ക് പേടിക്കാനൊന്നുമില്ല. ഞാനില്ലേ?''

പൊലീസിനോടും മജിസ്ട്രേട്ടിനോടുമൊക്കെ എന്തു പറയണമെന്ന് ഛിദാം അവളെ പലതവണ പറഞ്ഞു പഠിപ്പിച്ചു. ആ നീണ്ട കഥകളൊന്നും തന്നെ ചന്ദാരായുടെ കാതിൽ വീണില്ല, അവൾ മരപ്രതിമ കണക്കെ സ്തംഭിച്ചിരിപ്പായിരുന്നു.

എല്ലാ കാര്യത്തിനും ദുഖീരാമിന്റെ ഏക ആശ്രയം ഛിദാമായിരുന്നു. കുറ്റം ചന്ദാരയുടെ മേൽ ചുമത്താമെന്ന് ഛിദാം പറഞ്ഞപ്പോൾ ദുഖീരാം ആശങ്കപ്പെട്ടുകൊണ്ട് ചോദിച്ചു:

''അയ്യോ അപ്പോ അവളുടെ കാര്യം?''

ഛിദാം പറഞ്ഞു. ''അവളെ ഞാൻ രക്ഷപ്പെടുത്തും.''

തടിയൻ ദുഖീരാം അതുകേട്ടു സമാധാനിച്ചു.

മൂന്നാം ഭാഗം

ഛിദാം ഭാര്യയെ പറഞ്ഞു പഠിപ്പിച്ചത് ഇങ്ങനെ:

''നീ പറയണം ഏട്ടന്റെ ഭാര്യ എന്റെ നേർക്ക് ചിരവ ഓങ്ങിയപ്പോൾ ഞാൻ വെട്ടുകത്തികൊണ്ട് തടുക്കാനാഞ്ഞു. പൊടുന്നനെ എന്തു പറ്റിയെന്നറിയില്ല, അവരുടെ തലയ്ക്കു വെട്ടേറ്റു.''

ഇതു മുഴവനും രാമലോചൻ ചക്രവർത്തിയുടെ ഭാവനാസൃഷ്ടിയായിരുന്നു. ഇതിനു തക്കവണ്ണം പൊടിപ്പും തൊങ്ങലും തെളിവുകളുമായി എന്തൊക്കെ വേണമെന്ന് രാമലോചൻ ഛിദാമിനെ പറഞ്ഞു ധരിപ്പിച്ചിരുന്നു.

പൊലീസ് അന്വേഷിക്കാനെത്തി. ചന്ദാരായാണ് ഭർത്താവിന്റെ ഏട്ടന്റെ ഭാര്യയെ തലയ്ക്കടിച്ചു കൊന്നതെന്ന വിശ്വാസം ഗ്രാമവാസികളുടെ മനസ്സിൽ വേരു പിടിച്ചു കഴിഞ്ഞിരുന്നു. സകല സാക്ഷികളും ഇതിനു തക്ക തെളിവുകൾ നിരത്തി. പൊലീസ് ചന്ദാരായോടു ചോദിച്ചപ്പോൾ അവളും ഏറ്റു പറഞ്ഞു:

''അതെ, ഞാനാണ് കൊന്നത്.''

''എന്തിനാണ് കൊന്നത്?''

''എനിക്കവളെ കണ്ണെടുത്താൽ കണ്ടുകൂടായിരുന്നു.''

''എന്തെങ്കിലും പ്രകോപനം?''

''ഇല്ല.''

''നിന്നോടെന്തെങ്കിലും കടുംകൈ ചെയ്തോ?''

''ഇല്ല.''

ഉത്തരങ്ങൾ കേട്ട് എല്ലാവരും ആകെ അമ്പരന്നു പോയി.

ഛിദാമിന് ഭ്രാന്തു പിടിച്ച പോലായി. അയാൾ ഇടയ്ക്കു കയറി പറയാൻ ശ്രമിച്ചു.

''ഏമാനെ, ഇവളു പറയുന്നതു ശരിയല്ല. ശരിക്കും ഏടത്തിയമ്മ യാണ് ചിരവ കൊണ്ട്...''

ഇൻസ്പെക്ടർ ഒരാട്ടുകൊടുത്ത് അയാളുടെ വാ മൂടിക്കെട്ടി. തിരിച്ചും മറിച്ചും ചോദിച്ചിട്ടും ചന്ദാരാ താൻ പറഞ്ഞതിൽ തന്നെ ഉറച്ചു നിന്നു. ഏട്ടത്തിയമ്മയിൽനിന്ന് എന്തെങ്കിലും വിധത്തിലുള്ള കൈയാങ്കളി ഉണ്ടായെന്ന് ചന്ദാരാ സമ്മതിച്ചതേയില്ല.

ഇത്തരം ദുർവാശിക്കാരിയായ സ്ത്രീകൾ അപൂർവം. തൂക്കുകയ റിന് സ്വയം കഴുത്തു നീട്ടിക്കൊടുക്കുകയാണ്. അവളെ പിടിച്ചു നിറു ത്താനൊരു വഴിയുമില്ല. ഇത് എന്തൊരു തരം ആത്മാഭിമാനമാണ്. ചന്ദാരാ മനസ്സിൽ ഭർത്താവിനോടു പറഞ്ഞു, എനിക്കെത്ര ചെറുപ്പം. എന്നാലും ഞാൻ നിങ്ങളെ ഉപേക്ഷിച്ച് തൂക്കുകയറിനെ സ്വമേധയാ വരിച്ചിരിക്കുന്നു. ഈ ജന്മത്തിൽ എന്റെ അവസാനത്തെ കെട്ടുപാടു കൾ കഴുമരവുമായി മാത്രം.

ചന്ദാരാ ബന്ധനസ്ഥയായി. പാവം നിഷ്കളങ്കയും ഉത്സാഹവതിയും ചുറുചുറുപ്പാർന്നവളുമായ ഒരു അതിസാധാരണ ഗ്രാമീണപ്പെൺകൊടി. ചിരപരിചിതമായ നാട്ടുവഴിയിലൂടെ പൊലീസ് അവളെ കൊണ്ടു പോകയാണ്. ചന്തയിലൂടെ, കടവിനടുത്തുകൂടെ, മജൂംദാറിന്റെ വീടിനു മുന്നിലൂടെ, തപാലാപ്പീസിനും സ്കൂളിനും അരികിലൂടെ, സകല പരി ചയക്കാരുടെയും കണ്ണുകൾക്കു മുന്നിലൂടെ കളങ്കത്തിന്റെ മുദ്ര ചാർ ത്തപ്പെട്ട് എന്നെന്നേക്കുമായി വീടുവിട്ടു പോകയാണ്. ഒരു പറ്റം കുട്ടി കൾ അവളുടെ പുറകെ അല്പദൂരം വരെ ചെന്നു. അവളുടെ കൂട്ടുകാ രികൾ മുഖം മറച്ചിരുന്ന ചേലത്തലപ്പിനിടയിലൂടെ, കതകിന്റെ വിടവി ലൂടെ, അതുമല്ലെങ്കിൽ മരത്തിനു പിന്നിൽ മറഞ്ഞുനിന്ന് പൊലീസിന്റെ അകമ്പടിയോടെ നടന്നുനീങ്ങുന്ന അവളെ അവജ്ഞയോടെ, നാണ ക്കേടോടെ, ഭയത്തോടെ നോക്കി നിന്നു. ഡെപ്യൂട്ടി മജിസ്ട്രേട്ടു മുമ്പാ കെയും ചന്ദാരാ കുറ്റം സമ്മതിച്ചു. ഏടത്തിയമ്മ തന്നെ എന്തെങ്കിലും ദേഹോപദ്രവം ചെയ്തതായി അവൾ പറഞ്ഞതേയില്ല.

ജഡ്ജി അവളുടെ വാക്കുകൾ വിശ്വസിച്ചതേയില്ല. കാരണം പ്രധാന സാക്ഷി രാമലോചൻ പറഞ്ഞു:

''കൊല നടന്ന് അധികം കഴിയുന്നതിനു മുമ്പു തന്നെ ഞാൻ സംഭവ സ്ഥലത്ത് എത്തിയിരുന്നു. സാക്ഷി ഛിദാം എന്റെ കാലു പിടിച്ച്

നടന്നതൊക്കെ പറഞ്ഞു, ഭാര്യയെ എങ്ങനെയെങ്കിലും രക്ഷിക്കണ മെന്നു കേണപേക്ഷിച്ചു. ഞാൻ മറുപടിയൊന്നും പറഞ്ഞില്ല. ഷിദാം എന്നോടു ചോദിച്ചു, എന്റെ ഏട്ടൻ ചോറു വേണമെന്നു പറഞ്ഞപ്പോൾ ഏടത്തിയമ്മ കൊടുത്തില്ല. ആ ദേഷ്യത്തിൽ ഏട്ടൻ ഏടത്തിയമ്മയെ വെട്ടിയതാണെന്നു പറഞ്ഞാൽ എന്റെ ഭാര്യ രക്ഷപ്പെടുമോയെന്ന്. ഞാൻ പറഞ്ഞു, സൂക്ഷിച്ചു സംസാരിക്ക്. കോടതിയിൽ ഒരക്ഷരം നുണ പറയരുത്. ഇതിനേക്കാൾ വലിയ പാപം ഇല്ല. എന്നിങ്ങനെ പലതും.

രാമലോചൻ ചന്ദാരായെ രക്ഷിക്കാനായി ഒരുപാടു കഥകൾ മെനഞ്ഞെടുത്തിരുന്നു. പക്ഷേ ചന്ദാരാ അയയുന്ന മട്ടില്ലെന്നു കണ്ടപ്പോൾ അയാൾക്കു തോന്നി അയ്യോ ഈശ്വരാ! അവസാനം കള്ളസാക്ഷി പറഞ്ഞതിന് ശിക്ഷ കിട്ടിയെന്നു വരും. അറിയാവുന്നത് അതേപടി പറയുന്നതാണ് നല്ലത്. അതുകൊണ്ടാണ് രാമലോചൻ അറിയാവുന്നതു മാത്രം പറഞ്ഞത്.

ഡെപ്യൂട്ടി മജിസ്ട്രേട്ട് കേസ് സെഷനിലേക്കയച്ചു.

വിത്തു പാകലും നടീലും നാട്ടുചന്തയും സുഖദുഃഖങ്ങളുമൊക്കെ കലർന്നുള്ള ഗ്രാമീണജീവിതം മുന്നോട്ടു പൊയ്ക്കൊണ്ടേയിരുന്നു. കാലകാലമായുള്ള ശ്രാവണമാസത്തിലെ മഴയേറ്റ് വയലേലകൾ നനഞ്ഞു കുതിർന്നു.

പൊലീസ് പ്രതിയേയും സാക്ഷികളേയും കൊണ്ട് കോടതിയിലെത്തി. മുൻസീഫ് കോർട്ടിനു മുന്നിൽ ഒരുപാടു പേർ സ്വന്തം വ്യവഹാരക്കെട്ടുകളുമായി കാത്തിരുന്നു. ഒരാൾക്ക് അടുക്കളയുടെ പിൻവശത്തുള്ള കുളത്തിൽ ഓഹരിവേണം കൽക്കത്തെയിൽ നിന്ന് അതിനായി ഒരു വക്കീലിനെ വരുത്തിയിട്ടുണ്ട്; വാദിഭാഗത്തിന് നാൽപത്തിയൊമ്പതു സാക്ഷികളുമുണ്ട്. എത്രയെത്രയോ പേർ അവരവരുടെ സമ്പത്തിന്റെ തലനാരിഴകീറി പരിശോധിക്കുന്നതിനായി അത്യാകാംക്ഷയോടെ കാത്തിരിക്കയാണ്. ഈ ഭൂമണ്ഡലത്തിൽ അതിലുപരി ഗൗരവപൂർണമായ മറ്റൊരു സംഗതിയും ഇല്ലെന്ന ധാരണയിൽ. ഷിദാം ജനാലയിലൂടെ ഈ കാഴ്ചകളൊക്കെ ഉറ്റു നോക്കിക്കൊണ്ടിരിക്കയാണ്, എല്ലാം സ്വപ്നമാണെന്ന പ്രതീതി. കോടതിവളപ്പിലെ വലിയ ആൽമരത്തിലിരുന്ന് കുയിൽ കൂവുന്നു. കുയിലിനെന്ത് കേസും കോടതിയും?

ചന്ദാരാ ജഡ്ജിയോടു പറഞ്ഞു.

''ഏമാനെ, ഒരു കാര്യം തന്നെ എത്ര തവണ പറയണം?''

ജഡ്ജി അവളെ പറഞ്ഞു ബോദ്ധ്യപ്പെടുത്താൻ ശ്രമിച്ചു

''നീ ചെയ്തുവെന്നു പറയുന്ന കുറ്റത്തിനുള്ള ശിക്ഷയെന്താണെന്നറിയാമോ?''

''ഇല്ല.'

‘‘ഇതിനുള്ള ശിക്ഷ തൂക്കുകയറാണ്.’’

‘‘ഏമാനെ എന്നാൽ പിന്നെ ആ ശിക്ഷ തന്നെ തന്നേക്കൂ. നിങ്ങളുടെ കാലു പിടിക്കാം. നിങ്ങൾക്കിഷ്ടമുള്ളതു ചെയ്യൂ. എനിക്കിനിയിത് സഹിക്കാനാവില്ല.’’

ആ സമയത്ത് ഛിദാം ജഡ്ജി മുമ്പാകെ ഹാജരാക്കപ്പെട്ടു. ചന്ദാരാ മുഖം തിരിച്ചു കളഞ്ഞു. ജഡ്ജി ചോദിച്ചു.

‘‘സാക്ഷിയെ നോക്കിയിട്ട് പറയൂ ഇത് നിന്റെ ആരാണ്?’’

‘‘ഭർത്താവ്.’’

‘‘നിന്നോടു അയാൾക്ക് സ്നേഹമുണ്ടോ?’’

‘‘ഉവ്വ്. വലിയ സ്നേഹമാണ്.’’

‘‘നിനക്കോ?’’

‘‘എനിക്കുമതെ.’’

ഛിദാമിനോടു ചോദിച്ചപ്പോൾ അയാൾ പറഞ്ഞു:

‘‘ഏമാനെ, ഞാനാണ് കൊന്നത്.’’

‘‘എന്തിന്?’’

‘‘ചോറു ചോദിച്ചപ്പോൾ തന്നില്ല.’’

ദുഖീരാം സാക്ഷിക്കൂട്ടിൽ കയറിയതും മൂർച്ഛിച്ചു താഴെ വീണു. ബോധം വീണപ്പോൾ അയാളും പറഞ്ഞു:

‘‘ഏമാനെ ഞാനാണ് കൊല നടത്തിയത്.’’

‘‘എന്തിന്?’’

‘‘ചോറു തന്നില്ല.’’

വിസ്താരവും ക്രോസ് വിസ്താരവും മറ്റനേകം സാക്ഷികളുടെ മൊഴികളും കേട്ട് ജഡ്ജിക്ക് ബോധ്യമായി കൊന്നത് ചന്ദാരാ തന്നെ. അവളെ രക്ഷിക്കാനല്ല, കുടുംബത്തെ അപമാനത്തിൽനിന്നു രക്ഷിക്കാനാണ് അവളുടെ ഭർത്താവും ഭർതൃസഹോദരനും കുറ്റം ഏൽക്കാൻ തയ്യാറായത്. പക്ഷേ ചന്ദാരാ ഒരു തവണ പോലും തന്റെ മൊഴി മാറ്റി പറഞ്ഞിട്ടില്ല. പൊലീസ് സ്റ്റേഷൻ മുതൽ സെഷൻസ് കോടതി വരെ അവളുടെ നിലപാടിൽ കടുകിട മാറ്റമില്ല. രണ്ടു വക്കീലന്മാർ സ്വമേധയാ മുന്നോട്ടു വന്നു, അവളെ വധശിക്ഷയിൽനിന്നു രക്ഷിക്കാൻ. പക്ഷേ അവരും പരാജയം സമ്മതിച്ചു പിൻവാങ്ങി.

കുട്ടിത്തം വിടാത്ത ഒരു നുറുങ്ങു പെൺകുട്ടി. ഉരുണ്ട കവിളുകളും ഇരുണ്ട നിറവുമുള്ളവൾ. കൈയിലെ കളിപ്പാവ വലിച്ചെറിഞ്ഞ്, വധു

ചമഞ്ഞവൾ. പിറന്ന വീട്ടിൽ നിന്ന് ഭർതൃഗൃഹത്തിലെത്തിയ ശുഭമുഹൂർത്തത്തിൽ ആരെങ്കിലും സങ്കല്പിച്ചു കാണുമോ അവൾക്ക് ഈ വിധിയുണ്ടാകുമെന്ന്? മകളെ നല്ലൊരു വഴിക്കാക്കി എന്ന ആശ്വാസത്തോടെ, അങ്ങേയറ്റം സമാധാനത്തോടെയാണ് അവളുടെ അച്ഛൻ മരിച്ചത്.

കഴുവേറ്റുന്നതിനു മുമ്പ് ദയാലുവായ സിവിൽ സർജൻ അവളോടു ചോദിച്ചു

''ആരെയെങ്കിലും കാണണമെന്നുണ്ടോ?''

''അമ്മയെ കണ്ടാൽ കൊള്ളാമെന്നുണ്ട്.''

''നിന്റെ ഭർത്താവിന് നിന്നെ കാണണമത്രെ. വിളിച്ചോണ്ടു വരട്ടെ?''

''ആരെ, കാലനെയോ?'' ചന്ദാരാ ചോദിച്ചു.

(ശാസ്ത്രി, 1893)

നോട്ടുപുസ്തകം

എഴുതാൻ പഠിച്ചു തുടങ്ങിയതുമുതൽ ഉമയെക്കൊണ്ട് വീട്ടിൽ എല്ലാവർക്കും വല്ലാത്ത ശല്യമായി. വീട്ടിലെ സകലമാന മുറികളിലേയും ചുമരുകളിൽ അവൾ കരിക്കട്ട കൊണ്ട് പലതും എഴുതി വെച്ചു, 'വെള്ളം വീണു, ഇലയിളകി.'

മൂത്ത ഏടത്തിയമ്മ തലയിണച്ചോട്ടിൽ ഹരിദാസിന്റെ രഹസ്യകഥകൾ ഒളിപ്പിച്ചു വെച്ചിരുന്നു. അതു തേടിപ്പിടിച്ചെടുത്ത് അതിന്റെ താളുകളിലൊക്കെ ഉമ എഴുതി വെച്ചു, ''വെള്ളം കറുപ്പ്, പൂവ് ചുവപ്പ്.''

പുതിയ പഞ്ചാംഗം വീട്ടിലെത്തിയതേയുള്ളൂ. അവളുടെ കുഞ്ഞിവിരലുകളിൽ നിന്നുതിർന്നു വീണ വെണ്ടക്കാ അക്ഷരങ്ങൾ മുഹൂർത്തങ്ങളേയും തിഥികളേയും നക്ഷത്രങ്ങളേയും കണ്ടുപിടിക്കാനാവാത്ത വിധം മറച്ചു വെച്ചു.

അച്ഛൻ നിത്യച്ചെലവ് കുറിച്ചിട്ടിരുന്ന പുസ്തകത്തിൽ അവളെഴുതിച്ചേർത്തു 'പഠിച്ചാൽ ഉയരാം.'

ഉമയുടെ കൊച്ചുകൊച്ചു സാഹിത്യോദ്യമങ്ങൾ അങ്ങനെ നിർബാധം തുടർന്നുകൊണ്ടിരുന്നു. എന്നാൽ ഒരു ദിവസം വലിയൊരാപത്തു സംഭവിച്ചു. ഉമയുടെ മൂത്ത ഏട്ടൻ ഗോവിന്ദലാൽ തനി ശുദ്ധനായിരുന്നു. ബുദ്ധിജീവിയെന്ന പേരുദോഷം അടുത്തിടപഴകിയ ആരും തന്നെ, വീട്ടുകാരോ, ബന്ധുക്കളോ, അയൽക്കാരോ, കൂട്ടുകാരോ അയാൾക്കു നൽകിയില്ല. അരുതാത്തതു പറയരുതല്ലോ. ഏതെങ്കിലും വിഷയത്തെക്കുറിച്ച് ആഴത്തിൽ ചിന്തിച്ചിട്ടുണ്ടെന്ന അപവാദവും അയാളെക്കുറിച്ചു പറയാനാവില്ല. എന്നാലും പത്രങ്ങൾക്കും മാസികകൾക്കും നിരന്തരം കത്തുകൾ എഴുതുന്ന കൂട്ടത്തിലായിരുന്നു. മറ്റനേകം ബംഗാളി വായനക്കാരുടെ പൊതുഅഭിപ്രായം തന്നെയായിരുന്നു അയാളുടെ എഴുത്തുകളിലും പ്രതിഫലിച്ചിരുന്നത്.

ആയിടയ്ക്ക് യൂറോപ്പിലെ ശരീരശാസ്ത്ര പണ്ഡിതർക്കിടയിൽ വലിയ വാദവിവാദങ്ങൾ നടന്നുകൊണ്ടിരുന്നു. ഗോവിന്ദലാലും അഭിപ്രായ

പ്രകടനം നടത്തി. ഇരുവാദമുഖങ്ങളേയും ഖണ്ഡിച്ചുകൊണ്ട് യുക്തി തൊട്ടുതെറിക്കാത്ത അത്യുഗ്രൻ ലേഖനം തനതായ ശൈലിയിൽ ഗോവിന്ദലാൽ തയ്യാറാക്കി വെച്ചു.

ഒരുച്ചനേരത്ത് ഉമ മഷിക്കുപ്പിയും പേനയുമെടുത്ത് ഏട്ടൻ തയ്യാറാക്കി വെച്ചിരുന്ന ലേഖനത്തിൽ മത്തങ്ങാ വലുപ്പത്തിൽ എഴുതിച്ചേർത്തു: ഗോപാൽ നല്ല കുട്ടിയാണ്. കൊടുക്കുന്നതെന്തും കഴിക്കും.

ഗോപാൽ എന്നതുകൊണ്ട്, ഉമ ഉദ്ദേശിച്ചത് ഗോവിന്ദലാലിന്റെ വായനക്കാരെയാണ് എന്നു ഞാൻ വിശ്വസിക്കുന്നില്ല. അതെന്തായാലും ഉമയുടെ കരവിരുത് കണ്ടെത്തിയ ഗോവിന്ദലാലിന് കലികയറി, ആദ്യം അവളെ പൊതിരെ തല്ലി, എന്നിട്ട് അവൾ അത്യന്തം ശ്രദ്ധയോടെ സൂക്ഷിച്ചു വെച്ചിരുന്ന എഴുത്തുപകരണങ്ങളൊക്കെ ബലമായി പിടിച്ചുവാങ്ങി. മഷി പടർന്ന മുനയൊടിഞ്ഞ പെന്നും കുറ്റി പെൻസിലുമടക്കം എല്ലാം. വേദനയും അപമാനവും താങ്ങാനാവാതെ, ഇത്തരം കടുത്ത ശിക്ഷ ലഭിക്കാൻ മാത്രം താൻ ചെയ്ത തെറ്റെന്തെന്നറിയാതെ വീട്ടിലെ ഇരുണ്ടകോണിലേക്ക് ഉൾവലിഞ്ഞ് ഉമ കണ്ണീരൊഴുക്കി.

കുഞ്ഞനിയത്തിയെ ശിക്ഷിച്ചതിൽ ഗോവിന്ദലാലിന് പിന്നീടു മനഃപ്രയാസം തോന്നിക്കാണണം. പിടിച്ചെടുത്തതൊക്കെ അയാൾ തിരിച്ചു നൽകിയെന്നു മാത്രമല്ല, ഭംഗിയായി ബൈന്റു ചെയ്ത ഒരു വരയൻ നോട്ടു പുസ്തകവും നൽകി, അവളെ സമാധാനിപ്പിക്കാൻ ശ്രമിച്ചു.

അപ്പോൾ ഉമയുടെ വയസ്സ് ഏഴ്. അന്നുമുതൽ ഉറങ്ങുമ്പോൾ ആ പുസ്തകം സ്വന്തം തലയിണച്ചോട്ടിലും രാവിലെ ഉണർന്നെണീക്കുന്നതുമുതൽ നെഞ്ചോടുചേർത്തും അവൾ സൂക്ഷിച്ചു.

കൊച്ചുമുടി രണ്ടായി പിന്നിയിട്ട്, വേലക്കാരിയോടൊപ്പം ഗ്രാമത്തിലെ പള്ളിക്കൂടത്തിലേക്കു പോകുമ്പോഴും അവൾ പുസ്തകം കൂടെ കൊണ്ടുപോയി. ഇതുകാണുമ്പോൾ സമപ്രായക്കാരികളിൽ ചിലർക്ക് ആശ്ചര്യം, ചിലർക്ക് കൊതി, മറ്റു ചിലർക്കോ അസൂയ.

ആദ്യത്തെ കൊല്ലം എഴുതിയതാണ് 'കിളികൾ ചിലച്ചു, രാത്രി അവസാനിച്ചു.' കിടപ്പറയിലെ തറയിലിരുന്നും കിടന്നും പുസ്തകം മുറുകെ പിടിച്ച്, അവൾ ഈണത്തിൽ ഉറക്കെ വായിക്കുകയും എഴുതുകയും ചെയ്തു. ശിശുപാഠങ്ങളിൽനിന്നും മറ്റുമായി ഒട്ടനേകം പദ്യങ്ങളും ഗദ്യങ്ങളും അവൾ പുസ്തകത്തിൽ പകർത്തി എഴുതി.

രണ്ടാമത്തെ കൊല്ലമായപ്പോഴേക്കും ഒന്നു രണ്ടു സ്വന്തം രചനകൾ പുസ്തകത്തിൽ ഇടം പിടിച്ചു. ചെറുതെങ്കിലും പക്ഷേ വളരെ അർത്ഥവത്തായവ. മുഖവുരയോ ഉപസംഹാരമോ ഇല്ല. ഒന്നോ രണ്ടോ ഉദാഹരണങ്ങൾ അസ്ഥാനത്താവില്ലെന്നു കരുതട്ടെ.

കഥാമാലയിൽ നിന്ന് കടുവയേയും കൊറ്റിയേയും കുറിച്ചുള്ള കഥ പകർത്തി എഴുതിച്ചേർത്തതിനു തൊട്ടു താഴെയായി അവളെഴുതി.

എനിക്ക് യശിയെ വളരെ ഇഷ്ടമാണ്.

ഇതൊരു പ്രണയ കഥയാണെന്ന് വായനക്കാർ തെറ്റിദ്ധരിക്കുംമുമ്പ് ഞാൻ ഒരു കാര്യം വ്യക്തമാക്കട്ടെ. യശി, ആ ചുറ്റുവട്ടത്തു താമസിക്കുന്ന പതിനൊന്നോ പന്ത്രണ്ടോ വയസ്സുള്ള ഒരു കൗമാരക്കാരന്റെ പേരല്ല, വർഷങ്ങളായി ആ വീട്ടിലുള്ള വേലക്കാരി യശോധയുടെ ചെല്ലപ്പേരാണ്. പക്ഷേ ഈയൊരു വാചകം അവരിരുവരും തമ്മിലുള്ള സ്നേഹബന്ധത്തിന്റെ സ്ഥായിയായ തെളിവാണെന്ന് കട്ടായമായി പറയാനാവില്ല. എന്തെന്നാൽ ഈ വിഷയത്തെക്കുറിച്ച് വിശ്വാസയോഗ്യമായ പ്രബന്ധമെഴുതാൻ ഒരുമ്പെടുന്ന ഏതൊരുവനും ഈ നോട്ടുപുസ്തകത്തിൽത്തന്നെ രണ്ടു താളുകൾക്കപ്പുറം നേർവിപരീതമായ പ്രസ്താവനകൾ കണ്ടെത്തും. യശിയുടെ കാര്യത്തിൽ മാത്രമല്ല ഈ വൈരുധ്യം. ഒന്നു നോക്കിയാൽ ഉമയുടെ എല്ലാ രചനകളിലും ഈ വൈരുധ്യം കാണാം. ഒരിടത്ത് അവളിങ്ങനെ എഴുതിയിരിക്കുന്നു: ഇനിയൊരിക്കലും ഞാൻ ഹരിയോടു മിണ്ടുകയേയില്ല. (ഹരിയെന്നു വെച്ചാൽ ഹരിചരണനല്ല, സതീർഥ്യ ഹരിദാസി). എന്നാലോ ഏതാനും പേജുകൾക്കപ്പുറമുള്ളതു വായിച്ചാലോ ഹരിയേക്കാൾ ഉറ്റമിത്രം അവൾക്കീ ഭൂലോകത്തില്ലെന്നു തോന്നും.

അതിനടുത്ത വർഷം അവൾക്ക് ഒമ്പതു വയസ്സായപ്പോൾ ഒരു ദിവസം രാവിലെ ശുഭമുഹൂർത്തത്തിൽ ആ വീട്ടിൽ ഷെഹ്ണായി മുഴങ്ങി. ഉമ പുതിയ ജീവിതത്തിലേക്കു കാലെടുത്തു വെയ്ക്കുന്ന ദിനം. അവളുടെ വിവാഹദിനം. വരൻ പ്യാരീമോഹൻ അവളുടെ ഏട്ടനെപ്പോലെ എഴുത്തുകാരനായിരുന്നു. അല്പസ്വല്പം വിദ്യാഭ്യാസം നേടിയിരുന്നെങ്കിലും ചെറുപ്പക്കാരനായിരുന്നെങ്കിലും പ്യാരീമോഹൻ വിശാലഹൃദയനായിരുന്നില്ല. വീട്ടുകാരും കൂട്ടുകാരും പ്യാരീമോഹന്റെ കടുത്ത യാഥാസ്ഥിതികമനോഭാവത്തെ ഏറെ വാഴ്ത്തുമായിരുന്നു. ഗോവിന്ദലാലും പ്യാരീമോഹനെ അനുകരിക്കാൻ ഏറെ ശ്രമിച്ചിരുന്നെങ്കിലും ആ ശ്രമത്തിൽ പൂർണ്ണമായി വിജയിച്ചില്ല.

മിന്നുന്ന കസവുസാരിയിൽ ശരീരം പൊതിഞ്ഞ് കണ്ണീരൊഴുകുന്ന മുഖം മൂടുപടത്തിൽ മറച്ച് ഉമ ഭർതൃഗൃഹത്തിലേക്ക് യാത്രയായി. യാത്ര പറയുമ്പോൾ അമ്മ അവളോടു പറഞ്ഞു, ''ദേ നോക്ക്, മോളെ, അമ്മായിയമ്മ പറയുന്നതൊക്കെ അനുസരിക്കണം, വീട്ടുവേലകളൊക്കെ ചെയ്യണം. എഴുത്തും വായനയുമായി ഇരുന്നേക്കരുത്.''

ഏട്ടൻ ഗോവിന്ദലാലും സ്നേഹപൂർവം താക്കീതു നൽകി. ''ആ വീട്ടിലെ ചുമരുകളൊന്നും എഴുതി വൃത്തികേടാക്കരുത്. അവരൊക്കെ

വലിയ ചിട്ടവട്ടങ്ങളുള്ളവരാണ്. പിന്നെ പ്യാരീമോഹന്റെ കടലാസു കളിലൊന്നും കുത്തിക്കുറിക്കരുത്.''

ഈ മുന്നറിയിപ്പുകളൊക്കെ കേട്ട് ആ കൊച്ചു പെണ്ണിന്റെ മനസ്സിൽ ഭയാശങ്കകൾ നിറഞ്ഞു കവിഞ്ഞു. പുതിയ വീട്ടിൽ ആരും തന്റെ തെറ്റു കുറ്റങ്ങൾ പൊറുക്കില്ലെന്ന് അവൾക്കു മനസ്സിലായി. അവരുടെയൊക്കെ കണ്ണുകളിൽ തെറ്റും ശരിയും കുറ്റവും കുറവും എന്തൊക്കെയാണെന്ന് മനസ്സിലാക്കാനായി അവൾക്ക് ഏറെ ശകാരങ്ങൾ സഹിക്കേണ്ടിവരും. ഏറെ കാലവുമെടുക്കും.

പുതിയ വീട്ടിലും ഷെഹ്ണായി മുഴങ്ങിയിരുന്നു. വീടു നിറച്ചും ആളുകൾ. പക്ഷേ, സർവാഭരണഭൂഷിതയായി ബനാറസിപ്പട്ടിൽ പൊതിഞ്ഞ് മുഖം മറച്ചിരിക്കുന്ന ഭയഭീതയായ ആ കൊച്ചുപെൺകുട്ടി യുടെ ഹൃദയത്തിൽ നടക്കുന്നതെന്താണെന്ന് അറിയുന്നവരായി ആ ആൾക്കൂട്ടത്തിൽ ഒരാളെങ്കിലുമുണ്ടായിരുന്നോ എന്ന കാര്യം സംശയം.

ഭർതൃഗൃഹത്തിലേക്ക് ഉമയ്ക്കു കൂട്ടായി യശിയും പോന്നിരുന്നു. കുറച്ചു ദിവസം അവളോടൊപ്പം അവിടെ താമസിച്ച് അവളുടെ കാര്യങ്ങ ളൊക്കെ വേണ്ടപോലെ സൗകര്യപ്പെടുത്തിയശേഷം തിരിച്ചു പോകാ നായിരുന്നു യശിയുടെ പ്ലാൻ.

സ്നേഹമയിയും വിവേചനമതിയുമായ യശി ഉമയുടെ നോട്ടു പുസ്തകവും കൂടെ കൊണ്ടുപോന്നിരുന്നു. ആ പുസ്തകം ഉമയ്ക്ക് അമ്മവീടിന്റെ ഒരംശമായിരുന്നു; പിറന്ന വീട്ടിൽ കഴിച്ചുകൂട്ടിയ അതി ഹ്രസ്വമായ കാലഘട്ടത്തിന്റെ വാത്സല്യലേപിതമായ സ്മൃതിചിഹ്നം. വടിവില്ലാത്ത, മൂപ്പെത്താത്ത അക്ഷരങ്ങളിൽ കുറിച്ചിട്ട അമ്മമടി ത്തട്ടിന്റെ ഒരു സംക്ഷിപ്ത ചരിത്രം. അകാലത്തിൽ വീട്ടമ്മയാവാൻ വിധിക്കപ്പെട്ടവൾക്ക് സ്നേഹമധുരിമ കലർന്ന, ബാലസഹജമായ സ്വാതന്ത്ര്യബോധം ആസ്വദിക്കാനുള്ള ഒരു ചെറിയ അവസരം.

ഭർതൃഗൃഹത്തിലെത്തി ആദ്യത്തെ കുറെ ദിവസങ്ങളിൽ അവൾ ഒന്നും എഴുതിയില്ല. അതിനുള്ള സമയവും കിട്ടിയില്ലെന്നു പറയാം. കുറച്ചു ദിവസങ്ങൾക്കുശേഷം യശി തിരിച്ചു പോയി.

അന്ന് ഉച്ചനേരത്ത് ഉമ കിടപ്പറയുടെ വാതിലടച്ച് തന്റെ ട്രങ്കു പെട്ടി യിൽ നിന്ന് നോട്ടുപുസ്തകമെടുത്ത് കരഞ്ഞുകൊണ്ട് എഴുതി.

''യശി തിരിച്ചു പോയി. എനിക്കും പോണം, അമ്മേടടുത്തു പോണം.''

ഈയിടെയായി പുസ്തകങ്ങളിൽ നിന്നോ മാസികകളിൽ നിന്നോ പകർത്തിയെഴുതാനുള്ള സൗകര്യമില്ല, ഇച്ഛയുമില്ലെന്നു പറയാം. എന്നാലും ബാലികയുടെ ഹ്രസ്വരചനകൾക്കിടയിൽ വലിയ കാലദൈർഘ്യമില്ല. മുകളിൽ പറഞ്ഞത് എഴുതിയതിനു തൊട്ടു താഴെയായി 'ഏട്ടൻ ഒരു

തവണ എന്നെ വീട്ടിലേക്കു വിളിച്ചു കൊണ്ടുപോകാൻ വന്നിരുന്നെങ്കിൽ ഇനിയൊരിക്കലും ഏട്ടന്റെ എഴുതിവെച്ച താളുകൾ വൃത്തികേടാക്കില്ല.'

മകളെ വീട്ടിലേക്കു വിളിച്ചു കൊണ്ടുവരാൻ ഉമയുടെ അച്ഛൻ പല തവണ ശ്രമിച്ചുവെന്നാണ് കേൾവിപ്പെടുന്നത്. എന്നാൽ പ്യാരീമോഹനോടൊപ്പം ഗോവിന്ദലാലും ഒറ്റക്കെട്ടായി തടസ്സം നിന്നു.

ഗോവിന്ദലാൽ പറഞ്ഞു. ''ഭർതൃഗൃഹത്തിൽ താമസിച്ച് ഭർത്താവിനോടുള്ള ഭയഭക്തി ബഹുമാനങ്ങൾ വളർത്തിയെടുക്കേണ്ട സമയമാണിത്. ഈ സമയത്ത് ഉമയെ ഇടയ്ക്കിടെ വീട്ടിലേക്കു കൊണ്ടുവന്നാൽ അച്ഛനമ്മമാരുടെ വാത്സല്യം അവളുടെ മനസ്സ് ചഞ്ചലമാക്കിയെന്നിരിക്കും.''

ഈ വിഷയത്തെക്കുറിച്ച് ഗോവിന്ദലാൽ ഉപദേശവും പരിഹാസവും നിറഞ്ഞ അതിമനോഹരമായ ലേഖനം തയ്യാറാക്കി പ്രസിദ്ധീകരിച്ചു; അതു വായിച്ച് അതേ അഭിപ്രായം വെച്ചു പുലർത്തിയിരുന്ന കുറെയേറെ വായനക്കാർക്ക് അതിലടങ്ങിയ സത്യം പൂർണമായും ഉൾക്കൊള്ളാതിരിക്കാനായില്ല.

മറ്റുള്ളവരിൽ നിന്ന് ഇതുകേൾക്കാനിടയായ ഉമ പുസ്തകത്തിലെഴുതി 'ഏട്ടാ, നിങ്ങളുടെ കാലു പിടിക്കാം, എന്നെ ഒരു തവണ വീട്ടിലേക്കു കൂട്ടിക്കൊണ്ടുപോകൂ, ഇനിയൊരിക്കലും നിങ്ങളെ ശല്യം ചെയ്യില്ല.'

ഒരു ദിവസം ഉമ കതകടച്ചിരുന്ന് പുസ്തകത്തിൽ എന്തൊക്കെയോ കുത്തിക്കുറിക്കുകയായിരുന്നു. നാത്തൂൻ തിലകമഞ്ജരിക്ക് വല്ലാത്ത ജിജ്ഞാസ. ഏടത്തിയമ്മ ഇടയ്ക്കിടെ വാതിലടച്ച് അകത്തിരുന്ന് എന്തു ചെയ്യുകയാവാം. കണ്ടുപിടിക്കുകതന്നെ വേണം. വാതിലിലെ തുളയിലൂടെ അവളകത്തേക്കു നോക്കി. ഏടത്തിയമ്മ എന്തോ എഴുതുകയാണ്. അവളാകപ്പാടെ അന്ധാളിച്ചു പോയി. അവരുടെ വീട്ടിൽ ഒരിക്കലും ആരും സരസ്വതിയുമായി ഇത്തരം രഹസ്യസമാഗമം ഇന്നുവരെ നടത്തിയിട്ടില്ല.

ഇളയവൾ കനകമഞ്ജരിയും വന്നു ഒളികണ്ണിട്ടു നോക്കി. പെരുവിരലൂന്നിനിന്ന് കഷ്ടപ്പെട്ട് അകത്തേക്ക് ഏന്തിവലിഞ്ഞുനോക്കിയ ഏറ്റവും ഇളയവൾ അനംഗമഞ്ജരിക്കും മുറിക്കകത്തെ രഹസ്യം ബോധ്യപ്പെട്ടു.

എഴുത്തിൽ മുഴുകിയിരുന്ന ഉമയ്ക്ക് പൊടുന്നനെ മുറിക്കു പുറത്ത് മൂന്നു പേർ കിലുകിലോ ചിരിക്കുന്നതു കേൾക്കായി. കാര്യം മനസ്സിലായതും അവൾ ഉടൻതന്നെ നോട്ടു പുസ്തകം മടക്കി, ട്രങ്കിൽ വെച്ചു. നാണക്കേടും ഭയവും കാരണം അവൾ കിടക്കയെ ശരണം പ്രാപിച്ചു.

വിവരമറിഞ്ഞ് പ്യാരീമോഹൻ അത്യന്തം അസ്വസ്ഥനായി. എഴുത്തും വായനയും തുടങ്ങിയാൽ പിന്നെ നോവലും നാടകവുമൊക്കെയാവും അടുത്തത്. അതായത് വീട്ടുകാര്യങ്ങളിലൊന്നും ഒരു ശ്രദ്ധയും ഉണ്ടാവില്ല. ഇതേപ്പറ്റി, ഇതിന്റെ വരുംവരായ്കകളെപ്പറ്റി ഏറെ ആലോചിച്ച് അയാൾ ഒരു വിചിത്ര സിദ്ധാന്തം രൂപപ്പെടുത്തിയെടുത്തിരുന്നു. സ്ത്രൈണ പൗരുഷ ശക്തികളുടെ പരസ്പരവിലയനമാണ് പവിത്ര ദാമ്പത്യശക്തിയുടെ ഉറവിടം. എഴുത്തും വായനയും പഠിച്ച സ്ത്രീകൾക്ക് സ്ത്രൈണ ശക്തി നഷ്ടപ്പെടുകയും പൗരുഷശക്തി ലഭ്യമാവുകയും ചെയ്യുന്നു. ഇരു പൗരുഷശക്തികൾ തമ്മിലുള്ള വടംവലിയിൽ നിന്ന് വമ്പിച്ച ദുർശക്തി ഉടലെടുക്കും. ദാമ്പത്യശക്തി അതിൽ ലയിച്ചുപോകയും യുവതി വിധവയാകുകയും ചെയ്യും. ഈ സിദ്ധാന്തത്തെ എതിർത്തു പറയാൻ ആ വീട്ടിൽ ആരും ഉണ്ടായിരുന്നില്ല.

സന്ധ്യയ്ക്ക് വീട്ടിലെത്തിയ പ്യാരീമോഹൻ ഉമയോട് ഒരുപാടു കയർത്തു, ശകാരിച്ചു, പരിഹസിക്കുകയും ചെയ്തു. അയാൾ പറഞ്ഞു ''പേനയും ചെവിയിൽ തിരുകി വീട്ടമ്മ ഉദ്യോഗത്തിനു പോവുന്ന കാലമിങ്ങെത്തിപ്പോയി.''

പ്യാരീമോഹന്റെ പരിഹാസത്തിന്റെ പൊരുൾ ഉമയ്ക്കു പിടികിട്ടിയില്ല. അയാളുടെ ലേഖനങ്ങളൊന്നും അവൾ വായിച്ചിരുന്നില്ല. അതുകൊണ്ടുതന്നെ അയാളുടെ വ്യംഗ്യശൈലി മനസ്സിലാക്കാൻ മാത്രം അവളുടെ രസബോധം വളർന്നിരുന്നില്ല. പക്ഷേ അയാളുടെ ഭാവഹാവങ്ങൾ കണ്ട് അവൾക്ക് വല്ലാത്ത നാണക്കേട് തോന്നി. ഭൂമി രണ്ടായി പിളർന്നെങ്കിൽ, തനിക്ക് അതിനകത്തേക്ക് ഒളിക്കാനായെങ്കിൽ. എന്നാലേ ഈ അപമാനത്തിൽ നിന്നു തനിക്കു രക്ഷയുള്ളൂ എന്നവൾക്കു തോന്നിപ്പോയി.

പിന്നീട് കുറേ നാളത്തേക്ക് അവളൊന്നും എഴുതിയില്ല. ശരത്കാലമെത്തി. രാവിലെ വീട്ടിനടുത്തുകൂടി ഒരു നാടോടിഗായിക പാട്ടും പാടി പോകുന്നത് അവൾ കണ്ടു. ജനാലക്കമ്പികളിൽ മുഖമമർത്തിനിന്ന് അവൾ പാട്ടു കേട്ടു. ആഗമനി ഗാനമാണ്. ദുർഗ പിറന്ന വീട്ടിലേക്കു വിരുന്നു വരുന്ന, ദുർഗാപൂജ ഇങ്ങെത്തിപ്പോയെന്ന ഗാനം. ശരത്കാലത്തെ ഇളംവെയിൽ. അവൾക്ക് അമ്മവീടും കുട്ടിക്കാലവും ഓർമ്മ വന്നു. പാട്ടുകേട്ട് അവൾക്ക് ഇരിക്കപ്പൊറുതി ഇല്ലാതായി. അവളുടെ കണ്ണുകൾ നിറഞ്ഞു തുളുമ്പി.

തന്നെ വീട്ടിലേക്കു കൂട്ടിക്കൊണ്ടു പോകാൻ ഇത്രനാളും എന്തേ വന്നീല എന്ന് ഉമ (മാ ദുർഗ) സ്വന്തം അമ്മയോടു പരാതിപ്പെടുന്ന ഗാനം.

ഉമയ്ക്ക് പാടാനറിയില്ലായിരുന്നു, പക്ഷേ എഴുതാൻ പഠിച്ചതിൽപ്പിന്നെ ഒരു പാട്ടോ ശ്ലോകമോ കേട്ടാൽ അതെഴുതിയെടുത്ത് പാടാനാവാത്ത

ഖേദം അവൾ തീർക്കുമായിരുന്നു. അവൾ ഗായികയെ രഹസ്യമായി അകത്തേക്കു വിളിപ്പിച്ചു, മുറിയുടെ വാതിലടച്ച് വരികൾ എഴുതിയെടുക്കാൻ തുടങ്ങി. മൂന്നു നാത്തൂന്മാരും വാതിലിലെ ദ്വാരത്തിലൂടെ ഇതു മുഴുവൻ കണ്ടു. 'ഏടത്തിയമ്മേ ഞങ്ങളെല്ലാം കണ്ടു കേട്ടോ' എന്ന് അവർ ഒച്ചവെച്ചു.

ഇതു കേട്ട് ഉമ വാതിലു തുറന്ന് പുറത്തു വന്നു. കൂപ്പുകൈയോടെ അവർ മൂവരോടും കേണപേക്ഷിച്ചു. അരുത്, ദൈവത്തെയോർത്ത് ഇതാരോടും പറയരുത്. ഞാനിനി ഇങ്ങനെ ചെയ്യില്ല. സത്യം.

തിലകമഞ്ജരിയുടെ കണ്ണുകൾ തറയിൽ കിടക്കുന്ന തന്റെ നോട്ടു പുസ്തകത്തിൽ ഉടക്കി നിൽക്കയാണെന്ന കാര്യം ഉമ തിരിച്ചറിഞ്ഞു. അവളോടിച്ചെന്ന് അതെടുത്ത് നെഞ്ചോടു ചേർത്തു വെച്ചു. മറ്റു മൂവരും കൂടി അവളിൽനിന്നതു തട്ടിപ്പറിക്കാൻ കഴിവതും ശ്രമിച്ചു, പക്ഷേ പറ്റിയില്ല. തോൽവി സമ്മതിക്കേണ്ടി വന്നപ്പോൾ അവർ ഏട്ടനെ വിളിച്ചു.

പ്യാരീമോഹൻ ക്രുദ്ധനായി മുറിയിലേക്കു വന്നു. കട്ടിലിലിരുന്ന് അയാൾ ചീറി ''കൊണ്ടു വാ പുസ്തകം. ഇവിടെ കൊണ്ടു വാ.'' ഉമ പ്രതികരിച്ചില്ല അയാൾ തണുത്തുറഞ്ഞ സ്വരത്തിൽ ആജ്ഞാപിച്ചു ''ഇങ്ങു തരാൻ.''

പുസ്തകം കൂടുതൽ ശക്തമായി നെഞ്ചോടു വരിഞ്ഞു മുറുക്കി അവൾ ദയനീയമായി ഭർത്താവിനെ നോക്കി. പുസ്തകം ബലപൂർവം വലിച്ചെടുക്കാനായി അയാൾ തന്നെ സമീപിക്കുന്നതു കണ്ട അവൾ അതു തറയിലേക്കു വലിച്ചെറിഞ്ഞ് കൈപ്പത്തികൾകൊണ്ടു മുഖം പൊത്തി നിലത്തു വീണു.

പ്യാരീമോഹൻ പുസ്തകം കൈകളിലെടുത്തു. താളുകൾ മറിച്ച് അതിലെഴുതിയതൊക്കെ ഉറക്കെ, വായിക്കാൻ തുടങ്ങി. ഉമ ഭൂമിയിലേക്ക് കൂടുതൽ കൂടുതൽ ചുരുണ്ടുകൂടി. ശ്രോതാക്കളായിരുന്ന മറ്റു മൂന്നു പെൺകുട്ടികൾ കിലുകിലാ ചിരിച്ചു.

ഉമയ്ക്ക് ആ പുസ്തകം എന്നെന്നേക്കുമായി നഷ്ടപ്പെട്ടു.

പ്യാരീമോഹനും ഒരു നോട്ടുപുസ്തകമുണ്ടായിരുന്നു. എന്തൊക്കെയോ മൂഢൻ സിദ്ധാന്തങ്ങളും ലേഖനങ്ങളും എഴുതിക്കൂട്ടിയ ആ നോട്ടു പുസ്തകം പിടിച്ചെടുത്ത് നശിപ്പിക്കാൻ മനുഷ്യസ്നേഹികളാരും ഉണ്ടായിരുന്നില്ല.

(ഖാതാ, 1894)

ഗർവഭംഗം

രമാനാഥ് ഷീലിന്റെ മൂന്നുനില മാളികയിലെ ഏറ്റവും മുകളിലത്തെ നിലയിലായിരുന്നു ഗോപീനാഥ് ഷീലിന്റെ പത്നി ഗിരിബാലയുടെ ഇരിപ്പും കിടപ്പും. കിടപ്പറയിൽ തെക്കേവാതിലിനപ്പുറത്ത് തുറസ്സായ ടെറസ്സിൽ റോസും മുല്ലയും നട്ടുപിടിപ്പിച്ച ഏതാനും പൂച്ചട്ടികൾ. ടെറസ്സിന് നല്ല പൊക്കമുള്ള ചുറ്റുമതിലും പുറംകാഴ്ചകൾ കാണാനായി മതിലിൽ ഒരിഷ്ടിക വീതിയുള്ള വിടവുകളും ഉണ്ടായിരുന്നു. കിടപ്പറയിൽ അനേകം പടങ്ങൾ തൂക്കിയിട്ടിരുന്നു. വസ്ത്രം ധരിച്ചവരും അല്ലാത്തവരുമായ വിദേശ വനിതകളുടെ എൻഗ്രേവിംഗ് സ്റ്റൈലിൽ ഉള്ള ചിത്രങ്ങൾ. പക്ഷേ വാതിൽക്കലെ നിലക്കണ്ണാടിയിൽ പതിക്കുന്ന പതിനാറു വയസുകാരി ഗിരിബാലയുടെ സൗന്ദര്യം, ചുമരിൽ തൂങ്ങിക്കിടക്കുന്ന ചിത്രങ്ങളുമായി തട്ടിച്ചു നോക്കുമ്പോൾ ഒട്ടും കുറവായിരുന്നില്ല.

ഗിരിബാലയുടെ സൗന്ദര്യം മിന്നൽപ്പിണർപോലെയായിരുന്നു, ഒരു വിസ്മയം പോലെ, ഗാഢനിദ്രയിൽ നിന്നു ഞെട്ടിയുണരുന്ന ചേതന പോലെ. ആരേയും ഭ്രമിപ്പിക്കുന്ന, ആഘാതമേൽപിക്കാൻ കഴിവുള്ള, ഒറ്റ ക്ഷണത്തിൽ സ്തംഭിപ്പിക്കാൻ കഴിയുന്ന അത്യപൂർവ സൗന്ദര്യം. കാണുന്നവർക്കു തോന്നും ഇന്നുവരെ കണ്ടതൊന്നുമല്ല, ഇക്കാണുന്നതാണ് സൗന്ദര്യമെന്ന്.

സ്വന്തം സൗന്ദര്യം ഗിരിബാലയേയും ആപാദചൂഡം ഇക്കിളിയാക്കും പോലെ. കോപ്പയിൽ നുരഞ്ഞു പതയുന്ന മദ്യം പോലെ നവയൗവനവും സൗന്ദര്യവും അവളുടെ അംഗോപാംഗം വഴിഞ്ഞൊഴുകി. അവളുടെ വസ്ത്രങ്ങളിൽ, ആഭൂഷണങ്ങളിൽ, കൈകളുടെ ചലനങ്ങളിൽ, നീണ്ടുരുണ്ട കഴുത്തിന്റെ ഭംഗിയിൽ, ചഞ്ചലപാദപതനങ്ങളിൽ, പാദസരത്തിന്റെയും വളകളുടെയും കിലുക്കത്തിൽ, പുഞ്ചിരിയിൽ, ചടുലമായ മൊഴികളിൽ, തിളങ്ങുന്ന കണ്ണുകളിൽ അവ നിറഞ്ഞു തുളുമ്പി.

തുള്ളിത്തുളുമ്പുന്ന യുവത്വത്തിന്റെ മാദകലഹരി ഗിരിബാലയെ മത്തുപിടിപ്പിച്ചു. പലപ്പോഴും കാണാം വർണശബളമായ വസ്ത്രങ്ങൾ

ധരിച്ച് ചഞ്ചലചിത്തയായി അവൾ മട്ടുപ്പാവിൽ ഉലാത്തുന്നത്. മനസ്സിനകത്തു മുഴങ്ങുന്ന മറ്റാർക്കും കേൾക്കാനാകാത്ത, അവ്യക്തമായ ഏതോ സംഗീതത്തിന്റെ താളത്തിനൊപ്പിച്ച് അവയവങ്ങൾ നൃത്തം ചെയ്യാൻ ആഗ്രഹിക്കുംപോലെ അവൾക്കു തോന്നും. വൈവിധ്യമാർന്ന സ്വന്തം അംഗചലനങ്ങൾ അവളെ ആനന്ദമത്തയാക്കും. തന്നിൽ നിന്നു പ്രസരിക്കുന്ന സൗന്ദര്യതരംഗങ്ങൾ അവളെ സ്വയം പുളകിതഗാത്രയാക്കും. അലസഭാവത്തിൽ പൂച്ചട്ടിയിലെ ചെടിയിൽ നിന്ന് വലതു കൈ കൊണ്ട് ഒരില നുള്ളിയെടുത്ത് അവൾ കാറ്റിൽ പറത്തും. അപ്പോൾ അവളുടെ വളകൾ കിലുങ്ങും, സാരിത്തലപ്പ് കാറ്റിൽ വിടർന്നു പറക്കും, അവളുടെ വടിവൊത്ത കൈ കൂട്ടിൽനിന്ന് സ്വതന്ത്രയായ കിളിയെപ്പോലെ ആകാശത്തെ മേഘലോകത്തേക്ക് പറന്നുയരാൻ ആഗ്രഹിക്കുംപോലെ തോന്നും. പൂച്ചട്ടിയിൽ നിന്ന് ഒരു നുള്ളു മണ്ണെടുത്ത് ലക്ഷ്യമില്ലാതെ ചൂണ്ടിയെറിയും. പെരുവിരൽ നിലത്തൂന്നിനിന്ന് ചുറ്റുമതിലിന്റെ വിടവിലൂടെ വിശാലമായ പുറംലോകത്തെ ഒരു ക്ഷണം നോക്കിനിൽക്കും. തിരിഞ്ഞുനിന്ന് വീണ്ടും പുടവത്തലപ്പ് നേരാംവണ്ണം വലിച്ചിടുമ്പോൾ തുമ്പിൽ കെട്ടിവെച്ചിരിക്കുന്ന താക്കോൽകൂട്ടം കിലുങ്ങും. ഇതൊന്നുമല്ലെങ്കിൽ അവൾ കണ്ണാടിക്കു മുന്നിലിരുന്ന് കെട്ടിവെച്ചിരിക്കുന്ന മുടി അഴിച്ച് വീണ്ടും കെട്ടാൻ തുടങ്ങും. മുടിപ്പിന്നുകൾ കടിച്ചുപിടിച്ചാണ് കേശാലങ്കാരം. രണ്ടു കൈകളും പിന്നിലേക്കുയർത്തി തലമുടി വാരിയെടുത്ത് മുറുകെ കൊണ്ടുകെട്ടും. അതുകഴിഞ്ഞാൽ വേറൊന്നും ചെയ്യാനില്ലാത്തതിനാൽ ഉദാസീനയായി പതുപതുത്ത മെത്തയിൽ കിടക്കും. ഇലയിൽ വീണുകിടക്കുന്ന നിലാക്കീറുപോലെ.

അവൾക്ക് കുഞ്ഞുങ്ങളുണ്ടായിരുന്നില്ല. സമ്പന്നഗൃഹത്തിലെ വധുവാണ്, ഒരു പണിയും ചെയ്യാനുമില്ല. ഇങ്ങനെ നിത്യേന ഒറ്റയ്ക്ക് തന്നിൽത്തന്നെ ഒതുങ്ങിക്കൂടിയിരിക്കാൻ ഇനിയവൾക്കു വയ്യെന്നായിരിക്കുന്നു. ഭർത്താവുണ്ട്, പക്ഷേ അവളുടെ നിയന്ത്രണത്തിലല്ല. ഗിരിബാല കൗമാരത്തിൽനിന്ന് പൂർണ യൗവനത്തിലേക്ക് കാലൂന്നിയപ്പോഴേക്കും ഭർത്താവിന്റെ ദൃഷ്ടികൾ വേറെങ്ങോ ഉടക്കിപ്പോയി.

പക്ഷേ, അതിനുമുമ്പ് ഭർത്താവിന്റെ സ്നേഹം അവൾക്ക് കിട്ടിയിരുന്നു. ഭർത്താവ് അക്കാലത്ത് വിദ്യാർത്ഥിയായിരുന്നു. മധ്യാഹ്ന സമയങ്ങളിൽ ക്ലാസിൽ കയറാതെ, വീട്ടിലുള്ളവരുടെ കണ്ണുവെട്ടിച്ച് കൗമാരക്കാരിയായ പത്നിയോട് പ്രേമസല്ലാപം നടത്താൻ അയാളെത്തും. ഒന്നിച്ച് ഒരു മേൽക്കൂരയ്ക്കു കീഴിൽ കഴിയുന്നവരാണെങ്കിലും അയാൾ ഭാര്യയ്ക്ക് പ്രേമലേഖനങ്ങളയയ്ക്കും. ഏറ്റവും അടുത്ത സുഹൃത്തുക്കൾക്ക് ആ കത്തുകൾ കാണിച്ചു കൊടുത്ത് അഭിമാനം കൊള്ളും. നിസ്സാരമോ സാങ്കല്പികമോ ആയ കാരണങ്ങൾക്കായി പത്നിയുമായി പരിഭവങ്ങളും പിണക്കങ്ങളും കുറച്ചൊന്നുമായിരുന്നില്ല.

ഇങ്ങനെയിരിക്കെയാണ് ഗോപീനാഥിന്റെ അച്ഛൻ നിര്യാതനായത്. അതോടെ വമ്പിച്ച കുടുംബസ്വത്തും അതിന്റെ നടത്തിപ്പും മൂപ്പെത്താ പ്രായത്തിൽ ഗോപീനാഥിന്റെ തലയിലായി. പച്ചമരത്തിൽ എളുപ്പം ചിതലുപിടിക്കുംപോലെ ഗോപീനാഥിന്റെ ചുമലിലും ഒരുപാടു ശിങ്കിടികൾ സ്ഥാനം പിടിച്ചു. അതോടെ ഗോപീനാഥിന്റെ അന്തഃപുര സന്ദർശനം കുറഞ്ഞുകുറഞ്ഞു വരികയും മറ്റിടങ്ങളിലേക്കുള്ള പോക്ക് കൂടിക്കൂടി വരികയും ചെയ്തു.

നേതാവാകുക എന്നത് ഒരു തരം ഉത്തേജകമാണ്. മനുഷ്യർക്കത് ലഹരിയുമാണ്. അനേകം വ്യക്തികളേയും ചരിത്രത്തെത്തന്നെയും സ്വാധീനിക്കണമെന്ന പ്രബലമായ ത്വര നെപ്പോളിയനുണ്ടായിരുന്നു. ഒരു കൊച്ചു സംഘത്തിന്റെ നേതാവിനും അത്തരം ത്വര ചെറിയ തോതിലെങ്കിലും ഉണ്ടായിരിക്കും. തനിക്കു ചുറ്റും ഒരു ചങ്ങാതിക്കൂട്ടം ഉണ്ടാക്കിയെടുത്ത് അവർക്കുമേൽ അധികാരം സ്ഥാപിക്കുന്നതും അവരെക്കൊണ്ട് കൈയടിപ്പിക്കുന്നതും സംഘത്തലവനെ ഏറെ ഉത്തേജിതനാക്കും. ഇതിനായി പണം ചെലവാക്കാനോ കടമെടുക്കാനോ അഭിമാനം തന്നെ വിൽക്കാനോ പലരും തയ്യാറായെന്നു വരും.

ഗോപീനാഥും ചങ്ങാതിക്കൂട്ടത്തിന്റെ നേതാവായി വിലസി. ദിവസവും പുതിയ പുതിയ കേളികൾ, പുതിയ വിജയങ്ങൾ, പുതിയ തൂവലുകൾ. കൂട്ടുകാർ പറഞ്ഞു, ഇത്തരം കേളികളിൽ ഗോപീനാഥിനെക്കഴിഞ്ഞേയുള്ളൂ മറ്റാരും. ആ ഗർവിൽ, ഉത്തേജിതനായി സുഖദുഃഖസമ്മിശ്രമായ സകല ഗാർഹിക കർത്തവ്യങ്ങൾക്കും നേരെ കണ്ണടച്ച് ഹതഭാഗ്യനായ ഗോപീനാഥ് രാവും പകലും ചക്രം പോലെ കറങ്ങി നടക്കാൻ തുടങ്ങി.

വീട്ടിനകത്ത് പ്രജകളില്ലാത്ത രാജ്യത്തെ സിംഹാസനത്തിൽ മഹാറാണിയായി ലോകത്തെ ജയിക്കാൻ തക്ക സൗന്ദര്യമുള്ള ഗിരിബാലവാണു. അവൾക്കറിയാമായിരുന്നു, ഒരൊറ്റ നോട്ടം കൊണ്ട് ഈ ജഗത്തിനെ വെല്ലാൻ തനിക്കു കഴിയുമെന്ന്, പക്ഷേ അതിലെ ഒരൊറ്റ വ്യക്തിയെപ്പോലും ബന്ധനസ്ഥനാക്കാൻ തനിക്ക് ആവില്ലെന്ന്.

ഗിരിബാലയുടെ വേലക്കാരിയായിരുന്നു സുധാമുഖി. ആടിയും പാടിയും ശ്ലോകങ്ങൾ ചൊല്ലിയും അവൾ ഗിരിബാലയുടെ മനസ്സ് കുളിർപ്പിക്കാൻ ശ്രമിക്കും. ഗിരിബാലയുടെ സൗന്ദര്യത്തെ വാഴ്ത്തും, കുരങ്ങന്റെ കൈയിലെ പൂമാലയാണെന്ന് അർത്ഥം വെച്ചു പറയും. ഗിരിബാലയ്ക്ക് സുധയില്ലാതെ ഒന്നും നടക്കില്ല. തിരിച്ചും മറിച്ചും സ്വന്തം രൂപലാവണ്യത്തെക്കുറിച്ചുള്ള വർണന കേട്ടുകൊണ്ടിരിക്കും. അകമേ രോമാഞ്ചം കൊള്ളുമെങ്കിലും ഇടയ്ക്കൊക്കെ സുധയെ വഴക്കു പറയും, സുധ നുണ പറയുകയാണെന്ന് ആക്ഷേപിക്കും.

സുധ ഒരായിരം തവണ ആണയിട്ടു പറയും എല്ലാം സത്യമാണെന്ന്, ഗിരിബാലയ്ക്ക് അതു വിശ്വസിക്കാനൊരു ബുദ്ധിമുട്ടുമില്ല.

സുധ, ഗിരിബാലയെ പാട്ടു പാടി കേൾപ്പിക്കും. ഭഗവദ്പാദങ്ങളിൽ സ്വന്തം ജീവിതം തീറെഴുതി അർപ്പിച്ച ഭക്തനെപ്പറ്റി. ഗിരിബാല സങ്കല്പിക്കും തന്റെ മനോഹരപാദങ്ങളെക്കുറിച്ചാണ് ഗാനമെന്ന്, വഴി തെറ്റിയ ഒരു പഥികൻ തന്റെ കാൽക്കൽ വീഴുമെന്ന്. പക്ഷേ ഹാ, കഷ്ടം രണ്ടു മനോഹര പാദങ്ങൾ വിജനമായ മട്ടുപ്പാവിൽ തുടരെത്തുടരെ വിജയഘോഷയാത്ര നടത്തിയിട്ടും ഒരു ഭക്തനും സ്വേച്ഛയാ ക്രീത ദാസനാവാനെത്തിയില്ല.

ഗോപീനാഥ് സ്വന്തം ജീവിതം സ്വയം തീറെഴുതിക്കൊടുത്തത് ലവംഗ് എന്ന അഭിനേത്രിക്കാണ്. നാടകമേടയിൽ അവൾ മൂക്കുകൊണ്ടു കൃത്രിമശബ്ദത്തിൽ കരയുകയും ഏങ്ങിയേങ്ങി വലിച്ചു നീട്ടി പ്രാണ നാഥാ, പ്രാണേശ്വരാ എന്നൊക്കെ വിളിക്കുകയും മൂർച്ഛിച്ചു വീഴുകയും ചെയ്യുമ്പോൾ നനുത്ത ധോത്തിയും വെയിസ്റ്റ് കോട്ടും കാലുറകളു മിട്ടെത്തുന്ന കാണികൾ എക്സലെന്റ് എക്സലെന്റ്, എന്ന് ആവേശ ത്തോടെ വിളിച്ചു കൂവുമായിരുന്നു.

ഈ നടിയുടെ അത്യാശ്ചര്യകരമായ അഭിനയപാടവത്തെക്കുറിച്ച് ഗിരിബാല ഭർത്താവിന്റെ നാവിൽനിന്നു തന്നെ അനേകം തവണ കേട്ടി രുന്നു. അന്നൊന്നും ഗോപീനാഥ് പരിപൂർണമായി പിടികിട്ടാപ്പുള്ളി യായി മാറിയിരുന്നില്ല. ഭർത്താവിന്റെ മോഹാവസ്ഥ മനസ്സിലാക്കിയി രുന്നില്ലെങ്കിലും ലവംഗിനോട് ഗിരിബാലയ്ക്ക് അസൂയ തോന്നി യിരുന്നു. തനിക്കറിയാത്ത മനോരഞ്ജിനീ വിദ്യ മറ്റൊരാൾക്ക് അറി യാമെന്ന കാര്യം അവൾക്ക് സഹിക്കാനായില്ല. അസൂയയും കുതൂ ഹലവും കാരണം നാടകം കാണണമെന്ന ആഗ്രഹം അവൾക്കുണ്ടായി. പലതവണ ഭർത്താവിനോടു പറയുകയും ചെയ്തു, പക്ഷേ കൂട്ടിക്കൊണ്ടു പോകാൻ അയാൾ തയ്യാറായില്ല.

ഒടുവിൽ അവൾ സുധയ്ക്ക് പൈസ കൊടുത്ത് നാടകം കണ്ടിട്ടു വരാൻ പറഞ്ഞു. നാടകം കണ്ടു വന്ന സുധ മൂക്കും മുഖവും ചുളിച്ച് അഭിനേത്രിയെ ചൂലെടുത്തടിക്കണമെന്ന് അഭിപ്രായപ്പെട്ടു. അവരുടെ തരംതാണ രൂപവും ഭാവവും കണ്ട് മോഹാലസ്യപ്പെടുന്ന പുരുഷന്മാ രെക്കുറിച്ചും അവൾക്ക് അതേ അഭിപ്രായമായിരുന്നു. ഇതൊക്കെ കേട്ട് തൽക്കാലം ഗിരിബാലയ്ക്ക് സ്വല്പം സമാധാനമായി.

പക്ഷേ, പിന്നീട് ഗോപീനാഥ് സകല കെട്ടുപാടുകളും പൊട്ടിച്ചെ റിഞ്ഞ് പോയപ്പോൾ ഗിരിബാലയ്ക്ക് സംശയമായി. സുധയുടെ വാക്കു കൾ വിശ്വസിക്കുന്നില്ലെന്നു പറഞ്ഞപ്പോൾ സുധ, ഗിരിബാലയുടെ ദേഹത്തുതൊട്ട് ആണയിട്ടു പറഞ്ഞു. കരിഞ്ഞ വിറകുകൊള്ളിയിൽ സാരി ചുറ്റിയപോലത്തെ രൂപം, കുത്സിതമുഖം. ഇതൊക്കെയാണ്

ലവംഗ്. ഗിരിബാലയ്ക്ക് നടിയുടെ ആകർഷണശക്തിയുടെ ഉറവിടമെന്തെന്ന് മനസ്സിലാക്കാനായില്ല. സ്വാഭിമാനത്തിലേറ്റ ആഘാതം മൂലം അവൾ സ്വയം ദഹിക്കാൻ തുടങ്ങി.

ഒരു ദിവസം സന്ധ്യയ്ക്ക് സുധയുമൊത്ത് അവൾ രഹസ്യമായി നാടകം കാണാൻ ചെന്നു. വിലക്കപ്പെട്ട കാര്യങ്ങൾ ചെയ്യാൻ സാഹസവും ഉത്സാഹവും അധികമായിരിക്കും. ഗിരിബാലയുടെ ഹൃദയം ആകാംക്ഷയും സംഭ്രമവും കൊണ്ട് വിറകൊണ്ടു.

ആ സംഭ്രമത്തിൽ പ്രകാശമാനവും ജനനിബിഡവും വാദ്യസംഗീതമുഖരിതവും വർണചിത്രങ്ങളാൽ അലങ്കരിക്കപ്പെട്ടതുമായ നാടകമേട ഒരു മായികലോകമാണെന്ന പ്രതീതി ഉളവായി. ഉയർന്ന മതിൽക്കെട്ടിനകത്തെ നിർജ്ജീവവും ആനന്ദശൂന്യവും ശബ്ദരഹിതവും ആയ തന്റെ മണിമാളികയിൽ നിന്ന് ആകർഷണീയവും അലംകൃതവുമായ ഏതോ ഉത്സവലോകത്തെത്തിയതു പോലെ. ഇതൊക്കെ ഒരു സ്വപ്നമാണന്ന് അവൾക്കു തോന്നിപ്പോയി.

അന്നത്തെ നാടകം രാധയുടെയും കൃഷ്ണന്റെയും പ്രണയകലഹം ആയിരുന്നു. മണിയടിച്ചു, വാദ്യസംഗീതം തുടങ്ങി, കാണികൾ നിശ്ശബ്ദരായി സ്വസ്ഥാനത്തിരുന്നു. നാടകമേടയിൽ ദീപമാലകൾ പ്രകാശം പരത്തി, തിരശ്ശീല ഉയർന്നു, ഒരു സംഘം നർത്തകികൾ വ്രജസുന്ദരികളായി വേഷഭൂഷകളണിഞ്ഞെത്തി സംഗീതത്തിനൊപ്പിച്ച് നൃത്തം ചെയ്യാൻ തുടങ്ങി, കാണികളുടെ കൈയടികളും പ്രശംസാവചനങ്ങളും കൊണ്ട് കൊട്ടക മുഖരിതമായി. ഗിരിബാലയുടെ യുവരക്തത്തിലെ ലഹരി ഉന്മാദത്തിന്റെ വക്കിലെത്തി. സംഗീതത്തിന്റെ താളലയത്തിൽ, ദീപങ്ങളുടെ പ്രകാശത്തിൽ, ആടയാഭരണങ്ങളുടെ തിളക്കത്തിൽ, മുഖരിതമായ അന്തരീക്ഷത്തിൽ അവൾ ക്ഷണനേരത്തേക്ക് ചുറ്റുവട്ടത്തേയും സമൂഹത്തേയും ഈ ലോകത്തേയും തന്നെ തീരെ മറന്നുപോയി. താനെത്തിപ്പെട്ടിരിക്കുന്ന ലോകത്ത് യാതൊരു വിധ കെട്ടുപാടുകളുമില്ല, അതിസുന്ദരമായ സ്വാതന്ത്ര്യാനുഭൂതി അനുഭവിച്ചറിയുന്നതിന് യാതൊരു തടസ്സവുമില്ല.

സുധ ഇടയ്ക്കിടെ ആധിയോടെ വന്നു പറഞ്ഞു, ‘‘നോക്കൂ കൊച്ചമ്മേ നമുക്ക് പോകണ്ടേ? കൊച്ചേമാൻ കണ്ടാൽ പിന്നെ രക്ഷയില്ല.’’ ഗിരിബാല അതു കേട്ടതേയില്ല. അവളുടെ മനസ്സിലപ്പോൾ തെല്ലും ഭയമില്ലായിരുന്നു.

നാടകം മുന്നോട്ടുപോയി. രാധയ്ക്ക് വല്ലാത്ത പരിഭവം. അവളുടെ പരിഭവക്കടൽ നീന്തിക്കടക്കാൻ കൃഷ്ണന് ആവുന്നില്ല. വിനയവും അനുനയവും പ്രീണനങ്ങളും യാചനകളും കുറ്റസമ്മതവുമൊക്കെയായിട്ടും രാധ അയയുന്നില്ല. ഗിരിബാലയ്ക്കും തോന്നി ഉള്ളിൽ ഗർവ്.

കൃഷ്ണന്റെ അനുനയനങ്ങൾക്കു മുന്നിൽ അവൾ സ്വയം രാധയായി മാറി, സ്വന്തം അസീമമായ ശക്തിയും പ്രതാപവും അനുഭവിച്ചറിയുകയാണ്. തനിക്കെന്തുകൊണ്ട് ഇതുപോലെ ചെയ്തുകൂടാ? അവഹേളിക്കപ്പെട്ട, അപമാനിക്കപ്പെട്ട, ഉപേക്ഷിക്കപ്പെട്ട സ്ത്രീയാണെന്നതു ശരി, പക്ഷേ ഇതേപോലെ നിഷ്ഠുരയായി മറ്റൊരാളെ കരയിക്കാനുള്ള ശക്തി തനിക്കുമുണ്ട്. അസാധാരണ സൗന്ദര്യം അത്യന്തം ശക്തിമത്തായ ബ്രഹ്മാസ്ത്രമാണെന്ന് പലരും പറഞ്ഞു കേട്ടിട്ടേയുള്ളൂ, അനുമാനിക്കുക മാത്രമേ ചെയ്തിട്ടുള്ളൂ. ദീപാലംകൃതമായ സ്റ്റേജിൽ സംഗീതത്തിന്റെ അകമ്പടിയോടെ അരങ്ങേറിയ സ്പഷ്ടവും സുന്ദരവുമായ ദൃശ്യത്തിലൂടെ അവളത് പ്രത്യക്ഷമായി കണ്ടു. അവളുടെ മസ്തിഷ്കത്തിൽ ലഹരി നിറഞ്ഞു.

അവസാനം യവനിക വീണു. ഗ്യാസ് ലൈറ്റുകൾ മങ്ങിത്തുടങ്ങി. കാണികൾ പിരിഞ്ഞുപോകാൻ തുടങ്ങി. ഗിരിബാല മാന്ത്രികശക്തിയാലെന്നപോലെ അവിടെത്തന്നെ ഇരുന്നുപോയി. ഇവിടെനിന്നെഴുന്നേറ്റ് വീട്ടിലേക്കു പോകേണ്ടതുണ്ടെന്ന് അവൾ ഓർത്തതേയില്ല. അവൾ വിചാരിച്ചത് നാടകം അവസാനിക്കില്ലെന്നായിരുന്നു. തിരശ്ശീല വീണ്ടും ഉയരും. രാധികയ്ക്കു മുന്നിൽ കൃഷ്ണന്റെ പരാജയം. അതല്ലാതെ മറ്റൊരു വിഷയത്തിനും പ്രസക്തിയില്ല. സുധ പറഞ്ഞു ''കൊച്ചമ്മേ എണീക്കൂ, എന്താണിത് നമുക്ക് പോകണ്ടേ? വേഗം എണീക്കൂ, വിളക്കുകളെല്ലാം അണഞ്ഞു പോകും.''

സ്വന്തം കിടപ്പറയിൽ ഗിരിബാല തിരിച്ചെത്തിയപ്പോൾ രാവ് ഏറെ ചെന്നിരുന്നു. മുറിയുടെ കോണിൽ ഒരു കൊച്ചു വിളക്ക് പ്രകാശം പരത്തുന്നു. മുറിക്കകത്ത് ആരുമില്ല. നിശ്ശബ്ദം. കട്ടിലിനു മുകളിലെ കൊതുകുവല കാറ്റിൽ അല്പമൊന്നിളകി. തന്റെ ദൈനംദിനലോകം എത്രമാത്രം വിരസവും നിസ്സാരവും വിജനവുമാണെന്ന് അവൾക്ക് അനുഭവപ്പെട്ടു. പ്രകാശോജ്ജ്വലമായ, സംഗീതമയമായ സൗന്ദര്യലോകം എവിടേയോ അവിടെ തന്റെ സർവപ്രതാപവും പ്രസരിപ്പിച്ചുകൊണ്ട് ജഗത്തിന്റെ കേന്ദ്ര ബിന്ദുവായി വിലസാനായെങ്കിൽ, അവിടെ അവൾ അവഹേളിതയല്ല, അജ്ഞാതയല്ല, തുച്ഛയായ യുവതിയുമല്ല.

അന്നുമുതൽ എല്ലാ ആഴ്ചകളിലും അവൾ നാടകത്തിനു പോകാൻ തുടങ്ങി. ക്രമേണ അവളുടെ ആദ്യത്തെ മോഹമുഗ്ധത കുറഞ്ഞു കുറഞ്ഞു വന്നു. ഇപ്പോൾ നടീനടന്മാരുടെ മുഖത്തെ ചായക്കൂട്ടുകൾ, സൗന്ദര്യക്കുറവ്, അഭിനയത്തിലെ കൃത്രിമത്വം എല്ലാം അവളുടെ കണ്ണിൽ പെടാൻ തുടങ്ങി. എന്നാലും നാടകം കാണാനുള്ള മോഹം കുറഞ്ഞില്ല. യുദ്ധഭേരി കേട്ടാൽ സൈനികരുടെ ഹൃദയം ആവേശം കൊള്ളും പോലെ അരങ്ങിലെ തിരശ്ശീല പൊങ്ങുമ്പോൾ അവളുടെ ഹൃദയം തുടികൊട്ടിത്തുടങ്ങും. സമസ്ത ലോകത്തിൽനിന്നും സ്വതന്ത്രമായി

ഉയർന്നു നിൽക്കുന്ന മേട; തങ്കലിപികളാലും വർണപടങ്ങളാലും അലങ്കരിക്കപ്പെട്ട ഇടം , അത്യുജ്ജ്വലമായ ദീപപ്രഭയിൽ സംഗീതനൃത്തങ്ങൾ ഇന്ദ്രജാലം സൃഷ്ടിക്കുന്ന പകിട്ടേറിയ മായികലോകം. അസംഖ്യം മുഗ്ധദൃഷ്ടികൾ കേന്ദ്രീകരിച്ചിരിക്കുന്ന മണിമേട. പശ്ചാത്തലത്തിൽ മറഞ്ഞു നിൽക്കുന്ന അണിയറയോ മറ്റൊരു രഹസ്യലോകം. വിശ്വവിജയിനിയായ സൗന്ദര്യറാണിക്ക് ഇതല്ലാതെ വേറേതു മായാസിംഹാസനം.

കാണികൾക്കിടയിൽ ഭർത്താവിനെ ആദ്യമായി കണ്ട ദിവസം അവൾക്ക് കഠിനമായ അവജ്ഞയാണ് തോന്നിയത്. ഏതോ ഒരു നടിയുടെ അഭിനയ ചാതുരിയെപ്പറ്റി ഉന്മത്തനെപ്പോലെ ജല്പനം നടത്തുകയായിരുന്നു അയാൾ. അത്യന്തം വിചലിതചിത്തയായി അവൾ ഉറപ്പിച്ചു; എന്നെങ്കിലും ഒരു നാൾ തന്റെ രൂപലാവണ്യത്തിൽ ആകൃഷ്ടനായി, ചിറകു കരിഞ്ഞ കിളിയെപ്പോലെ ഭർത്താവ് തന്റെ കാൽക്കൽ വന്നു വീഴുകയാണെങ്കിൽ, കാൽനഖം കൊണ്ട് അയാളെ തട്ടിമാറ്റി സ്വാഭിമാനത്തോടെ നടന്നു പോകണം, എന്നാൽ മാത്രമേ തന്റെ വ്യർത്ഥമായിപ്പോയ യൗവനത്തിനും സൗന്ദര്യത്തിനും സാർത്ഥകത ലഭിക്കൂ.

പക്ഷേ, ആ ശുഭദിനം വന്നെത്തിയതേയില്ല. മാത്രമല്ല, ഗോപീനാഥിനെ കണ്ടുകിട്ടുന്നതു തന്നെ അപൂർവമായിത്തുടങ്ങി. ധൂർത്തു മൂത്ത്, ചുഴലിക്കാറ്റെന്നപോലെ കൂട്ടുകാരേയും കൂട്ടി അയാൾ എങ്ങു പോയ് മറഞ്ഞെന്ന് ആർക്കും ഒരു പിടിയും ഇല്ലായിരുന്നു.

ചൈത്രമാസത്തിലെ വസന്തപൗർണമി. സന്ധ്യയ്ക്ക് വാസന്തീനിറത്തിലുള്ള പുടവയുടുത്ത് തെക്കൻ കാറ്റിൽ പുടവത്തലപ്പ് പറപ്പിച്ച് ഗിരിബാല ടെറസ്സിൽ ഇരിക്കുകയായിരുന്നു. ഭർത്താവിന്റെ വരവും പോക്കും ഉണ്ടായിരുന്നില്ലെങ്കിലും ഗിരിബാല നിത്യവും ചമഞ്ഞൊരുങ്ങും. ആഭരണങ്ങൾ മാറ്റിമാറ്റി അണിയും. മുത്തും വജ്രവും കൊണ്ടുള്ള ആഭരണങ്ങൾ അവളുടെ ദേഹശോഭ വർധിപ്പിച്ചിരുന്നു. അന്ന് അവൾ കൈകളിലും കഴുത്തിലും മുത്തും മാണിക്യവും കോർത്തിണക്കിയ ആഭരണങ്ങൾ ധരിച്ചിരുന്നു. ഇടതു കൈയിലെ ചെറുവിരലിൽ നീലക്കല്ലു വെച്ച മോതിരവും. സുധ കാൽക്കലിരുന്ന് കൊച്ചമ്മയുടെ തുടുത്തു മൃദുലമായ രണ്ടു പാദങ്ങളും ഇടയ്ക്കിടെ തടവിക്കൊണ്ട് പറഞ്ഞു: ''കൊച്ചമ്മേ ഞാനൊരു പുരുഷനായിരുന്നെങ്കിൽ ഈ പാദങ്ങളെ നെഞ്ചോടു ചേർത്തു മരിച്ചു പോകാൻ തയ്യാറായേനേ.'' ഗിരിബാല ഗർവോടെ ചിരിച്ചുകൊണ്ട് പ്രതികരിച്ചു. ''പിന്നല്ലേ, നെഞ്ചിലേറ്റാതെത്തന്നെ മരിക്കേണ്ടി വരുമെന്നാണ് തോന്നുന്നത്. ഞാൻ കാലുകളങ്ങനെ വെച്ചു നീട്ടിയിട്ടു വേണ്ടേ? വെറുതെ അതുമിതും പറയാതെ നീയാ പാട്ടു പാട്.''

നിലാവിൽ മുങ്ങിയ മട്ടുപ്പാവിലിരുന്ന് സുധ പാടാൻ തുടങ്ങി. ഭഗവാന്റെ ചരണങ്ങളിൽ സ്വന്തം ജീവിതം തീറെഴുതി അർപ്പിച്ച ഭക്തന്റെ ഗാനം.

രാത്രി മണി പത്തു കഴിഞ്ഞിരുന്നു. വീട്ടിലുള്ളവരൊക്കെ അത്താഴം കഴിച്ച് ഉറങ്ങാൻ കിടന്നിരിക്കുന്നു. അന്നേരം അത്തറു പൂശി, സ്കാർഫ് പറപ്പിച്ചുകൊണ്ട് പൊടുന്നനെ ഗോപീനാഥ് മുറിക്കകത്തെത്തി. സുധ പാട്ടു നിർത്തി, നാക്കു കടിച്ച്, പുടവത്തലപ്പ് വലിച്ചു മുഖത്തേക്കിട്ട് അതിവേഗം മുറിയിൽ നിന്നു പുറത്തു പോയി.

ഗിരിബാല അനുമാനിച്ചു, താൻ കാത്തിരുന്ന ദിനം വന്നെത്തിയെന്ന്. അവൾ മുഖമുയർത്തി നോക്കിയതു പോലുമില്ല. രാധികയെപ്പോലെ ഗൗരവം പൂണ്ട് നിശ്ചലയായി ഇരുന്നു. പക്ഷേ നാടകത്തിലെ രംഗം ആവർത്തിക്കപ്പെട്ടില്ല. മയിൽപ്പീലി ചൂടിയ കണ്ണൻ രാധികയുടെ കാൽക്കൽ വീണില്ല, എന്തിനാണ് പൂർണിമരാവിൽ ശശിവദനം മറച്ചുവെക്കുന്നതെന്ന് വികാരവായ്പോടെ രാഗമാലികയിൽ ആരും പാടിയുമില്ല. സംഗീതത്തിന്റെ ലാഞ്ഛനപോലുമില്ലാത്ത നീരസത്തോടെ ഗോപീനാഥ് പറഞ്ഞു. ''താക്കോലൊന്നു തന്നാട്ടെ.''

നിലാവൊഴുകുന്ന വാസന്തരാത്രി. നീണ്ട വിരഹത്തിനുശേഷം കണ്ടുമുട്ടുന്ന പ്രണയജോടികൾ. ഇതാണോ അവരുടെ ആദ്യത്തെ സംഭാഷണം? കാവ്യങ്ങളിലും നാടകങ്ങളിലും നോവലുകളിലും എഴുതുന്നതൊക്കെ വെറും മിഥ്യ. തനി പച്ചക്കള്ളം. സ്റ്റേജിൽ കാമുകൻ പ്രണയഗാനം പാടി കാമുകിയുടെ കാൽക്കൽ വീഴുന്നതുകണ്ട് ഹൃദയം ഉരുകിപ്പോകുന്ന പ്രേക്ഷകനാണോ ഇവിടെ, വീട്ടിലെ ടെറസ്സിൽ വാസന്തനിലാവിൽ കുളിച്ചുനിൽക്കുന്ന അനുപമസുന്ദരിയായ യുവതിയോട്, സ്വന്തം ഭാര്യയോട് ഏറെ നാളത്തെ വിരഹത്തിനുശേഷം. ''ദേ ആ താക്കോലിങ്ങു താ'' എന്നു പറയുന്നത്?

ആ വാക്കുകളിൽ സ്വരമാധുരി പോയിട്ട് ഒരു തരി മോഹമോ സ്നേഹമോ ഇല്ല.

ഭൂതലത്തിലെ അപമാനിതരായ സകലമാന കവികളുടേയും നെടുവീർപ്പായി തെക്കൻകാറ്റു വീശി. പിച്ചകപ്പൂക്കളുടെ സുഗന്ധം ചുറ്റിലും പരന്നു. കാറ്റിൽ ഗിരിബാലയുടെ കുറുനിരകൾ നെറ്റിയിലും കണ്ണിലും വീണു, മഞ്ഞനിറമുള്ള പുടവത്തുമ്പ് ചെറുതായൊന്നിളകി. സകല അഭിമാനവും കൈവെടിഞ്ഞ് ഗിരിബാല എഴുന്നേറ്റു നിന്നു. ഭർത്താവിന്റെ കൈ പിടിച്ചു വലിച്ചുകൊണ്ടു പറഞ്ഞു, ''താക്കോൽ തരാം, ആദ്യം മുറിയിലേക്കു വരൂ.'' ഇന്നവൾ കരയും, കരയിപ്പിക്കുകയും ചെയ്യും. തന്റെ സമസ്തസ്വപ്നങ്ങളേയും ഇന്നവൾ സാക്ഷാത്കരിക്കും. ബ്രഹ്മാസ്ത്രം പുറത്തെടുത്ത് അവൾ വിജയിക്കും, അവൾ ദൃഢനിശ്ചയം ചെയ്തിരിക്കുന്നു.

ഗോപീനാഥ് പറഞ്ഞു, ''എനിക്കു നിൽക്കാൻ സമയമില്ല. നീ താക്കോൽ താ.''

ഗിരിബാല പറഞ്ഞു. ''ഞാൻ താക്കോൽ തരാം. ഉള്ളതൊക്കെ തരാം. പക്ഷേ ഇന്നു രാത്രി നിങ്ങൾ എവിടേക്കും പോകരുത്.''

ഗോപീനാഥ്, ''അതു നടക്കില്ല. എനിക്ക് വേറെ ജോലിയുണ്ട്.''

ഗിരിബാല ശഠിച്ചു. ''എന്നാൽ പിന്നെ ഞാൻ താക്കോലും തരില്ല.''

ഗോപീനാഥ് കയർത്തു. ''തരില്ലെന്നോ. എന്നാലതൊന്നു കാണട്ടെ.''

അയാൾ ഗിരിബാലയുടെ പുടവത്തുമ്പു വലിച്ചു നോക്കി, ഇല്ല അതിൽ കോർത്തിട്ടിട്ടില്ല. മുറിക്കകത്തു ചെന്ന് കണ്ണാടിക്കു മുന്നിലെ പേടകം തുറന്നു നോക്കി. ഇല്ല. അവൾ ചമയ സാമഗ്രികൾ വെച്ചിരുന്ന പെട്ടി വെറിയോടെ തുറന്നു. അതിനകത്തു നിന്ന് കൺമഷിഡപ്പിയും ചീപ്പും സിന്ദൂരച്ചെപ്പും മുടിപ്പിന്നുകളും തുടങ്ങി പലതും പുറത്തേയ്ക്ക് ചിതറി വീണു. പക്ഷേ താക്കോലില്ല. കിടക്ക വലിച്ചു മാറ്റിയും തല യിണച്ചോട്ടിലും എല്ലായിടത്തും തെരഞ്ഞു. മുറിക്കകത്തെ സകല വസ്തുക്കൾക്കും സ്ഥാനഭ്രംശം ഉണ്ടായി. ഒരിടത്തും താക്കോലില്ല.

മുറിയുടെ വാതിൽക്കൽ വഴിമുടക്കിക്കൊണ്ട് ഗിരിബാല നിശ്ചല യായി പ്രതിമ കണക്കെ നിന്നു. നിരാശനായ ഗോപീനാഥ് ഗർജ്ജിച്ചു. ''താക്കോൽ തന്നേക്ക്. ഇതു നല്ലതിനല്ല, പറഞ്ഞേക്കാം.''

ഗിരിബാല പ്രതികരിച്ചതേയില്ല. അപ്പോൾ അവളെ ബലപൂർവം അമർത്തിപ്പിടിച്ച് കൈയിലെ വളയും കഴുത്തിലെ ഹാരവും വിരലിലെ മോതിരവും ഊരിയെടുത്തു, അവളെ കാലുകൊണ്ട് തൊഴിച്ചു മാറ്റി ഗോപീനാഥ് പുറത്തേക്കു പോയി.

വീട്ടിലെ ആരുടെയും ഉറക്കത്തിന് ഭംഗം വന്നില്ല. ചുറ്റുവട്ടത്തുള്ള ആരും ഒന്നുമറിഞ്ഞില്ല. നിലാവു നിറഞ്ഞ രാത്രി സ്തബ്ധയായി നില കൊണ്ടു. സർവത്ര ശാന്തി, പരിപൂർണശാന്തി മാത്രം. പക്ഷേ ഗിരി ബാലയുടെ അന്തരാളത്തിലെ ആർത്തനാദം വെളിയിലെ ശൂന്യതയി ലേക്ക് പരന്നൊഴുകിയിരുന്നെങ്കിൽ ചൈത്രമാസത്തിലെ നിലാവുപരന്ന രാവ് ഹൃദയഭേദകമാം വിധം അലറിക്കരഞ്ഞിരുന്നേനേ. ഇത്തരത്തി ലുള്ള സമ്പൂർണ നിശ്ശബ്ദതയിൽ ഇത്തരം ഹൃദയഭേദകമായ സംഭ വങ്ങൾ നടക്കുമെന്നോ?

ആ രാത്രിയും എങ്ങനെയോ അവസാനിച്ചു. തന്റെ പരാജയം, അപ മാനം, അഭിമാനക്ഷതം ഗിരിബാലയ്ക്കു സഹിക്കാനായില്ല. സുധയോടു പോലും ഒന്നും തുറന്നു പറയാനായില്ല. ആത്മഹത്യ ചെയ്താലോ എന്നവൾ ആലോചിച്ചു. വ്യർത്ഥമായ സൗന്ദര്യവും യൗവനവും സ്വയം നശിപ്പിച്ച് സ്വന്തം അപമാനത്തിന് പ്രതികാരം ചെയ്താലോ. പിന്നെ തോന്നി, ഇല്ല അത് തന്നോടു തന്നേയുള്ള പ്രതികാരമാവും. തന്റെ ആത്മഹത്യമൂലം ആർക്കും ലാഭമോ നഷ്ടമോ ഉണ്ടാകാൻ പോകുന്നില്ല.

ഈ ഭൂമിക്കെന്തെങ്കിലും നഷ്ടമുണ്ടായാൽത്തന്നെ അത് ആർക്കമൊട്ടു മനസ്സിലാവുകയുമില്ല. ജീവിതത്തിലും സുഖമെന്തെന്നറിഞ്ഞില്ല, മരണവും സാന്ത്വനമേകുന്നില്ല.

ഗിരിബാല എല്ലാവരോടുമായി പറഞ്ഞു, ''ഞാൻ എന്റെ വീട്ടിലേക്കു പോകുന്നു.'' അവളുടെ പിറന്ന വീട് കൽക്കത്തയിൽനിന്ന് ഏറെ ദൂരെയായിരുന്നു. എല്ലാവരും തടുത്തു. പക്ഷേ അവൾ, ആ വീടിന്റെ കൊച്ചമ്മ ഒന്നും ചെവിക്കൊണ്ടില്ല, ആരേയും സഹായത്തിനു കൂടെ കൂട്ടിയതുമില്ല. ഗോപീനാഥ് കൂട്ടുകാരോടൊപ്പം ബോട്ടിൽ ഉല്ലാസയാത്ര പോയിരിക്കയായിരുന്നു. എവിടേക്കാണെന്നോ എത്ര നാളത്തേക്കാണെന്നോ ആർക്കും അറിഞ്ഞുകൂടായിരുന്നു.

രണ്ടാംഭാഗം

ഗന്ധർവ തിയേറ്ററിലെ എല്ലാ പ്രദർശനങ്ങൾക്കും ഗോപീനാഥ് സന്നിഹിതനാവുമായിരുന്നു. അവരുടെ മനോരമ എന്ന നാടകത്തിൽ ലവംഗ് ആയിരുന്നു മനോരമയുടെ ഭാഗം അഭിനയിച്ചിരുന്നത്. ഗോപീനാഥ് കൂട്ടുകാരോടൊപ്പം മുൻപന്തിയിലിരുന്ന് ഉച്ചത്തിൽ അവളെച്ചൊല്ലി ആർപ്പുവിളിക്കുകയും സ്റ്റേജിലേക്ക് പൂവും പണവും വാരിയെറിയും ചെയ്യുമായിരുന്നു. ഇടയ്ക്കു ചില ദിവസങ്ങളിൽ കശപിശയുണ്ടാക്കി കാണികളെ നീരസപ്പെടുത്തുകയും ചെയ്യും. എന്നാലും തിയേറ്ററുടമകൾ ഒരിക്കലും അയാൾക്ക് പ്രവേശനം നിഷേധിച്ചില്ല.

ഒരു ദിവസം കുടിച്ചു മത്തനായ ഗോപീനാഥ് ഗ്രീൻ റൂമിൽ കയറി ഏറെ ശല്യമുണ്ടാക്കി. ഏതോ നടിയുടെ നിസ്സാരമോ സാങ്കല്പികമോ ആയ പെരുമാറ്റത്താൽ താൻ അപമാനിതനായെന്നു തോന്നി, അകത്തേക്കു കടന്നു ചെന്ന് ആ നടിയെ കഠിനമായി പ്രഹരിച്ചു. അവളുടെ ഉറക്കെയുള്ള കരച്ചിലും ഗോപീനാഥിന്റെ ശകാരവർഷങ്ങളും കേട്ട് തിയേറ്ററിലുള്ളവരെല്ലാം ഭയചകിതരായി.

ആ ദിവസം ഭാരവാഹികൾക്ക് ക്ഷമിക്കാനായില്ല. പൊലീസിന്റെ സഹായത്തോടെ ഗോപീനാഥിനെ പിടിച്ചുതള്ളി വെളിയിലേക്കിറക്കി വിട്ടു.

ഈ അപമാനത്തിന് പ്രതികാരം ചെയ്യുമെന്ന് ഗോപീനാഥ് ദൃഢനിശ്ചയം ചെയ്തു. ദുർഗാപൂജയ്ക്ക് ഒരു മാസം മുമ്പ് മുതൽ തിയേറ്റർ ഉടമകൾ മനോരമ നാടകത്തെക്കുറിച്ച് ഏറെ ആഘോഷത്തോടെ പരസ്യപ്രചാരണം നടത്തിയിരുന്നു. നാടക നോട്ടീസുകൾ കൊണ്ട് കൽക്കത്ത നഗരം മുങ്ങിപ്പോയെന്നു പറയാം.

ഈയവസരത്തിൽ ഗോപീനാഥ് മനോരമയിലെ മുഖ്യനടി ലവം ഗിനേയും ബോട്ടിൽ കയറ്റി എങ്ങോ തിരോധാനം ചെയ്തു കളഞ്ഞു. ആർക്കും അവരിരുവരേയും അന്വേഷിച്ചു കണ്ടെത്താനായില്ല.

തിയേറ്ററുടമകൾ അത്യന്തം ധർമ്മസങ്കടത്തിലായി. കുറച്ചു ദിവസം ലവംഗിനു വേണ്ടി അവർ കാത്തിരുന്നു. ഫലമുണ്ടായില്ല. അവസാനം മറ്റൊരു നടിയെ പരിശീലിപ്പിച്ചെടുത്തു, അതിനായി നാടകം അല്പ ദിവസത്തേക്കു മാറ്റി വയ്ക്കേണ്ടിയും വന്നു.

പക്ഷേ അതുകൊണ്ട് തിയറ്ററുടമകൾക്ക് ഒരു നഷ്ടവും ഉണ്ടായില്ല. കാണികൾ നാടകം കാണാൻ തടിച്ചു കൂടി. പലർക്കും ടിക്കറ്റു കിട്ടാതെ നിരാശരായി മടങ്ങേണ്ടി വന്നു. പത്രങ്ങളും പുതിയ നടിയെ വാനോളം പ്രശംസിച്ചു.

ആ പ്രശംസകൾ ദൂരദേശത്ത് ഗോപീനാഥിന്റെ കാതിലും വീണു. അയാൾക്ക് ഇരിക്കപ്പൊറുതി ഉണ്ടായില്ല. അസൂയയും കൗതുകവും അടക്കാനാവാതെ അയാളും നാടകം കാണാനെത്തി.

നാടകത്തിന്റെ ആദ്യഭാഗത്ത് നിർധന കുടുംബത്തിൽ പിറന്ന മനോരമ മുഷിഞ്ഞ വസ്ത്രങ്ങളണിഞ്ഞ് ദാസിയായാണ് ഭർത്താവിന്റെ വീട്ടിൽ താമസിക്കുന്നത്. അടങ്ങിയൊതുങ്ങി സ്വന്തം കർത്തവ്യങ്ങൾ നിർവഹിക്കുന്ന അവൾ സംസാരിക്കാറേയില്ല. അവളുടെ മുഖവും ആർക്കും കാണാനാകുന്നില്ല. താമസിയാതെ ഭർത്താവ് അവളെ പിറന്ന വീട്ടിലേക്ക് പറഞ്ഞയയ്ക്കുകയാണ്. കാരണം പണം മോഹിച്ച് അയാൾ വേറെ ഏതോ കോടീശ്വരന്റെ ഏകമകളെ കല്യാണം കഴിക്കാൻ തീരുമാനിച്ചിരിക്കുന്നു. വിവാഹശേഷം ഭർതൃഗൃഹത്തിലെത്തുന്ന നവവധുവിനെ ഭർത്താവ് കാണുന്നു. ഇത് ആ പഴയ മനോരമ തന്നെ, പക്ഷേ ദാസീ വേഷത്തിലല്ലെന്നു മാത്രം. ആടയാഭരണങ്ങളാൽ ആഭൂഷിതയായ അവളിൽ നിന്ന് ഐശ്വര്യവും സൗന്ദര്യവും നാലുപാടും പ്രസരിക്കുന്നു. നന്നേ ചെറുപ്പത്തിൽ ധനികനായ പിതാവിന്റെ വീട്ടിൽനിന്ന് അപഹരിക്കപ്പെട്ട് ദരിദ്രഗൃഹത്തിൽ വളരേണ്ടിവന്ന മനോരമയെ വളരെ വർഷങ്ങൾക്കുശേഷം സ്വന്തം അച്ഛനമ്മമാർ കണ്ടെത്തുകയും വിവരങ്ങളൊക്കെ മനസ്സിലാക്കി പഴയ ഭർത്താവുമായി പുനർവിവാഹം നടത്തുകയും ചെയ്യുന്നുവെന്നു കഥ. അതോടെ ഭർത്താവിന്റെ പത്തി താഴുന്നു.

പക്ഷേ ഇതിനിടയിൽ കാണികൾക്കിടയിൽ ഒരു ഭാഗത്ത് ഒച്ചപ്പാടും ബഹളവും. മനോരമ ദാസീവേഷത്തിലായിരുന്നേടത്തോളം ഗോപീനാഥ് അനങ്ങാതെയിരുന്ന് എല്ലം കണ്ടു. എന്നാൽ പിന്നീട് സർവാഭരണ വിഭൂഷിതയായി മുഖം മറയ്ക്കാതെ രംഗത്തു വന്ന് അനിർവചനീയമായ ഗർവോടെ, അഭിമാനത്തോടെ കഴുത്തു വെട്ടിച്ച് സർവ കാണികളുടേയും നേർക്ക്, പ്രത്യേകിച്ച് ഗോപീനാഥിന്റെ നേർക്ക് മിന്നൽ

പിണർപോലെ അവജ്ഞാപൂർണമായ കടാക്ഷം എറിഞ്ഞപ്പോൾ, കാണികളൊന്നടങ്കം ആവേശഭരിതരായി ഏറെനേരം ഇടമുറിയാതെ ഹർഷാരവം മുഴക്കിയപ്പോൾ, ഗോപീനാഥ് പൊടുന്നനെ എഴുന്നേറ്റ് നിന്ന് 'ഗിരിബാല, ഗിരിബാല' എന്നാക്രോശിച്ചു. സ്റ്റേജിലേക്ക് ചാടിക്കയറാൻ ശ്രമിച്ച അയാളെ വാദ്യസംഘം തടഞ്ഞു നിർത്തി.

രസക്കയർ പൊട്ടിപ്പോയതിൽ ക്രുദ്ധരായ കാണികൾ ഇംഗ്ലീഷിലും ബംഗാളിയിലും ''അയാളെ പുറത്താക്കൂ'' എന്ന് ഉറക്കെ വിളിച്ചു കൂവി.

ഗോപീനാഥ് ഭ്രാന്തനെപ്പോലെ ഇടറിയ ശബ്ദത്തിൽ അലറി വിളിച്ചു ''ഞാനവളെ കൊല്ലും.''

പൊലീസ് വന്ന് ഗോപീനാഥിനെ പിടിച്ചു വലിച്ചു പുറത്തേക്കു കൊണ്ടുപോയി. കൽക്കത്തയിലെ സകല കാണികളും ഗിരിബാലയുടെ അഭിനയം കണ്ടാസ്വദിച്ചു; കേവലം ഗോപീനാഥിന് മാത്രം അവിടെ സ്ഥാനമില്ലായിരുന്നു.

(മാനഭഞ്ജൻ, 1894)

അനധികൃത പ്രവേശനം

ഒരു ദിവസം രാവിലെ നേരത്ത് വഴിയരികിൽ നിന്നുകൊണ്ട് രണ്ടു ബാലന്മാർ പരസ്പരം വാതു വെയ്ക്കുകയായിരുന്നു. സാഹസികമായ കാര്യമാണ്. ക്ഷേത്രത്തിലെ മുല്ലപ്പന്തലിൽ നിന്ന് പൂക്കുല ഇറുത്തു കൊണ്ടു വരാമോ ഇല്ലയോ എന്നതായിരുന്നു വിഷയം. ഒരുത്തൻ പറഞ്ഞു തനിക്കതിനു കഴിയുമെന്ന്. മറ്റവൻ തീർത്തു പറഞ്ഞു: ഇല്ല, നിനക്കതിനു കഴിയില്ല.

കേട്ടാൽ കാര്യം അതിനിസ്സാരം, പക്ഷേ ചെയ്യുന്നത് അത്ര എളുപ്പ മല്ല. എന്തുകൊണ്ട് എളുപ്പമല്ല എന്നു ചോദിച്ചാൽ അല്പം വിസ്ത രിച്ചുതന്നെ ഉത്തരം പറയേണ്ടിയിരിക്കുന്നു.

പരലോകപ്രാപ്തനായ മാധവചന്ദ്ര തർകവാചസ്പതിയുടെ വിധവ ജയകാളിയാണ് ഈ പറഞ്ഞ രാധാനാഥ ക്ഷേത്രത്തിന്റെ അധികാരി. ഗുരുമാധവചന്ദ്രന് തർകവാചസ്പതി എന്ന ബഹുമതി ലഭിച്ചുവെന്നതു ശരിതന്നെ. പക്ഷേ പത്നിയുടെ മുന്നിൽ ഒരിക്കൽപോലും ആ ബഹുമതി സ്ഥാപിച്ചെടുക്കാനായില്ല. ചില പണ്ഡിതന്മാരുടെ അഭിപ്രായത്തിൽ ബഹുമതി ശരിക്കും ലഭിച്ചത് പത്നിക്കായിരുന്നു, പ്രതിനിധിയെന്ന നിലയിൽ ഭർത്താവിന് ഫലം അനുഭവിക്കാനായെന്നു മാത്രം.

നേരു പറഞ്ഞാൽ ജയകാളി അധികം സംസാരിക്കാത്ത പ്രകൃത ക്കാരിയായിരുന്നു. പക്ഷേ ഒന്നോ രണ്ടോ വാക്കുകൾകൊണ്ട്, എന്തിന് തന്റെ മൗനം കൊണ്ടുപോലും ഏതൊരു പണ്ഡിതശിരോമണിയുടേയും വാചാലതയ്ക്ക് തടയിടാൻ കഴിവുള്ളവളായിരുന്നു.

നല്ല പൊക്കവും ഉറച്ചശരീരവും തീക്ഷ്ണബുദ്ധിയും ഉള്ളവളായി രുന്നു, ജയകാളി. ജീവിച്ചിരുന്ന കാലത്ത് ഭർത്താവ് കുടുംബക്ഷേത്ര വുമായി ബന്ധപ്പെട്ട സ്വത്തുക്കളൊക്കെ അന്യാധീനമാക്കി. ജയകാളി സകല കടബാധ്യതകളും തീർത്ത് ക്ഷേത്രം വീണ്ടെടുത്തു, പുരയിട ത്തിൽ അതിക്രമിച്ചു കയറിയവരെയൊക്കെ കുടിയിറക്കി, എല്ലാം വൃത്തി യാക്കിയെടുത്തു. അതിരു തിരിച്ച് മതിലും കെട്ടി. തനിക്ക് അവകാശപ്പെട്ട

ഒരൊറ്റ പൈസ പോലും തട്ടിയെടുക്കാൻ ആരേയും ജയകാളി സമ്മതിച്ചില്ല.

ജയകാളിയുടെ സ്വഭാവത്തിൽ പൗരുഷഭാവം ഒരല്പം അധികമായിരുന്നു എന്നത് നേര്. ഒരു വേള അതിനാലാവാം അവർക്ക് കൂട്ടുകാരികളൊന്നും ഇല്ലായിരുന്നു. സ്ത്രീകൾക്ക് അവരെ ഭയമായിരുന്നു. എന്തെന്നാൽ പരദൂഷണം, സൊള്ളൽ, കരച്ചിൽ, പിഴിച്ചിൽ ഇതൊന്നും ജയകാളിക്ക് സഹിക്കാനാവുമായിരുന്നില്ല. പുരുഷന്മാർക്കും അവരെ ഭയമായിരുന്നു. കാരണം ഗ്രാമത്തിലെ മാന്യന്മാർ കുഴിമടിയന്മാരായി ചണ്ഡീമണ്ഡപത്തിലിരുന്ന് വിടുവായത്തം പറയുന്നതിനെ അത്യന്തം അവജ്ഞയോടെയാണ് ജയകാളി നോക്കിക്കണ്ടത്. ജയകാളിയുടെ ആ നോട്ടത്തിന് അവരുടെ തടിച്ച ദേഹത്തിനകത്തേക്ക് തുളച്ചുകയറാനുള്ള കഴിവുണ്ടായിരുന്നുവെന്നതും നേര്.

കഠിനമായി വെറുക്കാനും അത്രതന്നെ തീവ്രതയോടെ ആ വെറുപ്പ് പ്രകടിപ്പിക്കാനുമുള്ള കഴിവ് ഈ പ്രൗഢവനിതയ്ക്കുണ്ടായിരുന്നു. അപരാധിയെ വാക്കു കൊണ്ടോ വെറുമൊരു നോട്ടം കൊണ്ടോ ദഹിപ്പിക്കാനും അവർക്കു കഴിയുമായിരുന്നു.

എന്നാലോ ഗ്രാമത്തിലെ സകല സുഖദുഃഖ പരിപാടികളിലും ജയകാളി മുൻപന്തിയിൽ നിന്നു. എല്ലായിടത്തും ബഹുമാന്യമായ ഇടം അവർ സ്വയം നേടിയെടുത്തു. ഏതു സഭയിൽ ചെന്നാലും നടുനായകം ആരെന്നതിനെക്കുറിച്ച് അവർക്കോ സഭാംഗങ്ങൾക്കോ തെല്ലും സംശയമുണ്ടായിരുന്നില്ല.

രോഗികളെ പരിചരിക്കാനും ജയകാളി സദാ തയ്യാറായിരുന്നു. പക്ഷേ രോഗി, രോഗത്തേക്കാളേറെ ജയകാളിയെ ഭയന്നു. എന്തെന്നാൽ പഥ്യത്തിലോ ചിട്ടയിലോ എന്തെങ്കിലും വീഴ്ച വരുത്തിയാൽ പിന്നെ ജയകാളിയുടെ ക്രോധാഗ്നിയിൽ രോഗി വെന്തുരുകും.

കഠിനഹൃദയയായ ജയകാളി ജഗന്നിയന്താവിന്റെ അതികഠോരമായ ന്യായദണ്ഡു പോലെ ഗ്രാമസമക്ഷം സദാ ജാഗരൂകയായി നിലകൊണ്ടു. ജയകാളിയെ സ്നേഹിക്കാനോ അവഹേളിക്കാനോ ഉള്ള ധൈര്യം ഗ്രാമവാസികളിൽ ആർക്കും തന്നെ ഉണ്ടായിരുന്നില്ല. എല്ലാവരുമായും ഇടപഴകിയെങ്കിലും ജയകാളിയോളം ഏകാകിനി വേറെയില്ലായിരുന്നു.

ജയകാളിക്ക് സന്താനങ്ങളില്ലായിരുന്നു. സഹോദരനും പത്നിയും മരിച്ചുപോയപ്പോൾ അവരുടെ അനാഥരായ രണ്ട് ആൺകുഞ്ഞുങ്ങളെ വളർത്തി വലുതാക്കിയത് ജയകാളിയാണ്. അച്ഛനമ്മമാരില്ലാത്ത മരുമക്കളെ ജയകാളി ലാളിച്ചു വഷളാക്കിയെന്നോ, ആൺകോയ്മ ഇല്ലാത്ത വീടായതിനാൽ രണ്ടു പയ്യന്മാരും അച്ചടക്കമില്ലാത്തവരായിപ്പോയെന്നോ

ആർക്കും കുറ്റം പറയാനാവില്ല. മൂത്തവന് ഇപ്പോൾ വയസ്സ് പതിനെട്ട്. ഇടയ്ക്കിടെ കല്യാണാലോചനകളും വരുന്നുണ്ട്. പയ്യനും മോഹമില്ലാതില്ല. പക്ഷേ ജയകാളി ക്ഷണനേരത്തേക്കു പോലും ആ മോഹത്തെ പ്രോത്സാഹിപ്പിച്ചില്ല. കൊച്ചുപിള്ളേരുടെ കല്യാണം, അവരുടെ പ്രണയനാടകങ്ങൾ ഇതൊക്കെ നയനമനോഹര ദൃശ്യങ്ങളാണെന്ന് ജയകാളിക്കു തോന്നിയില്ല. മാത്രമല്ല ജയകാളി മറ്റു കുടുംബിനികളെപ്പോലെ ആയിരുന്നില്ല. ഭാഗിനേയൻ കല്യാണവും കഴിച്ച് അലസനായി വീട്ടിലിരുന്ന്, പത്നീസ്നേഹം അനുഭവിച്ച് തടിച്ചുകൊഴുക്കുന്നത് ജുഗുപ്സാവഹമാണ് എന്നായിരുന്നു അവരുടെ അഭിപ്രായം. അതുകൊണ്ട് ജയകാളി തറപ്പിച്ചു പറഞ്ഞു ''ആദ്യം രണ്ടു കാശു സമ്പാദിച്ച് സ്വന്തം കാലിൽ നിൽക്കാൻ നോക്ക്. എന്നിട്ടാവാം കല്യാണം.'' ജയകാളിയുടെ കഠോരവാക്കുകൾ ഏറെ മുറിവേല്പിച്ചത് അയൽപക്കക്കാരെയാണ്.

ക്ഷേത്രവും പരിസരവും ജയകാളി വിശേഷപ്പെട്ട നിധിപോലെ കാത്തുസൂക്ഷിച്ചു. ഭഗവാന്റെ പള്ളിയുറക്കം, പള്ളിയുണർത്തൽ, പള്ളിനീരാട്ട്, ചമയങ്ങൾ, നൈവേദ്യം, പ്രസാദം എന്നുവേണ്ട ഒന്നിനും എള്ളോളം പോരായ്മ അവർ സഹിക്കുമായിരുന്നില്ല. ബ്രാഹ്മണപൂജാരി ഭഗവാനേക്കാളേറെ ജയകാളിയെയാണ് ഭയന്നിരുന്നത്. മുമ്പൊക്കെ അവകാശപ്പെട്ടത് മുഴുവനും ഭഗവാനു ലഭിക്കാറില്ലായിരുന്നു. കാരണം പൂജാരിക്ക് പൂജിക്കാനായി മറ്റൊരു രഹസ്യവിഗ്രഹം ഉണ്ടായിരുന്നു. പേര് നിതാരിണി. അന്നൊക്കെ പാലും നെയ്യും പഞ്ചസാരയും മറ്റു നൈവേദ്യങ്ങളും സ്വർഗത്തിലും നരകത്തിലുമായി വീതിക്കപ്പെട്ടു. പക്ഷേ ജയകാളി ചുമതലയേറ്റതിൽപിന്നെ ഭഗവാനുള്ളത് നൂറു ശതമാനവും ഭഗവാനു തന്നെ ലഭിച്ചു. ഉപദേവതകൾക്ക് വേറെ ഉപജീവനമാർഗം അന്വേഷിക്കേണ്ടതായും വന്നു.

വിധവയുടെ പരിശ്രമത്തിൽ ക്ഷേത്രവും ചുറ്റുവട്ടവും സദാ വൃത്തിയായും വെടിപ്പായും തിളങ്ങി. നടുമുറ്റത്ത് ഒരു പുൽക്കൊടിയോ ഒരു തരി പൊടിയോ ഇല്ല. ഒരരികത്തായി മുല്ലവള്ളികൾക്ക് പടരാനായി ഒരു പന്തൽ. വള്ളിയിലെ ഉണങ്ങിയ ഇല വീഴേണ്ട താമസം, ജയകാളി അതെടുത്തു കളയേണ്ടിടത്തു കളയും. ക്ഷേത്രത്തിനകത്തെ വെടുപ്പിനും വൃത്തിക്കും കടുകിട ഭംഗം വന്നാൽ അവർക്ക് സഹിക്കില്ല. ചുറ്റുവട്ടത്തെ പയ്യന്മാർ മുമ്പൊക്കെ ഒളിച്ചുകളിക്കാൻ തെരഞ്ഞെടുത്തിരുന്നത് ഈ ക്ഷേത്രമുറ്റവും പരിസരവുമായിരുന്നു. അവിടെയടുത്തുള്ള ആട്ടിൻകുട്ടിയും ഇടയ്ക്കിടെ വന്ന് മുല്ലവള്ളിയുടെ ഇലകൾ തിന്നു തീർക്കുമായിരുന്നു. ഇപ്പോൾ ആ സൗകര്യം ഇല്ല. വിശേഷപ്പെട്ട ദിവസങ്ങളിലല്ലാതെ കുട്ടികൾക്ക് അകത്തേക്കു പ്രവേശനമില്ല. ആട്ടിൻകുട്ടിക്കാണെങ്കിൽ ജയകാളിയുടെ വടിയുടെ ചൂടറിഞ്ഞ് സ്വന്തം ജനനിയെ വിളിച്ചു കരയേണ്ട അവസ്ഥ.

എത്ര വേണ്ടപ്പെട്ടവരാണെങ്കിലും ആചാരക്രമങ്ങളും അയിത്ത ശുദ്ധങ്ങളും പാലിക്കാത്തവർക്ക് ജയകാളി ക്ഷേത്രത്തിനകത്ത് പ്രവേശനം നിഷേധിച്ചു. ചാർച്ചയിൽപ്പെട്ട മരുമകളുടെ കോഴിമാംസപ്രിയനും അഹിന്ദുവുമായിരുന്ന ഭർത്താവ് ക്ഷേത്രാങ്കണത്തിൽ പ്രവേശിക്കാൻ ശ്രമിച്ചതിനെതിരായി ജയകാളി തീക്ഷ്ണമായി പ്രതികരിച്ചു; ആ കുടുംബവുമായുള്ള ബന്ധം തന്നെ മുറിച്ചു മാറ്റുകയും ചെയ്തു. ക്ഷേത്രത്തെ കേന്ദ്രീകരിച്ച് അനാവശ്യവും അമിതവുമായ ജാഗ്രത ജയകാളി വെച്ചു പുലർത്തി. മറ്റുള്ളവർക്കിത് തനിവട്ടായിട്ടാണ് തോന്നിയത്.

മറ്റു പല കാര്യങ്ങളിലും ജയകാളി സ്വതന്ത്രമനസ്ക ആയിരുന്നെങ്കിലും ക്ഷേത്രത്തെ സംബന്ധിച്ചേടത്തോളം അങ്ങനെ ആയിരുന്നില്ല. ഈ വിഗ്രഹത്തിനു മുന്നിൽ അവർ അമ്മയും പത്നിയും ദാസിയുമൊക്കെയായിരുന്നു. മൃദുല, സ്നേഹമയി, നമ്രശിരസ്ക. ക്ഷേത്രവും അതിനകത്തെ വിഗ്രഹവും അവരിൽ ഒളിഞ്ഞു കിടന്നിരുന്ന സ്ത്രൈണ ഭാവത്തിനു ചാരിതാർത്ഥ്യം നൽകിയപോലെ. ക്ഷേത്രവും അതിനകത്തെ വിഗ്രഹവും ആയിരുന്നു ജയകാളിയുടെ കുടുംബസർവസ്വവും ജഗത്തു മുഴുവനും.

ഇത്രയുമായ സ്ഥിതിക്ക് വായനക്കാർക്കു ബോധ്യമായിരിക്കും പൂപ്പന്തലിൽനിന്ന് പൂവു മോഷ്ടിച്ചുകൊണ്ടുവരാമെന്ന് വഴിവക്കിൽ നിന്നുകൊണ്ട് വീരസ്യം മുഴക്കിയ ബാലന്റെ സാഹസികതയെപ്പറ്റി. ബാലൻ മറ്റാരുമായിരുന്നില്ല, ജയകാളിയുടെ ഇളയ ഭാഗിനേയൻ നളിൻ ആയിരുന്നു. അമ്മായിയുടെ സ്വഭാവം നല്ലപോലെ അറിയാമായിരുന്നുവെങ്കിലും അവൻ നിയന്ത്രണങ്ങൾക്കു കീഴ്വഴങ്ങുന്ന പ്രകൃതക്കാരനായിരുന്നില്ല. ആപത്തുകൾ നിരന്തരം അവനെ ആകർഷിച്ചു, നിയമങ്ങൾ ലംഘിക്കാൻ അവൻ സദാ ഉത്സുകൻ. ബാല്യകാലത്ത് ജയകാളിയും അത്തരക്കാരിയായിരുന്നെന്നാണ് ജനശ്രുതി.

അമ്മമനസ്സിൽ നിറഞ്ഞുകവിയുന്ന ഭക്തിയുമായി വിഗ്രഹത്തിൽ ദൃഷ്ടിയുറപ്പിച്ച് പുറന്തിണ്ണയിലിരുന്ന് തുളസീമാല ജപിച്ചുകൊണ്ടിരിക്കയായിരുന്നു ജയകാളി.

ബാലൻ കാലടിയൊച്ച കേൾപ്പിക്കാതെ പുറകിൽക്കൂടി വള്ളിപ്പന്തലിനടുത്തെത്തി. കൈയെത്താവുന്ന ഉയരത്തിലുള്ള പൂക്കളൊക്കെ പൂജയ്ക്കായി പറിച്ചു കഴിഞ്ഞിരിക്കുന്നു. ഇനിയുള്ളവ അല്പം ഉയരത്തിലാണ്. ബാലൻ പതുക്കെപ്പതുക്കെ പന്തലിൽ പിടിച്ചു കയറാൻ തുടങ്ങി. വിരിയാറായ ഏതാനും പൂമൊട്ടുകൾ കുറെക്കൂടി മുകളിലായാണ്. അവ പറിച്ചെടുക്കാനായി കൈയും ഉടലും മുന്നോട്ടാഞ്ഞപ്പോൾ ആ ഭാരത്തിൽ ജീർണിച്ച പന്തൽ വലിയ ശബ്ദത്തോടെ നിലംപൊത്തി. അതിനെ ആശ്രയിച്ചുനിന്ന വള്ളിച്ചെടിയും ബാലനും ധരാശായികളായി.

ശബ്ദം കേട്ട് ജയകാളി ഓടിയെഴുന്നേറ്റു വന്നു. മരുമകന്റെ വികൃതി വിലാസം കണ്ട് അവനെ പിടിച്ചു പൊക്കി. അവന് നല്ലപോലെ പരിക്കു പറ്റിയിരുന്നു, പക്ഷേ അതിനെ ശിക്ഷയെന്നു പറയാനാവില്ലല്ലോ. അത് വികൃതിയുടെ ഫലമല്ലേ? അതിനാൽ ജയകാളി പരിക്കേറ്റ ബാലന്റെ ദേഹത്ത് കണക്കിനു തല്ലി. ബാലൻ ഒരു ചൊട്ടു കണ്ണീരു പോലും പൊഴിക്കാതെ നിശ്ശബ്ദനായി എല്ലാം സഹിച്ചു. ജയകാളി അവനെ വലിച്ചിഴച്ച് അകത്തെ മുറിയിൽ അടച്ചിട്ടു. അന്നത്തെ ഉച്ചയൂണും റദ്ദാക്കി.

നളിന്റെ ആഹാരം വിലക്കിയെന്നറിഞ്ഞ് വേലക്കാരി മോക്ഷദാ ഓടിപ്പിടച്ചു വന്നു. ഈറനായ കണ്ണുകളോടെ പാവത്തിനോടു ക്ഷമിക്കാൻ അപേക്ഷിച്ചു. ജയകാളിയുടെ ഹൃദയം അലിഞ്ഞില്ല. അവരുടെ സമ്മതമില്ലാതെ ബാലന് ആഹാരം നൽകാനുള്ള സാഹസം ആ വീട്ടിലാർക്കും ഇല്ലായിരുന്നു.

വിധവ പന്തലു നേരെയാക്കാൻ ആളെ വിളിക്കാനയച്ചു. മോക്ഷദാ കുറച്ചു സമയം ചുറ്റിപ്പറ്റിനിന്ന് വീണ്ടും അപേക്ഷിച്ചു. കുട്ടി വിശന്നു കരയുന്നു, കുറച്ചു പാലെങ്കിലും.

ജയകാളി അചഞ്ചലയായി പറഞ്ഞു ‘‘വേണ്ട.’’ മോക്ഷദാ തിരികെ പോയി. മുറിക്കകത്തു നിന്ന് നളിന്റെ ദയനീയമായ കരച്ചിൽ ക്രോധ ഗർജ്ജനമായി മാറി. അവസാനം അവന്റെ ക്ഷീണിച്ച ദീർഘശ്വാസം ജപനിരതയായ അമ്മായിയുടെ കാതുകളിൽ വീണു.

നളിന്റെ ആർത്തനാദം നേർത്തുനേർത്ത് ഏതാണ്ട് ഇല്ലാതായി ത്തീർന്ന അവസ്ഥയിൽ മറ്റൊരു ജീവിയുടെ ഭയഭീതമായ കരച്ചിൽ ജയകാളിയുടെ കാതിൽ വീണു. അതോടൊപ്പം ബഹളം വെച്ചുകൊണ്ട് ഓടിയടുക്കുന്ന ആൾക്കൂട്ടത്തിന്റെയും ശബ്ദം കേട്ടു.

നടുമുറ്റത്ത് പൊടുന്നനെ ഒരനക്കം. ജയകാളി പുറകിലേക്കു തിരിഞ്ഞു നോക്കി. വീണുകിടക്കുന്ന വള്ളിപ്പന്തലിന് ഒരിളക്കം. അവർ രോഷത്തോടെ വിളിച്ചു, ‘‘നളിൻ.’’

ആരും ഉത്തരം പറഞ്ഞില്ല. നളിൻ എങ്ങനെയോ മുറിക്കകത്തു നിന്ന് രക്ഷപ്പെട്ടു പുറത്തു വന്നതാണോ, തന്നെ ശുണ്ഠി പിടിപ്പിക്കാൻ.

വള്ളിപ്പന്തലിനടുത്തു ചെന്ന് വീണ്ടും വിളിച്ചു: ‘‘നളിൻ.’’

ഉത്തരം കിട്ടിയില്ല. ചില്ലകൾ വകഞ്ഞുനോക്കിയപ്പോൾ കണ്ടതോ, വൃത്തികെട്ട ഒരു പന്നിക്കുഞ്ഞ് പ്രാണഭയത്തോടെ ഇലക്കൂട്ടത്തിനിടയിൽ അഭയം തേടിയിരിക്കുന്നു.

വള്ളിപ്പന്തൽ ജയകാളിക്ക് വൃന്ദാവനത്തിന്റെ സംക്ഷിപ്ത പ്രതിരൂപമായിരുന്നു, കാളിന്ദീതീരത്തെ സുന്ദരവിഹാരവനത്തെ ഓർമിപ്പിക്കുമായിരുന്നു, അതിൽ വിടർന്ന പൂക്കളുടെ സുഗന്ധം ഗോപികാഗണങ്ങളുടെ നിശ്വാസത്തിനു സമാനമായിരുന്നു. അവർ പ്രാണനേക്കാളേറെ

സ്നേഹിച്ചു നിധിപോലെ കാത്തു സൂക്ഷിച്ച ആ വള്ളിക്കുടിലിൽ ഇത്രയും ബീഭത്സമായൊരു ദൃശ്യം.

ബ്രാഹ്മണ പൂജാരി വടിയുമായെത്തി പന്നിക്കുഞ്ഞിനെ അടിച്ചോടിക്കാൻ.

ജയകാളി തൽക്ഷണം മുന്നോട്ടാഞ്ഞ് അയാളെ തടഞ്ഞു.

പുറത്തേക്കുള്ള ക്ഷേത്രകവാടം ഉള്ളിൽ നിന്നടച്ചു തഴുതിട്ടു.

അധികം കഴിയുന്നതിനു മുമ്പ് മദ്യലഹരി കയറിയ ഏതാനും ചണ്ഡാളന്മാർ ആ വഴിക്കു വന്നു. ക്ഷേത്രവാതിലിൽ തട്ടി വിളിച്ചു. അവരുടെ ബലിമൃഗത്തെ അന്വേഷിച്ചു വന്നതാണ്.

അടച്ചിട്ട കവാടത്തിനു പുറകിൽ നിന്നുകൊണ്ട് ജയകാളി പറഞ്ഞു:

''ദേ, എല്ലാവരും ഒന്നു പോയാട്ടെ. എന്റെ ക്ഷേത്രം അശുദ്ധമാക്കരുത്.''

കൂട്ടം തിരിച്ചു പോയി. ജയകാളി തമ്പുരാട്ടി തന്റെ രാധാമാധവ ക്ഷേത്രത്തിനകത്ത് അശുദ്ധജന്തുക്കളെ കയറാൻ അനുവദിച്ചുവെന്നു കേട്ടാലും വിശ്വസിക്കാൻ ഒരുക്കമില്ലാത്തവരായിരുന്നു അവർ.

ഈ സാമാന്യ സംഭവം അഖിലാണ്ഡത്തിന്റെ മഹാദേവതയെ അതിപ്രസന്നയാക്കി. പക്ഷേ, ആ കൊച്ചു ഗ്രാമത്തിലെ സമൂഹമെന്ന ക്ഷുദ്രദേവതയെ അത്യന്തം ക്ഷുബ്ധയാക്കുകയാണുണ്ടായത്.

(അനധികാർ പ്രവേശ്, 1894)

അർദ്ധരാത്രിയിൽ

"ഡോക്ടർ! ഡോക്ടർ!"

എന്തൊരു ശല്യം. ഈ അർദ്ധരാത്രിക്ക് ഇതാരാണാവോ?

നോക്കിയപ്പോൾ നമ്മുടെ ജമീന്ദാറാണ്, ദക്ഷിണാചരൺ ബാബു. ചടുപിടുന്നനെ എഴുന്നേറ്റു വന്ന് പിൻഭാഗം പൊളിഞ്ഞ കസേര നീക്കിയിട്ടുകൊടുത്തു ഇരിക്കാൻ. എന്നിട്ട് ഉദ്വിഗ്നതയോടെ അയാളുടെ മുഖത്തേക്കു നോക്കി. ക്ലോക്കിൽ മണി രണ്ടര.

ദക്ഷിണാചരൺബാവുവിന്റെ മുഖം വിളറിവെളുത്തിരിക്കുന്നു, കണ്ണുകൾ തുറിച്ച മട്ട്. "ഇന്ന് രാത്രിയിലും അതേ പടി ഉപദ്രവം. നിങ്ങൾ തന്ന മരുന്നുകൊണ്ട് ഒരു പ്രയോജനവും ഉണ്ടായില്ല."

ഒരല്പം സങ്കോചത്തോടേയാണെങ്കിലും ഞാൻ ചോദിച്ചു: "മദ്യത്തിന്റെ അളവ് വീണ്ടും മാറിയെന്നു തോന്നുന്നു?"

അത്യന്തം വിരക്തിയോടെ ദക്ഷിണാചരൺബാബു പറഞ്ഞു: "അതു നിങ്ങൾക്കു വെറുതെ തോന്നുന്നതാണ്, ഡോക്ടർ. മദ്യസേവ കൊണ്ടൊന്നുമല്ല. തുടക്കം മുതൽ കേട്ടില്ലെങ്കിൽ നിങ്ങൾക്ക് ശരിയായ കാരണം അനുമാനിക്കാനായെന്നു വരില്ല.

ചുമരിലെ പൊത്തിൽ മുനിഞ്ഞു കത്തുന്ന തകരവിളക്ക്. ഞാൻ ചെന്നു തിരിയൊന്നു നീട്ടിക്കൊടുത്തു. മുറിക്കുള്ളിൽ ഒരല്പം വെളിച്ചം വീണു, അതിലേറെ പുകയും പരന്നു. ധോത്തി വലിച്ചു പുതച്ച്, പീഞ്ഞപ്പെട്ടിക്കു മുകളിൽ കടലാസു വിരിച്ച് ഞാനിരുന്നു. ദക്ഷിണാചരൺബാബു പറയാൻ തുടങ്ങി

എന്റെ ആദ്യഭാര്യയെപ്പോലെ കാര്യകുശലകളായ വീട്ടമ്മമാർ അതിവിരളമായിരിക്കും. എനിക്കന്ന് പ്രായം അധികമായിട്ടില്ല. സ്വാഭാവികമായും ഞാനന്ന് റൊമാന്റിക്, കലാരസികൻ. സംസ്കൃതകാവ്യങ്ങൾ മനസ്സിരുത്തി വായിക്കുകയും പഠിക്കുകയും ചെയ്തിരുന്നു. അതു കാരണം വീട്ടമ്മയെ ആയിരുന്നില്ല എനിക്കു വേണ്ടിയിരുന്നത്. കാളിദാസന്റെ ശ്ലോകം ഇടയ്ക്കിടെ മനസ്സിലുദിക്കും:

ഗൃഹിണി സചിവഃ സഖീ മിഥഃ
പ്രിയശിഷ്യാ ലളിതേ കലാവിധൗ

എന്നാൽ എന്റെ ഗൃഹിണിയുമായി ലളിതകലകളെപ്പറ്റിയുള്ള ഒരു ചർച്ചയും സാധ്യമായിരുന്നില്ല, സഖീരൂപേണ പ്രണയസല്ലാപത്തിനു മുതിർന്നാലോ അവൾ ചിരിച്ചു തള്ളും. ഗംഗാനദിയുടെ ഒഴുക്കിനു മുന്നിൽ ഇന്ദ്രന്റെ ഐരാവതം നിസ്സഹായനായതുപോലെ മഹദ്കാവ്യങ്ങളിലെ പദ്യശകലങ്ങളും പ്രണയനിർഭരമായ സംഭാഷണങ്ങളും ക്ഷണനേരം കൊണ്ട് അവളുടെ ചിരിയിൽ മുങ്ങിപ്പോകും. ചിരിക്കാനുള്ള അവളുടെ ആ കഴിവ് ആശ്ചര്യകരമായിരുന്നു.

ഇന്നേക്ക് നാലഞ്ചു വർഷംമുമ്പ് ഞാൻ രോഗഗ്രസ്തനായി. മേൽ ചുണ്ടിനു മുകളിലായി പുണ്ണും പഴുപ്പും. വിട്ടുമാറാത്ത കടുത്ത പനി. മരിച്ചുപോയേക്കുമെന്ന നില. രക്ഷപ്പെടുമെന്ന പ്രതീക്ഷയേ ഇല്ലായിരുന്നു. ഡോക്ടറും അവസാനവാക്കു പറഞ്ഞു. ആ സമയത്ത് എന്റെയൊരു കൂട്ടുകാരൻ എവിടെനിന്നോ ഒരു സന്ന്യാസിവൈദ്യനേയും കൂട്ടിയെത്തി. സന്ന്യാസി പശുവിൻ നെയ്യിൽ എതോ വേര് അരച്ചെടുത്ത് എന്നെ കഴിപ്പിച്ചു. ഔഷധത്തിന്റെ ഗുണം കൊണ്ടോ, ഭാഗ്യം കൊണ്ടോ ഞാൻ രക്ഷപ്പെട്ടു.

എന്റെ രോഗാവസ്ഥയിൽ എന്റെ പത്നി രാപ്പകൽ ഒരു നിമിഷം പോലും വിശ്രമിക്കാതെ എന്നെ പരിചരിച്ചു. ആ ദിവസങ്ങളിൽ അബലയായ, അതിസാധാരണയായ ഒരു സ്ത്രീ ആധിനിറഞ്ഞ മനസ്സോടെയെങ്കിലും മനക്കരുത്തോടെ വാതിൽക്കലെത്തിയ യമദൂതനുമായി അനവരതം പൊരുതിനിന്നു. തന്റെ ഹൃദയം മുഴുവനും പ്രണയം മുഴുവനും ശ്രമം മുഴുവനും നൽകി എന്റെ അയോഗ്യ പ്രാണനെ, ഇരു കൈകളാലും ഒരു ശിശുവിനെയെന്നപോലെ നെഞ്ചോടുചേർത്ത് അവൾ കാത്തു സംരക്ഷിച്ചു. ഊണില്ലാതെ, ഉറക്കമില്ലാതെ, ഈ ലോകത്തിലെ മറ്റൊന്നിനോടും യാതൊരു വിധ പ്രതിപത്തിയുമില്ലാതെ.

യമൻ പരാജിതനായ വ്യാഘ്രത്തെപ്പോലെ എന്നെ വലിച്ചെറിഞ്ഞു പോയെങ്കിലും പോകുന്ന പോക്കിൽ എന്റെ ഭാര്യയെ കനത്ത പ്രഹരമേൽപിച്ചു.

എന്റെ ഭാര്യ ആ സമയത്ത് ഗർഭിണി ആയിരുന്നു. താമസിയാതെ അവൾ മൃതശിശുവിന് ജന്മം നൽകി. അതു മുതൽ അവൾ പലതരത്തിലുള്ള കഠിനരോഗങ്ങൾക്കും ഇരയായി. ഞാനവളെ ശുശ്രൂഷിക്കാൻ ആരംഭിച്ചു. അവൾക്കത് തീരെ ഇഷ്ടപ്പെട്ടില്ല. ''ഛീ, ഇതെന്തു കഥ? ആൾക്കാരെന്തു പറയും? രാവും പകലും എന്റെ മുറിയിലേക്ക് ഇങ്ങനെ വന്നും പോയുമിരിക്കുന്നത് അത്ര ശരിയല്ല.''

സ്വയം വീശുകയാണെന്ന വ്യാജേന രാത്രികാലങ്ങളിൽ ജ്വരബാധിതയായ അവൾക്ക് വീശിക്കൊടുക്കാൻ ചെന്നാൽ അതു വലിയ പുകിലായിപ്പോകും. എപ്പോഴെങ്കിലും അവളെ പരിചരിക്കുന്നതു മൂലം എന്റെ ഭക്ഷണം പത്തു മിനിട്ട് വൈകിയാൽ മതി അതും അനുനയത്തിനും അപേക്ഷയ്ക്കും പരിഭവത്തിനും വഴി വെയ്ക്കും. അവളുടെ ഇഷ്ടത്തിനായി അല്പമെന്തെങ്കിലും ചെയ്താൽ പലപ്പോഴും ഫലം വിപരീതമായിരിക്കും. അവൾ പറയും ''അല്പം കൂടുന്നുണ്ട്, പുരുഷന്മാർക്ക് ഇതത്ര ചേരില്ല.''

ബാരാനഗറിലെ ഞങ്ങളുടെ ആ വീട് നിങ്ങൾ കണ്ടിട്ടുണ്ടാകുമെന്നു കരുതുന്നു. വീടിനു മുന്നിലായി പൂന്തോട്ടം, അതിനപ്പുറം ഗംഗാനദി. ഞങ്ങളുടെ കിടപ്പറയ്ക്ക് തൊട്ടപ്പുറത്തായി കുറച്ചു സ്ഥലം എന്റെ ഭാര്യ മൈലാഞ്ചിത്തൈകൾ കൊണ്ട് അതിരിട്ട് വളച്ചു കെട്ടി, സ്വന്തം ഇഷ്ടാനുസാരം ഒരു ചെറുതോട്ടം ഉണ്ടാക്കിയെടുത്തിരുന്നു. അവിടെ പൂച്ചട്ടിയിൽ ചെറുതായി നാമ്പെടുത്ത വിത്തിനരികിൽ ലത്തീൻഭാഷയിൽ പേരെഴുതിയ കടലാസുകൊണ്ടുള്ള വിജയപതാകകൾ ഇല്ലായിരുന്നു. വർണങ്ങൾക്കുപരി സുഗന്ധത്തിനും വൈചിത്ര്യമാർന്ന ഇലകൾക്കുപരി പൂക്കൾക്കും പ്രാധാന്യം നല്കപ്പെട്ട ഇടം. കൃത്രിമത്വം തീരെയില്ലാത്ത സർവസാധാരണത്വം നിറഞ്ഞുനിന്ന ഇടം. മുല്ല, പിച്ചകം, മന്ദാരം, റോസ്, ഗന്ധരാജ്, രജനീഗന്ധ തുടങ്ങിയവയായിരുന്നു അധികം. വലിയൊരു ഇലഞ്ഞിമരത്തിനു ചുറ്റിലുമായി വെളുത്ത മാർബിൾകൊണ്ടു തറ പണിതിരുന്നു. രോഗഗ്രസ്തയാവും മുമ്പ് നിത്യേന രണ്ടുതവണ അവളുടെ മേൽനോട്ടത്തിൽ തറക്കെട്ട് കഴുകി വൃത്തിയാക്കപ്പെടുമായിരുന്നു. വേനൽക്കാലസന്ധ്യകളിൽ വീട്ടുപണികളെല്ലാം കഴിയുമ്പോൾ അവൾ അവിടെ ചെന്നിരിക്കുമായിരുന്നു. അവിടെ, ആ മാർബിൾ തറക്കെട്ടിലിരുന്നാൽ ഗംഗയൊഴുകുന്നതു കാണാം, എന്നാൽ നദിയിലെ ബോട്ടു യാത്രക്കാർക്കാർക്കും ഇങ്ങോട്ടു കാണാനാവില്ലായിരുന്നു.

നീണ്ടകാലം രോഗശയ്യയിലായശേഷം ചൈത്രമാസത്തിലെ ശുക്ലപക്ഷത്തിലൊരുനാൾ സന്ധ്യയ്ക്ക് അവൾ പറഞ്ഞു, ''നോക്കൂ, വീട്ടിനകത്ത് അടഞ്ഞുകിടന്ന് എന്റെ പ്രാണൻ പിടയുന്നു. ഇന്നൊരു ദിവസം, ഇത്തിരി നേരം നമുക്ക് എന്റെ തോട്ടത്തിൽ പോയിരിക്കാം.''

വളരെ ശ്രദ്ധയോടെ ഞാനവളെ പിടിച്ച് പതുക്കെപതുക്കെ തോട്ടത്തിലേക്ക് കൂട്ടിക്കൊണ്ടുപോയി, ഇലഞ്ഞിമരച്ചോട്ടിലെ മാർബിൾ ചുറ്റുതറയിൽ കിടത്തി. എന്റെ മടിയിൽ അവളുടെ തലയെടുത്തു വെയ്ക്കാമായിരുന്നു. എന്നാൽ അതിനവൾ സമ്മതിക്കില്ലെന്ന് അറിയാമായിരുന്നതിനാൽ ഒരു തലയിണ കൊണ്ടുവന്ന് അവളുടെ തലയ്ക്കു കീഴിൽ വെച്ചു.

ഇലഞ്ഞിപ്പൂക്കൾ ഒന്നൊന്നായി പൊഴിഞ്ഞു വീണുകൊണ്ടിരുന്നു. മരച്ചില്ലകൾക്കിടയിലൂടെ ഊർന്നിറങ്ങിയ നിലാവ് അവളുടെ ക്ഷീണിച്ച മുഖത്ത് ഇലകളുടെ നിഴൽ വീഴ്ത്തി. നാലുപാടും ശാന്തം, നിശ്ശബ്ദം. സുഗന്ധം നിറഞ്ഞ, നിലാവും നിഴലുകളുമാടിയ രാവ്. അവളേയും നോക്കി നിശ്ശബ്ദനായി ഇരിക്കവെ എന്റെ കണ്ണുകൾ നിറഞ്ഞുപോയി.

ഞാൻ പതുക്കെ മാർബിൾ തറയ്ക്കടുത്തു വന്ന് ഇരുകൈകളാൽ അവളുടെ ക്ഷീണിച്ച കൈ പിടിച്ചുയർത്തി. അവൾ എതിർത്തില്ല. എന്റെ ഹൃദയത്തിൽ വികാരവിസ്ഫോടനം. കുറച്ചുനേരം മിണ്ടാതിരുന്നശേഷം ഞാൻ പറഞ്ഞു, ''നിന്റെ പ്രണയം, നിന്നോടുള്ള പ്രണയം ഞാൻ ഒരു കാലത്തും മറക്കില്ല.''

പറഞ്ഞുതീർന്നതേയുള്ളൂ, തത്ക്ഷണം മനസ്സിലായി അതിന്റെ ആവശ്യമില്ലായിരുന്നെന്ന്. എന്റെ ഭാര്യ പൊട്ടിച്ചിരിക്കാൻ തുടങ്ങി. ആ ചിരിയിൽ അല്പം ലജ്ജയുണ്ടായിരുന്നു, സന്തോഷമുണ്ടായിരുന്നു, ഒരല്പം അവിശ്വാസവും അതിനേക്കാളൊക്കെ എത്രയോ മടങ്ങ് മൂർച്ച യേറിയ പരിഹാസവും ഉണ്ടായിരുന്നു. പ്രത്യുത്തരമായി ഒരു വാക്കു പോലും പറയാതെ കേവലം ആ പൊട്ടിച്ചിരിയിലൂടെ അവൾ പറഞ്ഞ തിതാണ്, ''ഒരിക്കലും മറക്കില്ലെന്നതു സംഭവ്യമല്ല, എനിക്കാ പ്രതീക്ഷ യുമില്ല.''

അതിമധുരമെങ്കിലും മൂർച്ചയേറിയ ആ പൊട്ടിച്ചിരിയെ ഭയന്നാണ് പത്നിയുമായി പ്രണയസല്ലാപം നടത്താനുള്ള സാഹസത്തിന് ഞാൻ ഒരിക്കലും മുതിരാഞ്ഞത്. പരസ്പരം കാണാതിരിക്കുമ്പോൾ അത്തരം വികാരഭരിതമായ വാചകങ്ങളൊക്കെ മനസ്സിലുദിക്കും, എന്നാലോ, നേരിൽ കാണുമ്പോൾ അതൊക്കെ പാഴ്വാക്കുകളായി തോന്നും. അത്തരം വാക്കുകൾ, വാചകങ്ങൾ അച്ചടിച്ച താളുകളിൽ വായിക്കു മ്പോൾ കണ്ണുകളിൽനിന്ന് ധാരധാരയായി കണ്ണീർ പ്രവഹിച്ചെന്നു വരും, എന്നാൽ അതേ വാക്കുകൾ നാവ് ഉച്ചരിക്കുമ്പോൾ വല്ലാത്ത ചിരിയാണ് വരിക. അതെന്തുകൊണ്ടാണെന്ന് ഇന്നേവരെ എനിക്കു മനസ്സിലായി ട്ടില്ല.

വാദപ്രതിവാദത്തിന് വാക്കുകളാണ് വേണ്ടത്. എന്നാൽ പൊട്ടിച്ചിരി തുടങ്ങിയാൽ പിന്നെ തർക്കം തുടരാനാവില്ല. അതുകൊണ്ട് ഞാൻ മൗനം പാലിച്ചു. നിലാവിന് പ്രകാശം വർധിച്ചു, ഒരു രാപ്പാടി ആകുല തയോടെ എവിടെയോ കൂകിക്കൊണ്ടേയിരുന്നു. ഞാനാലോചിച്ചു പോയി, അതെന്താ ആ കിളിയുടെ ഇണ ബധിരയായിപ്പോയോ?

ഒരുപാടു ചികിത്സിച്ചിട്ടും എന്റെ പത്നിയുടെ രോഗത്തിന് ശമനം ഉണ്ടായില്ല. ഡോക്ടർ പറഞ്ഞു, ''ഒരു സ്ഥലമാറ്റം നന്നായിരിക്കും.'' ഞാൻ ഭാര്യയോടൊപ്പം അലഹബാദിലേക്കു യാത്രയായി.

ദക്ഷിണാചരൺ ബാബു പെട്ടെന്നു നിർത്തി. സംശയത്തോടെ എന്റെ മുഖത്തേക്കു നോക്കി, എന്നിട്ട് ഇരു കൈത്തലങ്ങളിലുമായി മുഖം താഴ്ത്തി എന്തോ ആലോചിക്കാൻ തുടങ്ങി. ഞാനും മൗനം പാലിച്ചു. ചുമരിലെ പൊത്തിൽ മണ്ണെണ്ണവിളക്കിലെ തിരി ഒന്നു പിടച്ചു. മുറിക്കുള്ളിൽ കൊതുകിന്റെ മൂളക്കം സ്പഷ്ടമായി കേട്ടുതുടങ്ങി. അല്പ നേരത്തിനുശേഷം മൗനം ഭഞ്ജിച്ചുകൊണ്ട് ദക്ഷിണാചരൺബാബു വീണ്ടും പറയാൻ തുടങ്ങി: ''അവിടെ ഡോക്ടർ ഹരൻ എന്റെ പത്നിയെ ചികിത്സിക്കാനാരംഭിച്ചു. സ്ഥിതിക്ക് ഭേദമൊന്നുമില്ലെന്നു കണ്ട് ഡോക്ടറും പറഞ്ഞു, എനിക്കും മനസ്സിലായി, എന്റെ പത്നിക്കും മനസ്സിലായി അവളുടെ രോഗം മാറ്റാനാവുന്നതല്ലെന്ന്.

ഒരു ദിവസം എന്റെ പത്നി എന്നോടു പറഞ്ഞു, ''എന്റെ രോഗം മാറില്ല, ഞാനൊട്ട് വേഗം മരിക്കാനും പോകുന്നില്ല. ഈ ജീവച്ഛവത്തേയും കൊണ്ട് നിങ്ങളെത്രകാലം ഇങ്ങനെ ജീവിക്കും? നിങ്ങൾ വേറൊരു വിവാഹം കഴിക്ക്.''

യുക്തിയുക്തവും വിവേചനപരവും എന്നതിൽക്കവിഞ്ഞ് ഈ പ്രസ്താവനയിലെന്തെങ്കിലും വീരസ്യമോ, മഹത്വമോ അസാധാരണത്വമോ ഉണ്ടെന്ന ധ്വനി പോലും അവളുടെ വാക്കുകളിൽ ഇല്ലായിരുന്നു.

ഇത്തവണ ചിരിക്കേണ്ടത് എന്റെ ഊഴമായിരുന്നു. പക്ഷേ എനിക്കവളെപ്പോലെ ചിരിക്കാനുള്ള കഴിവെവിടെ? ഞാൻ നോവലിലെ കഥാനായകനെപ്പോലെ ഗൗരവസ്വരത്തിൽ പറഞ്ഞു, ''ഈ ശരീരത്തിൽ ജീവനുള്ളേടത്തോളം കാലം...''

അവൾ തടുത്തുകൊണ്ട് പറഞ്ഞു, ''മതി മതി. നിങ്ങളു പറയുന്നതു കേട്ട് എനിക്കു ചിരിയാണ് വരുന്നത്.''

തോൽവി സമ്മതിക്കാതെ ഞാൻ തുടർന്നു, ''ഈ ജീവിതത്തിൽ ഇനി മറ്റൊരാളെ എനിക്ക് സ്നേഹിക്കാനാവില്ല.''

ഇതു കേട്ടതും എന്റെ ഭാര്യ കുടുകുടാ ചിരിക്കാൻ തുടങ്ങി. എനിക്കാ ചിരി സഹിക്കേണ്ടിവന്നു. അന്ന് ഞാൻ സ്വയം എന്നോടു തന്നെ സമ്മതിച്ചിരുന്നുവോ എന്നറിയില്ല. പക്ഷേ, ഇന്നെനിക്ക് പൂർണ ബോധ്യമുണ്ട്. ആരോഗ്യം വീണ്ടെടുക്കാനാവാത്ത, ആശയറ്റ പരിചരണം എന്നെ തളർത്തിത്തുടങ്ങിയിരുന്നു എന്ന വസ്തുത. പക്ഷേ പരിചരണത്തിൽ വിഘ്നം വരുത്തുന്ന കാര്യം എനിക്ക് സങ്കല്പിക്കാൻ പോലും ആവില്ലായിരുന്നു. എങ്കിലും ചിരകാലം ഇത്തരത്തിൽ മാറാരോഗിയെ പരിചരിച്ചുകൊണ്ട് കഴിയേണ്ടിവരുമെന്നത് എന്നെ സംബന്ധിച്ചേടത്തോളം പീഡാജനകമായിത്തീർന്നിരുന്നു. ഹോ! നവയൗവനകാലത്ത് മുന്നോട്ടു

നോക്കിയപ്പോൾ പ്രണയകൂജനങ്ങളിൽ, സുഖാനുഭൂതികളിൽ, സൗന്ദര്യത്തിന്റെ മരീചികകളിൽ ഭാവിജീവിതം പുഷ്പിച്ചു നിൽക്കുന്നതാണ് കണ്ടത്. ഇന്നാണെങ്കിൽ അവസാനമില്ലാതെ, സുദൂരം നീണ്ടുകിടക്കുന്ന ദാഹാർത്തയായ മരുഭൂമി മാത്രം.

എന്റെ ആന്തരികസംഘർഷത്തിന്റെ പ്രതിഫലനം എന്റെ പരിചര്യയിൽ നിശ്ചയമായും അവൾ കണ്ടെത്തിക്കാണും. അന്നെനിക്കത് അറിയില്ലായിന്നു. പക്ഷേ കൂട്ടക്ഷരങ്ങളില്ലാത്ത ശിശുപാഠം പോലെ അതിസരളമായി എന്നെ വായിച്ചെടുക്കാൻ അവൾക്ക് കഴിയുമായിരുന്നു എന്നതിൽ ഇന്നെനിക്ക് അല്പം പോലും സംശയമില്ല. അതുകൊണ്ടാണ് നോവലിലെ കഥാനായകന്റെ വേഷമണിഞ്ഞ് ഗൗരവഭാവത്തിൽ അവളോട് പ്രണയജല്പനങ്ങൾ നടത്തുമ്പോൾ അവൾ അതിയായ സ്നേഹത്തോടെ അടക്കാനാവാത്ത കൗതുകത്തോടെ ചിരിച്ചുപോയത്. എനിക്ക് തികച്ചും അഗോചരമായിരുന്ന എന്റെ അന്തരാളത്തിലെ വിഷയങ്ങൾ അന്തര്യാമിയെപ്പോലെ അവൾക്കറിയാമായിരുന്നു. ഈ വസ്തുത മനസ്സിലേക്കോടിവരുമ്പോൾ ലജ്ജകൊണ്ട് മരിച്ചുപോകാൻ തോന്നുന്നു.

ഹരൻ ഡോക്ടർ ഞങ്ങളുടെ ജാതിയിൽപ്പെട്ടയാളായിരുന്നു. അയാളെന്നെ ഇടയ്ക്കിടെ വീട്ടിലേക്കു വിളിപ്പിക്കും. ഈ പതിവ് തുടങ്ങി കുറേ നാളായപ്പോൾ ഒരിക്കൽ സ്വന്തം പുത്രിയെ എനിക്കു പരിചയപ്പെടുത്തിത്തന്നു. അവിവാഹിതയാണ്. വയസ്സു പതിനഞ്ചോ മറ്റോ കാണും. മനസ്സിനിണങ്ങിയ വരനെ കിട്ടാത്തതുകൊണ്ടാണ് അവളെ കല്യാണം ചെയ്തയയ്ക്കാത്തതെന്ന് ഡോക്ടർ പറഞ്ഞു. പക്ഷേ ഏതോ കുലദോഷമുണ്ടെന്നായിരുന്നു പുറമെയുള്ളവരുടെ അടക്കിപ്പിടിച്ച സംസാരം. മറ്റൊരു ദോഷവും അവൾക്കില്ലായിരുന്നു. എത്രത്തോളം സുന്ദരിയോ അത്രത്തോളം ബുദ്ധിമതി, വിദ്യാസമ്പന്ന. അതു കാരണം ഇടയ്ക്കിടെ അവളുമായി പല കാര്യങ്ങളും സംസാരിച്ചിരുന്ന് വീട്ടിലേക്കു തിരിച്ചു പോകാൻ വൈകും. ഭാര്യയ്ക്ക് മരുന്നു കൊടുക്കേണ്ട സമയം കഴിഞ്ഞിരിക്കും. അവൾക്കറിയാമായിരുന്നു ഞാൻ ഹരൻ ഡോക്ടറുടെ വീട്ടിലേക്കാണ് പോയിരിക്കുന്നതെന്ന്. പക്ഷേ വൈകുന്നതിന്റെ കാരണം അവൾ ഒരിക്കലും ചോദിച്ചില്ല.

മരുഭൂമിക്കു മധ്യേ വീണ്ടും എനിക്ക് മരിചീക കാണാനായി. തൊണ്ട വരണ്ടു നിൽക്കെ, കണ്ണിനുമുന്നിൽ തടാകം നിറയെ സ്വച്ഛജലം ഇളകിമറിയുമ്പോൾ മനസ്സിനെ അവിടന്ന് പിന്തിരിപ്പിക്കാനാവില്ല. രോഗിണിയുടെ റൂം എന്നെ സംബന്ധിച്ചേടത്തോളം ആനന്ദരഹിതമായി. ഇടയ്ക്കിടെ ശുശ്രൂഷയിലും മരുന്നു കൊടുക്കുന്നതിലും വീഴ്ചയുണ്ടാവാൻ തുടങ്ങി.

ഹരൻ ഡോക്ടർ പലപ്പോഴും എന്നോടു പറയും, ''രോഗം ശമിക്കില്ലെന്ന് ഉറപ്പുള്ളവർക്ക് മരണം തന്നെയാണ് നല്ലത്. കാരണം, ജീവിച്ചിരുന്നിട്ട് അവർക്കോ ആനന്ദമില്ല, മറ്റുള്ളവർക്കും തഥൈവ.'' പൊതുവെ പറഞ്ഞാൽ ഇതിൽ തെറ്റൊന്നുമില്ല. പക്ഷേ എന്റെ പത്നിയെ ഉദ്ദേശിച്ച് ഇപ്രകാരം പറയുന്നത് അത്ര ഉചിതമായിരുന്നില്ല. എങ്കിലും മനുഷ്യരുടെ ജീവന്മരണാവസ്ഥകളെപ്പറ്റി ഡോക്ടർമാരുടെ മനസ്സ് വികാരശൂന്യമാകയാൽ അവർക്ക് നമ്മുടെ മനോനില വേണ്ട പോലെ മനസ്സിലാക്കാനായെന്നു വരില്ല.

ഒരു ദിവസം അടുത്ത മുറിയിലിരുന്ന് ഞാൻ കേട്ടു, എന്റെ പത്നി ഹരാൻബാബുവിനോട് പറയുന്നത്, ''ഡോക്ടർ ഒരു ഫലവുമില്ലാത്ത എന്തൊക്കേയോ മരുന്നുകൾ എന്നെക്കൊണ്ട് വിഴുങ്ങിപ്പിച്ച് വെറുതെ ബില്ലു കൂട്ടുന്നതെന്തിനാ? എന്റെ പ്രാണൻ തന്നെ ഒരു രോഗമായിരിക്കേ, ഈ പ്രാണൻ ഒറ്റയടിക്കു പോകാനുള്ള ഒരു മരുന്നെഴുതിത്തന്നുകൂടെ?''

ഡോക്ടർ പറഞ്ഞു, ''ഛി! ഛി! അങ്ങനെയൊന്നും പറയരുത്.''

ഇതു കേട്ട് എന്റെ മനസ്സിന് വല്ലാത്തൊരാഘാതമുണ്ടായി. ഡോക്ടർ പോയശേഷം അവളുടെ മുറിയിൽ ചെന്ന് അവളുടെ കിടയ്ക്കകരികിലിരുന്നു. അവളുടെ കവിളിൽ പതുക്കെപ്പതുക്കെ തലോടി. അവൾ പറഞ്ഞു: ''നോക്കൂ, ഈ മുറിക്കകത്ത് വല്ലാത്ത ചൂടാണ്. നിങ്ങൾ പുറത്തേക്കു പോകൂ. നിങ്ങൾക്ക് വൈകിട്ടത്തെ നടത്തത്തിനുള്ള സമയവുമായി. കുറച്ചൊന്നു നടന്നില്ലെങ്കിൽ രാത്രി നേരത്ത് നിങ്ങൾക്ക് വിശപ്പും തോന്നില്ല.''

വിശപ്പു തോന്നാൻ അല്പം നടക്കേണ്ടത് അത്യാവശ്യമാണെന്ന് ഞാൻ തന്നെയാണ് അവളെ പറഞ്ഞു വിശ്വസിപ്പിച്ചത്. എന്നാൽ എനിക്കോ നടക്കാനിറങ്ങുക എന്നു വെച്ചാൽ ഡോക്ടറുടെ വീട്ടിലേക്കു പോവുക എന്നായിരുന്നു. ഇപ്പോൾ മനസ്സിലാവുന്നു നിത്യേനയുള്ള എന്റെയീ കാപട്യം അവൾക്ക് ബോധ്യമായിരുന്നെന്ന്. അവൾക്കൊന്നും അറിയില്ലെന്നായിരുന്നു എന്റെ വിചാരം.''

ഇത്രയും പറഞ്ഞ് ദക്ഷിണാചരൺ ബാബു മുഖം കൈത്തലങ്ങളിലമർത്തി ഏറെ നേരം മൗനം പാലിച്ചു. അവസാനം ചോദിച്ചു, ''എനിക്ക് ഒരു ഗ്ലാസ് വെള്ളം തരാമോ?''

വെള്ളം കുടിച്ചശേഷം അയാൾ തുടർന്നു: ''ഒരിക്കൽ ഡോക്ടറുടെ മകൾ മനോരമ പറഞ്ഞു, എന്റെ പത്നിയെ വന്നു കാണാൻ മോഹമുണ്ടെന്ന്. എന്തുകൊണ്ടോ അവളുടെ ആ അപേക്ഷ എനിക്കത്ര ഇഷ്ടപ്പെട്ടില്ല. പക്ഷേ, എതിർക്കാനൊരു കാരണവും ഇല്ലായിരുന്നു. ഒരു ദിവസം സന്ധ്യാസമയത്ത് അവൾ ഞങ്ങളുടെ വീട്ടിലെത്തി.

അന്ന് എന്റെ പത്നിയുടെ ശാരീരികാസ്വാസ്ഥ്യം സാധാരണയിൽ കവിഞ്ഞ് കൂടുതലായിരുന്നു. വേദന കൂടുന്ന ദിവസങ്ങളിൽ അവൾ അത്യന്തം നിശ്ചലയായി, നിശ്ചേഷ്ടയായിത്തീരുമായിരുന്നു. മുഷ്ടി മുറുകെ ചുരുട്ടിയിരിക്കും, മുഖം നീലനിറമായിത്തീരും. അതിൽ നിന്നു തന്നെ അവളുടെ വേദന മനസ്സിലാക്കാമായിരുന്നു. മുറിക്കകത്ത് മറ്റ നക്കങ്ങളൊന്നുമില്ലായിരുന്നു. അവളുടെ ശയ്യയ്ക്കരികിൽ നിശ്ശബ്ദ നായി ഞാനിരിക്കയായിരുന്നു. നടക്കാനിറങ്ങേണ്ട സമയം അതിക്രമി ച്ചിരുന്നു, എങ്കിലും അതു പറയാനുള്ള ശക്തി പോലും അവൾക്കില്ലാ യിരുന്നു. അഥവാ ഇത്രയും കഷ്ടമനുഭവിക്കുന്ന സമയത്ത് ഞാനരികിൽ ഇരിക്കണമെന്ന ഇച്ഛ അവൾക്കുണ്ടായിരുന്നിരിക്കാം. വെളിച്ചം കണ്ണില ടിക്കാതിരിക്കാൻ മണ്ണെണ്ണവിളക്ക് ദൂരെ വാതിലിനടുത്തായിട്ടാണ് വെച്ചി രുന്നത്. മുറിക്കകത്ത് അന്ധകാരവും നിശ്ശബ്ദതയും. ഇടയ്ക്കിടെ വേദനയല്പം കുറയുമ്പോഴുള്ള അവളുടെ ദീർഘനിശ്വാസം മാത്രമേ കേൾക്കാനുണ്ടായിരുന്നുള്ളൂ.

ഈ സമയത്ത് മനോരമ വാതിൽക്കൽ വന്നു നിന്നു. എതിർവശ ത്തുള്ള വിളക്കിന്റെ വെട്ടം അവളുടെ മുഖത്തു വീണു. ഇരുട്ടും നിഴലും വീണ മുറിക്കുള്ളിൽ ഒന്നും കാണാനാവാതെ അവൾ വാതിൽക്കൽ ത്തന്നെ പരുങ്ങിനിന്നു.

എന്റെ പത്നി ഞെട്ടിപ്പോയി. എന്റെ കൈകളിൽ മുറുകെ പിടിച്ച് ചോദിച്ചു. ‘‘അതാരാ, അതാരാണ്?’’ അവളുടെ ആ ദുർബലാവസ്ഥ യിൽ അപരിചിതവ്യക്തിയെ കണ്ട് അവൾ രണ്ടുമൂന്നു തവണ അവ്യക്ത സ്വരത്തിൽ എന്നോടു ചോദിച്ചു. ‘‘അതാരാ? അതാരാ?’’

എന്തു ദുർബുദ്ധി തോന്നിയോ എന്തോ, ഞാനാദ്യം പറഞ്ഞു ‘‘എനിക്ക റിയില്ല.’’ പറഞ്ഞയുടൻ ആരോ എന്നെ ചാട്ടവാറുകൊണ്ട് അടിച്ച പോലെ. അടുത്ത നിമിഷം ഞാൻ പറഞ്ഞു. ‘‘ഓ, അതു നമ്മുടെ ഡോക്ടറുടെ മകളാണ്.’’

പത്നി ഒരുതവണ എന്റെ മുഖത്തേക്കു നോക്കി. എനിക്കാ നോട്ടം നേരിടാനായില്ല. അടുത്ത ക്ഷണം അതിക്ഷീണസ്വരത്തിൽ അവൾ ആഗതയെ അകത്തേക്കു ക്ഷണിച്ചു. ‘‘വരൂ, അകത്തേക്കു വരൂ.’’ എന്നിട്ട് എന്നോടായി പറഞ്ഞു. ‘‘വിളക്കു കൊണ്ടു വരൂ.’’

മനോരമ അകത്തേക്കു വന്ന് ഇരിപ്പുറപ്പിച്ചു. അവളുമായി രോഗിണി അല്പസ്വല്പം സംസാരിക്കാൻ ശ്രമിച്ചു. ആ സമയത്ത് ഡോക്ടറും എത്തിച്ചേർന്നു.

അദ്ദേഹം തന്റെ ഫാർമസിയിൽനിന്ന് രണ്ടു കുപ്പി മരുന്നു കൊണ്ടു വന്നിരുന്നു. രണ്ടും പുറത്തെടുത്ത് എന്റെ പത്നിയോടു പറഞ്ഞു.

''നീലക്കുപ്പിയിലുള്ളത് പുറമെ പുരട്ടി തിരുമ്മാനുള്ളത്, മറ്റേത് അകത്തേക്കു കഴിക്കാനുള്ളത്. രണ്ടും തമ്മിൽ മാറിപ്പോകരുത്. തിരുമ്മാനുള്ള മരുന്ന് കൊടിയ വിഷമാണ്.''

എന്നോടും ജാഗ്രത പാലിക്കാൻ പറഞ്ഞ് രണ്ടു കുപ്പികളും ഡോക്ടർ മേശപ്പുറത്തുവെച്ചു. പോകാൻ സമയത്ത് മകളെ വിളിച്ചു

മനോരമ ചോദിച്ചു, ''അച്ഛാ, ഞാനിവിടെ നിൽക്കട്ടെ. ഇവിടെ സ്ത്രീജനങ്ങളാരുമില്ലല്ലോ ഇവരെ സഹായിക്കാൻ.''

എന്റെ പത്നി പറഞ്ഞു, ''വേണ്ട, വേണ്ട. നിങ്ങളെന്തിനു കഷ്ടപ്പെടണം? ഇവിടെ വളരെ പഴയൊരു വേലക്കാരിയുണ്ട്. എന്നെ അമ്മയെപ്പോലെ നോക്കും.''

ഡോക്ടർ ചിരിച്ചുകൊണ്ടു പറഞ്ഞു, ''ഇവർ മഹാലക്ഷ്മിയാണ്. ചിരകാലമായി മറ്റുള്ളവരെ പരിചരിച്ചാണ് ശീലം. അന്യരുടെ പരിചരണം അവർക്കു സഹിക്കാൻ കഴിയില്ല.''

മകളോടൊത്തു മുറിവിട്ടിറങ്ങുന്ന ഡോക്ടറോട് എന്റെ പത്നി പറഞ്ഞു, ''ഡോക്ടർ, ഇദ്ദേഹത്തെക്കൂടി വിളിച്ചുകൊണ്ടു പോകൂ. ഈ അടഞ്ഞ മുറിയിൽ ഏറെ നേരമായി അദ്ദേഹം ഇരിപ്പാണ്. ഒന്നു പുറത്തേക്കു കൊണ്ടുപോയി ഒപ്പം നടന്നിട്ടു വരൂ.''

ഡോക്ടർ എന്നോടു പറഞ്ഞു, ''വരൂ പുഴക്കരയിലൂടെ ഒന്നു നടന്നിട്ടു വരാം.''

ഞാൻ വിരോധം പ്രകടിപ്പിച്ചെങ്കിലും വൈകാതെ സമ്മതിക്കയും ചെയ്തു. പോകുന്നപോക്കിലും ഡോക്ടർ എന്റെ പത്നിയോട് മരുന്നിന്റെ കാര്യത്തിൽ ശ്രദ്ധ വേണമെന്ന് ഓർമിപ്പിച്ചു.

അന്ന് ഡോക്ടറുടെ വീട്ടിൽ നിന്നുതന്നെ ഞാൻ അത്താഴം കഴിച്ചു. തിരിച്ചുവരുമ്പോഴേക്കും ഏറെ രാത്രിയായി. എന്റെ പത്നിക്ക് വല്ലാത്ത അസ്വാസ്ഥ്യം. അത്യന്തം അനുതാപത്തോടെ ഞാൻ ചോദിച്ചു, ''എന്തേ എന്തുപറ്റീ? വേദന വല്ലാതെ കൂടിപ്പോയോ?''

അവൾക്ക് ഉത്തരം പറയാനായില്ല. നിശ്ശബ്ദയായി എന്റെ മുഖത്തേക്കു നോക്കുകമാത്രം ചെയ്തു. അവൾക്ക് വല്ലാത്ത ശ്വാസംമുട്ട്.

ഞാനുടൻ തന്നെ ഡോക്ടറെ വിളിച്ചു വരുത്തി. ഡോക്ടർക്ക് ആദ്യം ഒന്നും മനസ്സിലായില്ല. അദ്ദേഹം ചോദിച്ചു, ''എന്താ വേദന കൂടിയതാണോ? മരുന്നു പുരട്ടി തിരുമ്മിയാൽ ഒരല്പം ശമനം കിട്ടുമായിരുന്നല്ലോ'' എന്നും പറഞ്ഞ് മേശപ്പുറത്തിരുന്ന കുപ്പി കൈയിലെടുത്തു. കുപ്പി കാലി. എന്റെ പത്നിയോടു ചോദിച്ചു, ''നിങ്ങളെന്താ മരുന്നു മാറ്റിക്കഴിച്ചോ?''

അവൾ തലയാട്ടുകമാത്രം ചെയ്തു. ''അതെ.''

ഡോക്ടർ ഉടൻ തന്നെ കാറിൽ വീട്ടിലേക്കു തിരിച്ചുപോയി, പമ്പെടുക്കാനായി. ഞാൻ അർദ്ധപ്രജ്ഞനായി അവളുടെ കിടക്കയിൽ വീണു.

അമ്മ സുഖമില്ലാത്ത കുഞ്ഞിനെ നെഞ്ചോടു ചേർത്തു സമാധാനിപ്പിക്കുംപോലെ എന്റെ ശിരസ്സ് മാറോടു ചേർത്ത് കരസ്പർശത്തിലൂടെ സ്വന്തം ഇംഗിതം എന്നെ അറിയിക്കാൻ അവൾ ശ്രമം നടത്തി. കരുണസ്പർശത്തിലൂടെ ആവർത്തിച്ചാവർത്തിച്ചു പറഞ്ഞു, ''അരുത്, ദുഃഖിക്കരുത്. ഒക്കെ നല്ലതിനാണ്. നിങ്ങൾ സന്തുഷ്ടനാകും, അതോർത്ത് എനിക്കും സന്തോഷത്തോടെ മരിക്കാം.''

ഡോക്ടർ തിരിച്ചു വന്നപ്പോഴേക്കും എന്റെ പത്നിയുടെ പ്രാണനോടൊപ്പം അവളുടെ സകല പീഡകളും അവസാനിച്ചു കഴിഞ്ഞിരുന്നു.''

ദക്ഷിണാചരൺ വീണ്ടും അല്പം വെള്ളം കുടിച്ചു. ''ഓ, എന്തൊരു ചൂട്.'' മുറിയിൽ നിന്നു പുറത്തിറങ്ങി വരാന്തയിൽ കുറച്ചുനേരം അങ്ങോട്ടുമിങ്ങോട്ടും ഉലാത്തിയശേഷം അയാൾ തിരിച്ചു വന്നു. ഇനിയുള്ളതു പറയാൻ അയാൾക്ക് വല്ലാത്ത വിമ്മിട്ടം. ഞാനെന്തോ മാന്ത്രിക ശക്തികൊണ്ട് അയാളിൽ നിന്ന് കഥ വലിച്ചെടുക്കുകയാണെന്ന ഭാവം. എങ്കിലും അയാൾ തുടർന്നു.

''മനോരമയെ വിവാഹം ചെയ്ത് സ്വദേശത്തു തിരിച്ചെത്തി.

അച്ഛന്റെ സമ്മതത്തോടെയാണ് മനോരമ എന്നെ വിവാഹം ചെയ്തത്. ഞാനവളോട് പ്രേമപ്രകടനം നടത്തിയപ്പോഴോ, പ്രണയസല്ലാപം ചെയ്യുമ്പോഴോ അവൾ ചിരിച്ചില്ല, ഗൗരവത്തോടെ ഇരുന്നു. അവളുടെ മനസ്സിന്റെ ഏതോ കോണിൽ എവിടേയോ എന്തോ ഉടക്കിനില്പുണ്ടെന്ന കാര്യം എനിക്കെങ്ങനെ അറിയാനാണ്.

എന്റെ മദ്യപാനം കൂടിക്കൂടിവന്നതും അന്നാളുകളിലാണ്.

ഒരു ശരത്കാല സന്ധ്യ. മനോരമയുമൊത്ത് ബാരാനഗറിലെ ഉദ്യാനത്തിൽ നടക്കുകയായിരുന്നു. ഇരുട്ടു കനത്തു വന്നു. കിളികൾ കൂടുകളിൽ ചിറകനക്കുന്ന ശബ്ദം പോലുമില്ല. നടപ്പാതയുടെ ഇരുവശത്തുമായി കനത്തിരുണ്ട നിഴൽ വീണ മരങ്ങൾ. കാറ്റിൽ ഇലകൾ വിറകൊള്ളുന്ന ശബ്ദം കേൾക്കാമായിരുന്നു.

ക്ഷീണം തോന്നിയതുകൊണ്ടാവാം മനോരമ ഇലഞ്ഞിച്ചുവട്ടിലെ വെളുവെളുത്ത മാർബിൾ ചുറ്റുതറയിൽ ഇരുന്നതും പിന്നീട് കൈകൾക്കുമേൽ ശിരസ്സു ചേർത്ത് കിടന്നു പോയതും. ഞാനും അവൾക്കു സമീപം ചെന്നിരുന്നു.

ചുറ്റും ഇരുട്ട് ഘനീഭവിച്ചതുപോലെ. ആകാശക്കീറിൽ നക്ഷത്ര ക്കൂട്ടം.

അനന്താകാശത്തിന്റെ നെഞ്ചിൽ നിന്ന് ഉതിർന്നുവീണ നിശ്ശബ്ദത യുടെ ഏറ്റവും കീഴ്ത്തട്ടിൽ നേരിയ അതിർത്തിരേഖ തുന്നിച്ചേർക്കുന്ന മട്ടിൽ മരച്ചുവടുകളിൽ ചീവിടുകളുടെ ശബ്ദം.

അന്ന് സായാഹ്നത്തിൽ ഞാനല്പം മദ്യം സേവിച്ചിരുന്നു. മനസ്സ് വല്ലാതെ തരളിതമായിരുന്നെന്നു തോന്നുന്നു. ഇരുട്ട് കണ്ണിനിണങ്ങിയ പ്പോൾ ഇലഞ്ഞിമരത്തിന്റെ ഇരുണ്ടനിഴൽ വീണ വെളുവെളുത്ത മാർബിൾത്തറയിൽ പുടവത്തലപ്പു വിടർത്തി ക്ഷീണിതയായി വിശ്ര മിക്കുന്ന സ്ത്രീയുടെ അവ്യക്തരൂപം കാണായി. അത് എന്റെ മനസ്സിൽ വൈകാരികവിസഫോടനം ഉണ്ടാക്കി. ഇവളൊരു നിഴൽ മാത്രം, ഇവളെ കൈകളാൽ തൊടാനാവില്ലെന്ന തോന്നൽ.

കൃഷ്ണപക്ഷത്തിലെ മഞ്ഞനിറമുള്ള ചന്ദ്രൻ പതുക്കെപ്പതുക്കെ മരത്തിനു തൊട്ടു മുകളിലെത്തിയപ്പോൾ, കറുത്തിരുണ്ട ഇലഞ്ഞിമര ത്തിന്റെ ശിഖരത്തിനു തീപിടിച്ചപോലെ തോന്നിച്ചു. പിന്നീടത് പതുക്കെ ആകാശത്തേക്ക് ഉയർന്നുപൊങ്ങി. വെളുത്ത മാർബിൾത്തറയിൽ, വെളുത്ത പുടവ ധരിച്ച് ക്ഷീണിതയായി കിടന്നിരുന്ന സ്ത്രീരൂപത്തിന്റെ മുഖത്ത് നിലാവു പതിച്ചു. എനിക്ക് എന്നെത്തന്നെ നിയന്ത്രിക്കാനായില്ല. അവളെ സമീപിച്ച് ഇരു കൈകളാലും അവളുടെ കരം ഗ്രഹിച്ച് ഞാൻ പറഞ്ഞു പോയി, ''മനോരമാ, നിനക്ക് എന്നെ വിശ്വാസമില്ലായിരിക്കാം, പക്ഷേ എനിക്ക് നിന്നോട് പ്രണയമുണ്ട്. നിന്നെ എനിക്കൊരിക്കലും മറക്കാനാവില്ല.''

പറഞ്ഞു തീർന്നതും ഞാൻ ഞെട്ടിപ്പോയി. മുമ്പൊരിക്കൽ ഇതേ വാക്കുകൾ, ഇതേ സ്ഥലത്ത് മറ്റൊരാളോട് പറഞ്ഞിരുന്നുവെന്നത് ഓർമ്മയിലോടിയെത്തി. അതേ നിമിഷം ഇലഞ്ഞിമരത്തിന്റെ ചില്ല കൾക്കു മുകളിലൂടെ, കാട്ടുപൊന്തകളുടെ കൂരിരുട്ടിനുമുകളിലൂടെ, കൃഷ്ണപക്ഷത്തിലെ മഞ്ഞച്ച അമ്പിളിക്കീറിനു കീഴിലൂടെ, ഗംഗയുടെ കിഴക്കൻ തീരത്തുനിന്ന് പടിഞ്ഞാറൻ തീരം വരെ അത്യുച്ചത്തിൽ ഹാ! ഹാ! ഹാ! എന്നൊരു പൊട്ടിച്ചിരി ദ്രുതഗതിയിൽ ഒഴുകിപ്പോയി. മർമ്മഭേദിയായ പൊട്ടിച്ചിരിയാണോ അഥവാ അംബരഭേദിയായ അട്ട ഹാസമാണോ എന്നു പറയാനാവില്ല. ഞാൻ തൽക്ഷണം മാർബിൾ തറയിൽ മൂർച്ഛിച്ചു വീണു.

ബോധം വീണപ്പോൾ ഞാനെന്റെ മുറിയിൽ കട്ടിലിൽ കിടക്കുക യാണ്. ഭാര്യ ചോദിച്ചു, ''പെട്ടെന്നെന്താണ് നിങ്ങൾക്കു പറ്റിയത്?''

ഞാൻ വിറച്ചുകൊണ്ടു ചോദിച്ചു, ''നീയും കേട്ടതല്ലേ? ദിഗന്തം മുഴങ്ങുന്ന അട്ടഹാസച്ചിരി ഒഴുകിപ്പോയതു നീ കേട്ടില്ലേ?''

ഭാര്യ ചിരിച്ചുകൊണ്ടു പറഞ്ഞു. ''ചിരിയോ? ഒരു പറ്റം കിളികൾ കൂട്ടത്തോടെ ചിറകടിച്ചു പറന്നു പോയി. അവയുടെ ചിറകടിശബ്ദം ഞാൻ കേട്ടു. ഇത്ര ചെറിയ കാര്യം നിങ്ങളെ ഇത്രമാത്രം ഭയപ്പെടു ത്തിയോ?''

പകൽവേളകളിൽ എല്ലാം സുവ്യക്തം. അതെ, അത് കിളികളുടെ ചിറകടി ശബ്ദം തന്നെയായിരുന്നു. വടക്കുനിന്ന് ക്രൗഞ്ചങ്ങൾ കൂട്ടം കൂട്ടമായി ഈ നദിക്കരയിൽ വന്നെത്താറുള്ള സമയമാണിത്. മനസ്സിൽ വിശ്വാസമുറയ്ക്കും. പക്ഷേ ഇരുട്ടിയാൽ ആ വിശ്വാസമൊക്കെ ചോർന്നുപോകും. അപ്പോൾ തോന്നും നാലുപാടും കനക്കുന്ന ഇരു ട്ടിൽ പൊട്ടിച്ചിരി നിറഞ്ഞുനിൽക്കുന്നുണ്ടെന്ന്: വളരെ ചെറിയ കാരണം മതി, ഇരുട്ടിനെ കീറിമുറിച്ച്, ദിഗന്തങ്ങൾ മുഴങ്ങുമാറ് ആ പൊട്ടിച്ചിരി നാലുപാടും പൊട്ടിച്ചിതറി പരന്നൊഴുകും. ഒടുവിലൊടുവിൽ സന്ധ്യ യായാൽ പിന്നെ മനോരമയോട് ഒരക്ഷരം ഉരിയാടാനുള്ള ധൈര്യം എനിക്കില്ലാതായി.

ബാരാനഗറിലെ വീടുവിട്ട് മനോരമയോടൊപ്പം ഞങ്ങൾ വഞ്ചിവീട്ടിൽ (ഹൗസ് ബോട്ട്) യാത്രയായി. മകരമാസം. നദിയുടെ കുളിരുള്ള കാറ്റ് ഉള്ളിലെ സകല ഭയവും മായ്ച്ചു കളഞ്ഞു. കുറെ ദിവസം വളരെ സന്തോഷമായിത്തന്നെ ഞങ്ങൾ ചെലവഴിച്ചു. ചുറ്റിലും രമണീയമായ പ്രകൃതി. മനോരമയും അതുവരേക്കും അടഞ്ഞു കിടന്ന തന്റെ ഹൃദയ കവാടം പതുക്കെപ്പതുക്കെ എനിക്കു വേണ്ടി തുറക്കാൻ തുടങ്ങി.

ഗംഗയിലൂടെ യാത്ര ചെയ്ത് ഞങ്ങൾ പദ്മാനദിയിലെത്തി. സ്വതവേ അതിഭയങ്കരിയായ പദ്മ ഹേമന്തത്തിൽ കൃശഗാത്രിയും നിർജ്ജീവ യുമായ സർപ്പിണിയെപ്പോലെ നിദ്രാവിലീനയായിരുന്നു. വടക്കേക്കര യിൽ ചക്രവാളം വരെ പരന്നു കിടക്കുന്ന വിജനമായ പുല്ലുപോലു മില്ലാത്ത മണൽപരപ്പ്. തെക്കുഭാഗത്ത് ഈ ഭയങ്കരിക്ക് അഭിമുഖമായി കൂപ്പുകൈകളുമായി വിറപൂണ്ടു നിൽക്കുന്ന കണ്ടൽക്കാടുകൾ. ഗാഢ നിദ്രയിൽ പദ്മാനദി ഇടയ്ക്കൊക്കെ ഇടംവലം തിരിഞ്ഞെന്നു വരും, അപ്പോഴൊക്കെ മണൽത്തിട്ടകൾ ഇടിഞ്ഞു വീണെന്നും വരും. ഇറങ്ങി നടക്കാൻ സൗകര്യമുണ്ടെന്നു കണ്ട സ്ഥലം നോക്കി ഞങ്ങൾ വഞ്ചി കരയ്ക്കടുപ്പിച്ചു.

ഒരു ദിവസം ഞങ്ങളിരുവരും നടന്നു നടന്ന് ഒരുപാടു ദൂരത്തെത്തി. അസ്തമനസൂര്യന്റെ സുവർണാഭ പരക്കുന്ന പടിഞ്ഞാറൻ ചക്രവാളം, കിഴക്ക് കളങ്കലേശമില്ലാത്ത ശുക്ലപക്ഷ ചന്ദ്രോദയം. ആ കാഴ്ച ഞങ്ങളെ പുളകം കൊള്ളിച്ചു. അനന്തകോടി മണൽത്തരികളിലേക്ക് നിർബാധം നിരന്തരം പൊഴിഞ്ഞുവീണ നിലാവ് ഒഴുകിപ്പരന്ന് ചക്രവാളത്തോളം എത്തിയതു കണ്ടപ്പോൾ വിജനവും വിശാലവുമായ ഈ സ്വപ്നലോകത്ത്

ഞങ്ങളിരുവരും മാത്രമേയുള്ളൂവെന്ന് തോന്നിപ്പോയി. ചുവന്ന ഷാളിന്റെ ഒരറ്റം മനോരമയുടെ ശിരസ്സിലൂടെ തോളിലേക്ക് ഊർന്നിറങ്ങി ശരീരത്തെ മൂടിയിരുന്നു. നിശ്ശബ്ദതയ്ക്ക് കനം കൂടിവന്നു, ചുറ്റും സീമാരഹിതവും ദിശാരഹിതവുമായ ശുഭ്രതയും ശൂന്യതയുമല്ലാതെ വേറൊന്നുമില്ലെന്ന സ്ഥിതി. മനോരമ പതുക്കെപ്പതുക്കെ കൈ നീട്ടി എന്റെ കൈയിൽ മുറുകെ പിടിച്ച് എന്റെ വളരെ അടുത്തേക്കുനീങ്ങി നിന്നു. തന്റെ സർവസ്വവും മനസ്സും ശരീരവും ജീവിതവും യൗവനവുമൊക്കെ എന്നിലർപ്പിച്ചുകൊണ്ട് അവൾ നിലകൊണ്ടു. എന്റെ ഹൃദയം ഹർഷപുളകിതമായി, മനസ്സു മന്ത്രിച്ചു. വീട്ടിനകത്തെ പരിമിതമായ ചുറ്റുപാടിൽ എങ്ങനെ യഥേഷ്ടം പ്രണയിക്കാനാകും. ഇത്തരത്തിൽ അനാവൃതവും അനന്തവുമായ ആകാശത്തിനു കീഴിലല്ലാതെ വേറെ എവിടെയാണ് രണ്ടു വ്യക്തികൾക്ക് അതു സാധ്യമാകുക?

എത്ര വിചിത്രമായ അനുഭൂതി. ഞങ്ങൾക്ക് വീടും കുടിയുമൊന്നുമില്ലെന്ന്, എങ്ങോട്ടും തിരിച്ചുപോകാനില്ലെന്ന്, ഇങ്ങനെ പരസ്പരം കൈകോർത്ത് എവിടേക്കെന്നില്ലാതെ, നിലാവു തെളിയിക്കുന്ന ശൂന്യതയിലേക്ക്, പ്രപഞ്ചസീമയിലേക്ക് ലക്ഷ്യമില്ലാതെ നിർബാധം നടന്നുപോകാമെന്ന്.

നടന്നുനടന്ന് ഞങ്ങൾ ഒരിടത്തെത്തി നിന്നു. മണൽപ്പരപ്പിൽ ഒരു കൊച്ചുതടാകം. പദ്മാനദി പിൻവാങ്ങിയപ്പോൾ തളം കെട്ടിനിന്നുപോയ ജലമാണ്.

മരുപ്പരപ്പിലെ ഓളങ്ങളില്ലാത്ത നിശ്ചലജലനിരപ്പിനു മീതെ നിലാവിന്റെ നീണ്ട രേഖ മൂർച്ഛിച്ചു കിടന്നിരുന്നു. ഞങ്ങളവിടെ ഏറെ നേരം നിലകൊണ്ടു. മനോരമ എന്തോ ആലോചിച്ചുകൊണ്ട് എന്റെ മുഖത്തേക്കു നോക്കി. അവളുടെ ശിരസ്സിൽ നിന്ന് ചുവന്ന ഷാൾ ഊർന്നുവീണു. നിലാവു പ്രകാശമാനമാക്കിയ അവളുടെ മുഖം കൈകളിലെടുത്ത് ഞാൻ ചുംബിച്ചു.

ആ നിമിഷം വിജനവും നിശ്ശബ്ദവുമായ ആ മരുപ്രദേശത്ത് ഗൗരവസ്വരത്തിൽ ആരോ ഉച്ചത്തിൽ വിളിച്ചു ചോദിച്ചു. ‘‘അതാര്?, അതാര്? അതാരാണെന്ന്?’’

ഞാൻ ഞെട്ടിത്തെറിച്ചു പോയി, എന്റെ ഭാര്യയും ഞെട്ടിപ്പോയി. പക്ഷേ അടുത്ത നിമിഷം തന്നെ ഞങ്ങൾക്കു മനസ്സിലായി; ഇതു മനുഷ്യശബ്ദമല്ലെന്ന്. അമാനുഷികശബ്ദവുമല്ലെന്ന്. ജലത്തിൽ വിഹരിക്കുന്ന ഏതോ പക്ഷിയുടെ രോദനമാണ്. ഇത്ര രാത്രിയിൽ അവയുടെ വാസസ്ഥാനത്ത് അതിക്രമിച്ചെത്തിയ മനുഷ്യരെക്കണ്ട് പേടിച്ചുപോയതാകണം.

ഭയപ്പാടിന്റെ ഞെട്ടൽ മാറുംമുമ്പ് ഞങ്ങളിരുവരും വഞ്ചിവീട്ടിൽ തിരിച്ചെത്തി, കിടക്കയിൽ ഉറങ്ങാൻ കിടന്നു. ക്ഷീണിതയായ മനോരമ പെട്ടെന്നു തന്നെ ഉറങ്ങിപ്പോയി. എനിക്കുറങ്ങാനായില്ല. ഇരുട്ടിൽ കൊതുകുവലയോടു ചേർന്ന് എന്റെ തൊട്ടരുകിൽ ഒരാൾരൂപം ഞാൻ കണ്ടു. ആ രൂപം ഉറങ്ങിക്കിടക്കുന്ന മനോരമയുടെ നേർക്ക് അസ്ഥി മാത്രമായ വിരൽ ചൂണ്ടി എന്റെ ചെവിയിൽ രഹസ്യമായി അവ്യക്ത സ്വരത്തിൽ പിറുപിറുക്കുകയാണ്, ''അതാരാ?, അതാരാ?, അതാരാ ണെന്ന്?''

ഞാൻ ധൃതിപ്പെട്ട് എഴുന്നേറ്റ് തീപ്പെട്ടിയുരച്ച് വിളക്കു കൊളുത്തി. ആ ക്ഷണം നിഴൽ രൂപം മാഞ്ഞുപോയി, കൊതുവലയെ വിറപ്പിച്ചു കൊണ്ട്, ബോട്ടിനെ ഇളക്കിമറിച്ചുകൊണ്ട് എന്റെ ശരീരത്തിലെ രക്തം മുഴുവനും ഉറച്ചു കട്ടിയാക്കിക്കൊണ്ട് ഹാ ഹാ ഹാ, എന്നൊരു പൊട്ടിച്ചിരി കറുത്തിരുണ്ട രാത്രിയുടെ ആഴത്തട്ടിൽനിന്ന് മുകൾപ്പരപ്പിലേക്ക് ഒഴുകി പ്പരന്നു. പദ്മാനദിയെ മറികടന്ന് അവളുടെ തീരങ്ങളെ മറികടന്ന്, അടു ത്തുള്ള സകല ഗ്രാമങ്ങളും നഗരങ്ങളും മറികടന്ന്, ദേശദേശാന്തര ങ്ങളും ലോകലോകാന്തരങ്ങളും മറികടന്ന് അനേകദൂരത്തെത്തിയ ശബ്ദം ക്രമേണ നേർത്തുനേർത്തുവന്നു. ജനനമരണലോകങ്ങൾ താണ്ടി ക്കടന്ന ശബ്ദം സൂചിമുനപോലെ നേർത്തുനേർത്തു വന്നു. അത്രയും നേർത്ത ശബ്ദം മുമ്പൊരിക്കലും കേൾക്കാനിടവന്നിട്ടില്ല, സങ്കല്പി ക്കാനും കഴിഞ്ഞിട്ടില്ല. അനന്താകാശം എന്റെ മസ്തിഷ്കത്തിനകത്താ ണെന്ന പ്രതീതി. എത്രയെത്ര ദൂരെ പോയാലും ഒരുവിധത്തിലും ആ ശബ്ദം എന്റെ മസ്തിഷ്കത്തിന്റെ അതിരു വിട്ടു പുറത്തുപോകില്ലെന്ന പ്രതീതി. ഒടുവിൽ മനസ്സിലെ ഏകാന്തത അസഹ്യമായി, വിളക്കണെ ക്കാതെ ഉറങ്ങാനാവില്ലെന്ന സ്ഥിതി. വിളക്കണച്ചു കിടന്നതേതേയുള്ളൂ, ഇരുട്ടിൽ കൊതുകുവലയ്ക്കരികിൽ വീണ്ടും ആ നിഴൽരൂപം. എന്റെ ചെവിയിൽ ശ്വാസമടക്കിപ്പിടിച്ച പിറുപിറുപ്പ്: ''അതാര്? അതാര്? അതാ രാണെന്ന്?''

എന്റെ ഹൃദയമിടിപ്പിന്റെ അതേ താളത്തിൽ, ''അതാര്?, അതാര്? അതാരാണെന്ന്?'' രാത്രിയുടെ അഗാധതയിൽ, ബോട്ടിനകത്തെ നിശ്ശ ബ്ദതയിൽ, ഷെൽഫിനു മുകളിൽ വെച്ചിരുന്ന വൃത്താകൃതിയിലുള്ള ഘടികാരം ഉണർന്നെണീറ്റ് മണിക്കൂറിന്റെ സൂചി മനോരമയുടെ നേർക്കു ചൂണ്ടി അതേ താളത്തിൽ ചോദിച്ചു: ''അതാര്? അതാര്? അതാരാ ണെന്ന്?''

പറഞ്ഞു പറഞ്ഞ് ദക്ഷിണാചരൺബാബു വിളറി വെളുത്തു പോയി രുന്നു. അയാളുടെ തൊണ്ട വരണ്ടു പോയിരുന്നു. ഞാനയാളെ തൊട്ടു സമാശ്വസിപ്പിച്ചു: ''കുറച്ചു വെള്ളം കുടിക്കൂ.''

മണ്ണെണ്ണ വിളക്കിലെ തിരി പടപടാന്നടിച്ച് കെട്ടുപോയി. പുറത്ത് പുലരിവെട്ടം കണ്ടുതുടങ്ങിയിരുന്നു. കാക്കകൾ ഉണർന്നിരിക്കുന്നു. എന്റെ വീടിനു മുമ്പിലൂടെ കാളവണ്ടി ഇഴഞ്ഞു നീങ്ങുന്ന ശബ്ദം. അതോടെ ദക്ഷിണാചരൺബാബുവിന്റെ മുഖഭാവം അപ്പാടെ മാറി. ഭയത്തിന്റെ തരിപോലും അപ്പോൾ ആ മുഖത്തില്ലായിരുന്നു. രാത്രിയുടെ സാങ്കല്പികമായ ഭയത്താൽ എന്നോട് മനസ്സിലിരിപ്പു മുഴുവനും വെളിപ്പെടുത്തിയതിൽ അയാൾക്ക് വല്ലാത്ത ലജ്ജ തോന്നി, എന്നോട് അകാരണമായ ദേഷ്യവും. യാത്രപോലും പറയാതെ പൊടുന്നനെ സ്ഥലം വിട്ടു.

അന്നു അർധരാത്രി വീണ്ടും എന്റെ കതകിൽ തട്ടി, വിളിയുണ്ടായി. ഡോക്ടർ, ഡോക്ടർ...

(നിശീഥേ, 1894)

ന്യായാധിപൻ

ഒട്ടേറെ അവസ്ഥാന്തരങ്ങൾക്കു ശേഷം ലഭിച്ച അവസാനത്തെ ആൺ തുണയും മുഷിഞ്ഞ വസ്ത്രം പോലെ യൗവനം പിന്നിട്ട ക്ഷീരോദായെ ഉപേക്ഷിച്ചു കടന്നു കളഞ്ഞു. ഒരു പിടി അന്നത്തിനായി ഇനിയൊരുത്തനെ തേടിപ്പോകണം. അവൾക്ക് വല്ലാത്ത ആത്മനിന്ദ അനുഭവപ്പെട്ടു.

യൗവനം അസ്തമിച്ചശേഷം ഉരുവാകുന്നത് പൊതുവെ സ്വസ്ഥവും ശാന്തഗംഭീരവുമായ ഒരു അവസ്ഥയാണ്. വസന്തം കഴിഞ്ഞ് ശരത് കാലമെത്തും പോലെയുള്ള ഋതുസംക്രമണം. ശരത്കാലം വിളവെടുപ്പു കാലമാണ്. കായ്കൾ മൂപ്പെത്തി പഴുക്കുകയും ധാന്യങ്ങൾ വിളയു കയും ചെയ്യുന്ന ഋതു. ജീവിതത്തിലും അപ്രകാരം തന്നെ. ആ സമ യത്ത് വസന്തത്തിന്റെ, യൗവനത്തിന്റെ ആഹ്ലാദത്തിമർപ്പ് തികച്ചും അരോചകം. മധ്യവയസ്സെത്തുമ്പോഴേക്കും നല്ലതും ചീത്തയും സുഖവും ദുഃഖവുമൊക്കെ അനുഭവിച്ചറിഞ്ഞ് ഉള്ളാലെ നാം ഒരുപാടു മാറിയി രിക്കും, പക്വത വന്നിരിക്കും. അത്രയും കാലം നിയന്ത്രണത്തിൽ ഒതു ങ്ങാതെ കുതറിനിന്ന, ദുർമോഹമെന്ന മാന്ത്രികലോകത്തിൽ വിഹ രിച്ചുനിന്ന ഭോഗവാസനകളെ പിടിച്ചുകെട്ടി സ്വന്തം കഴിവിനനുസരിച്ചുള്ള കൊച്ചുവീട്ടിന്റെ മതിൽക്കെട്ടിനകത്ത് തളച്ചിട്ടിരിക്കും. പുതിയ സ്നേഹ ബന്ധങ്ങൾ നമ്മെ ആകർഷിക്കുകയില്ല, പക്ഷേ, പഴയ ബന്ധങ്ങൾ അത്യന്തം പ്രിയങ്കരമായി അനുഭവപ്പെടുകയും ചെയ്യും. മേനിയഴക് പതുക്കെപ്പതുക്കെ തേഞ്ഞുമാഞ്ഞു പോയിരിക്കും. പക്ഷേ ജരാനര കളില്ലാത്ത അന്തർപ്രകൃതത്തിന്റെ സുസ്പഷ്ടമായ പ്രതിഫലനം മുഖത്തും കണ്ണുകളിലും കാണാനാകും. പുഞ്ചിരി, കടാക്ഷം, സ്വരം ഇവയിലെല്ലാം അത് അലയടിക്കും. കിട്ടാത്തതിനെക്കുറിച്ചുള്ള വ്യാമോഹം കൈ വെടിഞ്ഞ്, ഉപേക്ഷിച്ചുപോയവരെക്കുറിച്ചോർത്തുള്ള വിലാപം അവ സാനിപ്പിച്ച്, വഞ്ചിച്ചവരോടു ക്ഷമിച്ച്, സ്വസ്ഥമായ ജീവിതം നയിക്കേണ്ട കാലം. ജീവിതത്തിൽ അന്നോളമുണ്ടായ സകല കൊടുങ്കാറ്റിലും പേമാരിയിലും ശോകതാപങ്ങളിലും വിരഹവിയോഗങ്ങളിലും തോളോടു തോൾ ചേർന്ന് അടുത്തുനിന്ന, സ്നേഹം പകർന്നു തന്ന ഒരു പിടി യാളുകളെ നെഞ്ചോടു ചേർത്തു വെയ്ക്കാനാവുക, സുനിശ്ചിതരും

സുപരിചിതരും വിശ്വസ്തരുമായ അവരുടെ ഊഷ്മളമായ സുഹൃദ് വലയത്തിനകത്ത് സുരക്ഷിതമായ കൂടുകെട്ടാനാവുക, അതോടൊപ്പം ജീവിതത്തിലെ സകല ആശങ്കകൾക്കും ആകാംക്ഷകൾക്കും ഒരവ സാനം കുറിക്കാനാവുക, ഇതേക്കാൾ സംതൃപ്തി തരുന്ന അവസ്ഥ മറ്റെന്തുണ്ട്?

എന്നാൽ ജീവിതസായാഹ്നത്തിൽ അന്തിത്തിരി കൊളുത്താനൊരു വീടില്ലാതെ, തലചായ്ക്കാനൊരിടമില്ലാതെ പുതിയ പരിചയങ്ങളിലൂടെ, പുതിയ സ്നേഹബന്ധങ്ങളിലൂടെ ആശ്വാസം ലഭിക്കുമെന്ന വ്യാമോ ഹത്തോടെ പുതുതായി വീണ്ടും പരിശ്രമിക്കേണ്ടി വരുന്നവരുടെ അവ സ്ഥയോ? അതിനേക്കാൾ ശോചനീയം മറ്റൊന്നില്ല തന്നെ.

യൗവനത്തിന്റെ അതിർത്തിയിലെത്തിനിന്ന ക്ഷീരോദാ ഒരു ദിവസം രാവിലെ ഉണർന്നപ്പോൾ കണ്ടത് തന്റെ പണവും ചില്ലറ ആഭരണങ്ങ ളുമൊക്കെ തട്ടിയെടുത്ത് കാമുകൻ രായ്ക്കുരാമാനം കടന്നു കളഞ്ഞെ ന്നാണ്. വീട്ടുവാടകയ്ക്കുപോലും ചില്ലിക്കാശില്ല. മൂന്നുവയസ്സുള്ള മോന് പാലു വാങ്ങിക്കാനും വഴിയില്ല. അവളാലോചിച്ചു നോക്കി, തന്റെ മുപ്പത്തിയെട്ടു വർഷത്തെ ജീവിതത്തിൽ സ്വന്തമെന്നു പറയാൻ ആരു മില്ല. ജീവിക്കാനോ മരിക്കാനോ അവകാശമുള്ള ഒരു വീടില്ല, അയൽപക്ക മില്ല. എന്തൊരു കഷ്ടം! ഇനി കണ്ണീരു തുടച്ച് രണ്ടു കണ്ണുകളിലും സുറുമ പുരട്ടി, ചുണ്ടും കവിളും ചുമപ്പിച്ച് ജീർണിച്ചു തുടങ്ങിയ യൗവ നത്തെ കൗശലപൂർവം മൂടിമറച്ച്, ചുണ്ടുകളിലൊരു പുഞ്ചിരിയുമായി അസാമാന്യ ധൈര്യത്തോടെ പുതിയ ഹൃദയങ്ങൾ കവർന്നെടുക്കാൻ പുതിയ മായാജാലങ്ങൾ വീശിയെറിയേണ്ടിയിരിക്കുന്നു. മുറിയുടെ കതക് അകത്തു നിന്നടച്ച്, അവൾ തറയിൽ തലയിട്ടടിച്ചു കരഞ്ഞു, മരിച്ചു പോയിരുന്നെങ്കിൽ എന്ന് ആത്മാർത്ഥമായി ആഗ്രഹിച്ചു. അന്നു മുഴുവനും അവൾ ആ കിടപ്പു കിടന്നു. സന്ധ്യയായതോടെ വിളക്കു തെളിയിക്കാത്ത വീട്ടിനകത്തേക്ക് ഇരുട്ട് കട്ടകുത്തിയൊഴുകിയെത്തി. എന്നത്തേയും പോലെ പഴയൊരു ഇടപാടുകാരൻ ക്ഷീരേ, ക്ഷീരേ എന്നു വിളിച്ചു, കതകിൽ തട്ടി. ക്ഷീര പൊടുന്നനെ വാതിൽ തുറന്ന് ചൂലും കൈയുമായി കടുവയെപ്പോലെ ഗർജ്ജിച്ചുകൊണ്ട് പുറത്തേക്കു ചാടി. ശൃംഗാരരസികൻ ജീവനും കൊണ്ട് സ്ഥലം വിട്ടു.

വിശപ്പു സഹിക്കാതെ കരഞ്ഞുകരഞ്ഞ് കട്ടിലിനടിയിൽ കിടന്നു റങ്ങിപ്പോയ കുഞ്ഞ് ബഹളം കേട്ട് ഉണർന്നു പോയി. ഇരുട്ടിൽ പേടിച്ച് അമ്മേ അമ്മേ എന്നു വിളിച്ച് ഉറക്കെ കരയാൻ തുടങ്ങി.

ആ നിമിഷം കരയുന്ന കുഞ്ഞിനെ എടുത്ത് മാറോടു ചേർത്ത്, ക്ഷീരോദാ, അയൽപക്കത്തെ കിണറ്റിലേക്ക് എടുത്തു ചാടി. ശബ്ദം കേട്ട് വിളക്കുമായി അയൽപക്കക്കാരെത്തി. താമസിയാതെ ക്ഷീരോദ യേയും കുഞ്ഞിനേയും പുറത്തേക്കെടുത്തു, ക്ഷീരോദാ അബോധാ വസ്ഥയിലായിരുന്നു, കുഞ്ഞ് മരിച്ചുപോയിരുന്നു.

ആശുപത്രിയിലെത്തിക്കപ്പെട്ട ക്ഷീരോദാ സുഖം പ്രാപിച്ചു. പക്ഷേ നിയമം കൊലക്കുറ്റത്തിന് അവളുടെ പേരിൽ കേസെടുത്തു.

രണ്ടാംഭാഗം

ജഡ്ജി മോഹിത് മോഹൻ. അദ്ദേഹത്തിന്റെ നിശിത വിചാരണയിൽ ക്ഷീരോദായ്ക്ക് വധശിക്ഷ വിധിക്കപ്പെട്ടു. ഹതഭാഗ്യയായ അവളെ സഹായിക്കാനായി വക്കീലന്മാർ ഏറെ ശ്രമം നടത്തി, പക്ഷേ ഫലമുണ്ടായില്ല. ജഡ്ജി അവളുടെ നേരെ എള്ളോളം കരുണ കാട്ടാൻ തയ്യാറായിരുന്നില്ല.

അതിനു തക്ക കാരണവും ഉണ്ടായിരുന്നു. ഒരു വശത്ത് അദ്ദേഹം ഹിന്ദുസ്ത്രീകളെ ദേവീപദവിയിലിരുത്തി. മറുവശത്ത് സ്ത്രീജാതിയെ ഒന്നടങ്കം ഉള്ളാലെ അവിശ്വസിച്ചു. അദ്ദേഹത്തിന്റെ ഉറച്ച വിശ്വാസമായിരുന്നു, തരുണീമണികൾ കുലത്തിന്റെ, കുടുംബത്തിന്റെ അഭിമാനം കളഞ്ഞുകുളിക്കാൻ ഒരുമ്പെട്ടു നിൽക്കുന്നവരാണെന്ന്. നിയന്ത്രണവും ശാസനയും അല്പമൊന്ന് അയഞ്ഞാൽ മതി, പിന്നെ സമൂഹമെന്ന പിഞ്ജരത്തിൽ ഒരൊറ്റ കുലസ്ത്രീ പോലും അവശേഷിക്കില്ലെന്ന്.

അദ്ദേഹത്തിന്റെ വിശ്വാസത്തിനും തക്ക കാരണമുണ്ടായിരുന്നു. ആ കാരണം അറിയണമെങ്കിൽ മോഹിതിന്റെ യൗവനകാലചരിത്രം മറിച്ചു നോക്കേണ്ടി വരും.

കോളേജിൽ രണ്ടാം വർഷ വിദ്യാർത്ഥിയായിരിക്കെ മോഹിത് ഉടുപ്പിലും നടപ്പിലും ഇക്കാണുന്ന പോലൊന്നുമായിരുന്നില്ല, ഒരു സ്വതന്ത്ര മനുഷ്യനായിരുന്നു. ഇന്ന് മോഹിതിന് തലയുടെ മുൻവശത്ത് കഷണ്ടിയുണ്ട്, പിന്നിൽ ഒരു കൊച്ചു കുടുമയുണ്ട്, ദിവസേന രാവിലെ മുഖത്തു കിളിർക്കുന്ന താടിമീശ രോമങ്ങൾ ക്ഷൗരം ചെയ്തു മിനുപ്പു വരുത്തുകയും ചെയ്യും. പക്ഷേ അന്ന് സ്വർണഫ്രെയിമുള്ള കണ്ണടയും വെട്ടി ശരിപ്പെടുത്തിയ മീശയും താടിയും സായിപ്പന്മാരെപ്പോലുള്ള കേശാലങ്കരവുമായി, പത്തൊമ്പതാം നൂറ്റാണ്ടിലെ പുത്തൻ സംസ്കാരത്തിന്റെ കാമദേവനായി മോഹിത് വിലസി. വേഷഭൂഷകളിൽ ഏറെ ശ്രദ്ധയുണ്ടായിരുന്നു, മദ്യമാംസങ്ങൾ അരോചകമായിരുന്നില്ലെന്നു മാത്രമല്ല, വേറേയും ഒന്നു രണ്ടു ദുശ്ശീലങ്ങൾ ഉണ്ടായിരുന്നു.

മോഹിതിന്റെ വീട്ടിൽ നിന്ന് അത്ര ദൂരെയല്ലാതെ ഒരു ഗൃഹസ്ഥന്റെ വീടുണ്ടായിരുന്നു. ആ വീട്ടിൽ ഹേമശശി എന്നൊരു ബാലവിധവയും. അവൾക്ക് പതിന്നാലോ പതിനഞ്ചോ വയസ്സു പ്രായം കാണും.

സമുദ്രത്തിൽ നിന്ന് നോക്കുമ്പോൾ സസ്യശാമള തീരഭൂമി ഒരു സ്വപ്നലോകം പോലെ രമണീയമാണ്. എന്നാൽ തീരത്തിറങ്ങിയാൽ

അത്രയും സൗന്ദര്യം അനുഭവപ്പെട്ടെന്നു വരില്ല. വൈധവ്യമെന്ന ാ വട്ടത്തിനകത്ത് തളയ്ക്കപ്പെട്ട ഹേമശശിക്ക്, അതിനകത്തു നിന്നു കൊണ്ടു പുറത്തേക്കു നോക്കുമ്പോൾ നോക്കെത്താദൂരെ അപ്രാപ്യ മായ പുറംലോകം രഹസ്യമയവും ആകർഷണീയവുമായ പ്രമദവന മായി തോന്നിയെന്നത് സ്വാഭാവികം. അവൾക്കറിയുമായിരുന്നില്ല, ജഗത് എന്ന ഈ മഹായന്ത്രത്തിന്റെ ഘടന അത്യന്തം സങ്കീർണവും കാരിരുമ്പു പോലെ കഠിനവുമാണെന്ന്, സുഖവും ദുഖവും സമ്പത്തും ആപത്തും സംശയവും സങ്കടവും നൈരാശ്യവും എല്ലാം കൂടികലർ ന്നതാണെന്ന്. ജനാലയിലൂടെ കണ്ട പുറംലോകത്തെ ജീവിതപ്പാതകൾ കളകളാരവം പാടിയൊഴുകുന്ന തെളിഞ്ഞതും കുളിർമയുള്ളതുമായ അരുവി പോലെത്തന്നെ സുഖശീതളവും സരളവുമായിരിക്കുമെന്ന് അവൾ അനുമാനിച്ചു. അവളുടെ നെഞ്ചിൻകൂടിനുള്ളിൽ സ്പന്ദിക്കുന്ന പരിതപ്തമായ ഇളംഹൃദയത്തിനകത്ത് അതൃപ്തമായ ആകാംക്ഷ നിറഞ്ഞു നിന്നു. മാത്രവുമല്ല അവളുടെ ഉള്ളിന്റെയുള്ളിലെ ആകാശ ത്തിൽ, അങ്ങു ദൂരെയുള്ള ചക്രവാളത്തിൽനിന്ന് യൗവനമെന്ന മന്ദ മാരുതൻ പതുക്കെ വീശിത്തുടങ്ങിയിരുന്നു, അതുകൊണ്ടുതന്നെ പുറം ലോകത്തിന് അതിവിചിത്രവും മാസ്മരികവുമായ വാസന്തശോഭ കൈ വന്നിരുന്നു. നീലാകാശം മുഴുവനും അവളുടെ ഹൃദയതരംഗങ്ങൾ നിറഞ്ഞുനിന്നു. അവളുടെ ഹൃദയത്തിനുചുറ്റും ഭൂമി ചെന്താമരപ്പൂ പോലെ ഇതൾ വിടർത്തി.

വീട്ടിൽ അച്ഛനമ്മമാരും രണ്ട് അനിയന്മാരും മാത്രമേ ഉണ്ടായിരു ന്നുള്ളൂ. രാവിലത്തെ ഭക്ഷണം കഴിഞ്ഞ് കുട്ടികൾ സ്കൂളിലേക്കു പോകും. വൈകുന്നേരത്തോടെ തിരിച്ചെത്തിയാൽ എന്തെങ്കിലും കഴിച്ച് രാത്രി നൈറ്റ് ക്ലാസിനു പോകും. വീട്ടിൽ മാസ്റ്ററെ വരുത്തി പഠിപ്പിക്കാൻ തക്ക വരുമാനം അച്ഛനില്ലായിരുന്നു. അതിസാധാരണ ജോലിയായിരുന്നു അച്ഛന്റേത്.

വീട്ടുപണികളിൽ നിന്ന് ഒഴിവു കിട്ടുമ്പോൾ ഹേമശശി തന്റെ മുറി യിൽ ജനാലയ്ക്കരികിലിരിക്കും, റോഡിലൂടെ ആളുകൾ വരുന്നതും പോവുന്നതും കണ്ടു രസിക്കും. വഴിവാണിഭക്കാർ കൂവി വിളിക്കുന്നത് അവളുടെ കാതിൽ വീഴും. അവളാലോചിക്കും ഇക്കാണുന്ന വഴി പോക്കരൊക്കെ എന്തുമാത്രം സന്തുഷ്ടരാണ്. പിച്ചക്കാരുപോലും സ്വത ന്ത്രരാണ്. അവൾക്കു തോന്നും വഴിവാണിഭക്കാർ ഉപജീവനത്തിനായി കഠിനാധ്വാനം ചെയ്യുന്നവരല്ല, മറിച്ച് പൃഥിയെന്ന അരങ്ങിലെ അഭി നേതാക്കൾ മാത്രം.

അതിനൊക്കെ പുറമെ രാവിലേയും ഉച്ചയ്ക്കും വൈകിട്ടും നെഞ്ചു വിരിച്ചു നടക്കുന്ന പരിഷ്കൃതവേഷധാരിയും സുമുഖനുമായ മോഹിത്

മോഹനേയും അവൾക്കു കാണാനാകും. സർവസൗഭാഗ്യസമ്പന്നനായ പുരുഷോത്തമനാണ് അയാളെന്നവൾക്കു തോന്നിപ്പോകും. ശരിക്കും ദേവരൂപൻ. സർവവും തികഞ്ഞ ദേവൻ, ആ കാലുകളിൽ എല്ലാം സമർപ്പിക്കുകയുമാവാം. കളിപ്പാവകൾക്ക് ജീവനുണ്ടെന്ന രീതിയിൽ ബാലികമാർ കളിക്കുംപോലെ, കൗമാരം വിടാത്ത ഹേമശശി മോഹിതിൽ സർവഗുണങ്ങളും സങ്കല്പിച്ച് ദേവസ്ഥാനത്തിരുത്തി.

ചില ദിവസങ്ങളിൽ സന്ധ്യാസമയത്ത് മോഹിതിന്റെ വീട് പ്രകാശോജ്ജ്വലമായിരിക്കും. നർത്തകിമാരുടെ ചിലങ്കകളുടെ കിലുക്കവും ഗായികമാരുടെ സംഗീതമാധുരിയും കൊണ്ട് അവിടം മുഖരിതമാവും. അത്തരം ദിവസങ്ങളിൽ ഭിത്തിയിൽ പതിക്കുന്ന നിഴലാട്ടങ്ങളെ ദാഹാർത്തമായ കണ്ണുകളോടെ, വ്യാമോഹത്തോടെ നോക്കിനോക്കിയിരുന്ന് ഉറങ്ങാതെ അവൾ രാത്രി കഴിച്ചു കൂട്ടും. കൂട്ടിലടയ്ക്കപ്പെട്ട കിളിയെപ്പോലെ അവളുടെ വ്യഥിതഹൃദയം, നെഞ്ചിൻകൂടിനുള്ളിൽ ചിറകിട്ടടിക്കും.

ഇത്തരം വിലാസലീലകൾ കൊണ്ടാടുന്ന കൃത്രിമദേവനിൽ പിഴവു കണ്ടെത്താനോ നിന്ദിക്കാനോ ഹേമയ്ക്കായില്ല. നക്ഷത്രലോകമെന്ന വ്യാജേന തീനാളം ഈയാംപാറ്റയെ ആകർഷിക്കുംപോലെ, മോഹിതിന്റെ സംഗീതനൃത്തമുഖരിതമായ കേളീഗൃഹം ഹേമശശിയെ ഒരു സ്വപ്നമരീചികയെന്ന പോലെ ആകർഷിച്ചു. അർധരാത്രിയിൽ ഏകാകിനിയായി ജനാലയ്ക്കടുത്തിരുന്ന്, അങ്ങു ദൂരെ മറ്റൊരു ജനാലയിൽ നിന്ന് ഒഴുകിയെത്തുന്ന പ്രകാശവീചികളും സംഗീതതരംഗങ്ങളും സ്വന്തം മനസ്സിലെ ആകാംക്ഷയും കല്പനാശക്തിയും എല്ലാം കൂട്ടിച്ചേർത്ത് അഭൗമമായ ഒരു മായാപുരി സൃഷ്ടിച്ചെടുക്കും. അവിടെ നടുനായകമായി സ്വന്തം മാനസദേവനെ പ്രതിഷ്ഠിക്കും, ആ ദേവനെ മുഗ്ധയായി കണ്ണിമയ്ക്കാതെ നോക്കിയിരിക്കും. സുഖദുഃഖങ്ങളും യൗവനവും ജീവിതവും ഇഹലോകവും പരലോകവും കാമനാവാസനകളുടെ കനലിൽ കർപ്പൂരം പോലെ കത്തിച്ച് ആ ദേവനെ പൂജിക്കും. അവൾക്കറിഞ്ഞുകൂടായിരുന്നു, മുന്നിൽ കാണുന്ന ആ വീടിനകത്ത്, ഹർഷാരവം ഒഴുകിപ്പരക്കുന്ന കേളീവനത്തിൽ അളക്കാനാവാത്തത്ര ആകുലതയും പങ്കിലതയും ബീഭത്സമായ വിശപ്പും പ്രാണനെ ക്ഷയിപ്പിക്കുന്ന ദാഹവും ഉണ്ടെന്ന വസ്തുത. നിദ്രാവിഹീനരായ, രാത്രിഞ്ചരന്മാരുടെ പ്രകാശലോകത്തിൽ ഹൃദയശൂന്യതയുടെ, നിഷ്ഠുരതയുടെ കുടിലഹാസ്യം പ്രളയക്രീഡ നടത്തുന്നത് ദൂരെയിരുന്ന അവൾക്ക് കാണാനായില്ല.

സ്വന്തം ജനാലയ്ക്കലിരുന്നുകൊണ്ട് മായാസ്വർഗത്തേയും അതിലെ സങ്കല്പദേവനേയും ധ്യാനിച്ച് ഹേമയ്ക്ക് ആജീവനാന്തം സ്വപ്നജീവി

തം നയിക്കാമായിരുന്നു. പക്ഷേ ദുർഭാഗ്യവശാൽ ദേവന്റെ കടാക്ഷം അവളിൽ വീണു, പതുക്കെപ്പതുക്കെ സ്വർഗം താഴേക്കിറങ്ങി വരാൻ തുടങ്ങി. ഒടുവിൽ ഭൂമിയെ സ്പർശിച്ചപ്പോൾ സ്വർഗം തകർന്നു പോയി, സങ്കല്പസ്വർഗം കെട്ടിപ്പടുത്ത വ്യക്തിയും തകർന്നു തരിപ്പണമായിപ്പോയി.

ജനാലയ്ക്കലിരിക്കുന്ന കൗമാരവിധവയിൽ എപ്പോഴാണ് മോഹിതിന്റെ ദൃഷ്ടികൾ പതിച്ചതെന്നോ, എപ്പോഴാണ് വിനോദചന്ദ്രനെന്ന കള്ളപ്പേരിൽ അയാൾ അവൾക്ക് തുടരെത്തുടരെ കത്തുകളെഴുതാൻ തുടങ്ങിയതെന്നോ, എപ്പോഴാണ് ആശങ്കാഭരിതവും വികാരതീവ്രവും ആയ ഒരു മറുപടി ലഭിച്ചതെന്നോ അറിയില്ല. അതിനുശേഷം ഏറെ ദിവസങ്ങളോളം ഉല്ലാസവും സങ്കോചവും ശങ്കയും സംഭ്രമവും ആശയും ആകാംക്ഷയും എല്ലാം ഒത്തുചേർന്നുള്ള കൊടുങ്കാറ്റ് വീശാൻ തുടങ്ങി, അതോടെ ഹർഷോന്മത്തതയെന്ന ചുഴലിയിൽ അവൾ പെട്ടുപോയി, സമസ്ത പ്രപഞ്ചവും വെറും നിഴലായി മാഞ്ഞുമാഞ്ഞുപോയി, പിന്നീട് ആ ചുഴലിയിൽ നിന്നു പൊടുന്നനെ എങ്ങനെയോ വേർപെട്ട് അതിദൂരേക്ക് വലിച്ചെറിയപ്പെട്ടു. അതൊക്കെ വിശദമായി വിവരിക്കേണ്ട ആവശ്യമുണ്ടെന്നു തോന്നുന്നില്ല.

ഒരു ദിവസം അർദ്ധരാത്രിയിൽ അച്ഛനമ്മമാരേയും സഹോദരങ്ങളേയും ഉപേക്ഷിച്ച് വിനോദചന്ദ്രനെന്ന കപടജീവിയോടൊപ്പം ഹേമശശി വണ്ടിയിൽ കയറി. മണ്ണും വൈക്കോലും കാക്കപ്പൊന്നും കൊണ്ടുണ്ടാക്കപ്പെട്ട ദേവപ്രതിമ അരികിൽ പ്രത്യക്ഷപ്പെട്ടപ്പോൾ അവൾ ലജ്ജയും അവജ്ഞയും കൊണ്ട് പാതാളത്തോളം താഴ്ന്നു പോയി.

വണ്ടി വിടാറായപ്പോൾ അവൾ കരഞ്ഞുകൊണ്ട് അയാളുടെ കാലു പിടിച്ചു, എന്നെ എന്റെ വീട്ടിൽ കൊണ്ടുചെന്നാക്കൂ. മോഹിത് വെപ്രാളപ്പെട്ട് അവളുടെ വാ മുറുകെ പൊത്തി, വണ്ടി അതിവേഗം മുന്നോട്ടു നീങ്ങി.

മുങ്ങിമരിക്കാൻ തുടങ്ങുന്ന വ്യക്തിക്കു മുന്നിൽ കഴിഞ്ഞകാല സംഭവങ്ങൾ സുസ്പഷ്ടമായി മനസ്സിലേക്കോടിയെത്തും പോലെ അടഞ്ഞ വണ്ടിക്കുള്ളിലെ കനത്ത ഇരുട്ടിൽ ഹേമശശിക്കും പലതും ഓർമ്മ വന്നു. ഉണ്ണാൻ നേരത്ത് അവൾ മുന്നിലില്ലെങ്കിൽ അച്ഛൻ ആഹാരം കഴിക്കുമായിരുന്നില്ല, ഇളയ അനിയന് അവൾ വാരിക്കൊടുക്കുന്നതായിരുന്നു ഇഷ്ടം, രാവിലെ നേരത്ത് അമ്മയോടൊപ്പമിരുന്ന് വെറ്റില തെറുത്തു വെയ്ക്കാറുള്ളത്, സായാഹ്നങ്ങളിൽ അമ്മ അവളുടെ മുടി ചീകി കെട്ടിവെയ്ക്കാറുള്ളത്. വീട്ടിലെ ഓരോ മുക്കും മൂലയും ചെറിയ ചെറിയ ദൈനംദിന കർമ്മങ്ങളും എല്ലാം അവളുടെ മനോമുകുരത്തിൽ മിന്നിത്തെളിഞ്ഞു. ആ കൊച്ചു ലോകവും അതിൽ നിമഗ്നമായ ജീവിതവുമായിരുന്നു സ്വർഗ്ഗമെന്ന് അവൾക്കു തോന്നി. വെറ്റില തെറുത്തു

വെയ്ക്കൽ, മുടി ചീകിക്കെട്ടൽ, അച്ഛൻ ആഹാരം കഴിക്കുമ്പോൾ അടുത്തിരുന്നു വിശിക്കൊടുക്കുന്നത്, അവധിദിവസങ്ങളിൽ ഉച്ചനേരത്ത് അച്ഛന്റെ തലയിലെ നരച്ച മുടിയിഴകൾ പിഴുതെടുക്കുന്നത്, അനിയന്മാരുടെ വികൃതികൾ സഹിക്കുന്നത്, ഇതൊക്കെ എത്ര ശാന്തിയും സമാധാനവും തരുന്ന ദുർലഭ നിമിഷങ്ങളായിരുന്നു. ഇതൊക്കെ ഇരിക്കെ ഈ ലോകത്ത് വേറെന്തു സുഖമാണ് തനിക്കു വേണ്ടിയിരുന്നത്?

ഈ ഭൂമിയിൽ നിശ്ശബ്ദമായ ഈ രാത്രിയിൽ വീടുവീടാന്തരം സകല കുലകന്യകമാരും ഇപ്പോൾ സുഖനിദ്രയിലാണ്ടിരിക്കും. തന്റെ വീട്ടിൽ, തന്റെ കിടക്കയിലെ സ്വസ്ഥമായ ഉറക്കം അതെത്ര സുഖപ്രദമായിരുന്നുവെന്ന് ഇതിനു മുമ്പ് മനസ്സിലാക്കിയതേയില്ല. വീടുവിട്ടിറങ്ങിയ ഹേമശശിയുടെ നിദ്രാവിഹീനമായ ഈ രാത്രി എവിടെച്ചെന്നാണ് പുലരുക എന്നാർക്കറിയാം. ആ ചുറ്റുവട്ടത്തെ ഇടവഴിയിലെ കൊച്ചു കൊച്ചു വീടുകളുടെ മേൽക്കൂരകളിൽ ചിരപരിചിതനായ പ്രഭാത സൂര്യന്റെ കിരണങ്ങൾ പതിക്കും. മറ്റുള്ള പെൺകുട്ടികളൊക്കെ അവരവരുടെ വീടുകളിൽ ഉറക്കമുണരും, ഒരു സങ്കോചവുമില്ലാതെ ദൈനംദിന കർമ്മങ്ങളിൽ വ്യാപൃതരാവും. പക്ഷേ തന്റെ വീട്ടിൽ ലജ്ജയും നാണക്കേടും മാത്രം. ഹോ, എന്തൊരു അവമാനം! എന്തൊരു ബഹളമായിരിക്കും.

ഹൃദയം പൊട്ടുമാറ് കരഞ്ഞുകരഞ്ഞ് ഹേമ മരിക്കാറായി. അവൾ കേണു. ''നോക്കൂ ഇനിയും വൈകിയിട്ടില്ല, എന്റെ അച്ഛനമ്മമാരും അനിയന്മാരും ഇനിയും ഉണർന്നിട്ടുണ്ടാവില്ല. എന്നെ വീട്ടിൽ തിരികെ കൊണ്ടു ചെന്നാക്കൂ.'' പക്ഷേ അതൊന്നും അവളുടെ ദേവൻ ചെവിക്കൊണ്ടില്ല. അയാൾ അവളെ മറ്റൊരു വണ്ടിയിൽ കയറ്റി; ചക്രങ്ങൾ വലിയ ശബ്ദത്തോടെ ഉരുണ്ടു നീങ്ങി. അവൾ അന്നോളം സ്വപ്നം കണ്ടു കൊതിച്ചിരുന്ന സ്വർഗ്ഗലോകത്തെ ലക്ഷ്യമാക്കി വണ്ടി മുന്നോട്ടു കുതിച്ചു.

അധികം കഴിയുന്നതിനു മുമ്പ് ദേവനും സ്വർഗ്ഗവും മാറി. വീണ്ടുമൊരു ജീർണ്ണിച്ച വണ്ടിയിൽ കയറി വേറൊരു പാതയിലൂടെ ഹേമ യാത്ര തുടങ്ങി. അവൾ കഴുത്തുവരെ ചളിയിൽ മുങ്ങിക്കഴിഞ്ഞിരുന്നു.

മൂന്നാംഭാഗം

ഇത് മോഹിത് മോഹന്റെ പൂർവചരിത്രത്തിൽ നിന്നുള്ള ഒരേട് മാത്രം. എല്ലാം ഏതാണ്ട് ഒരേ വിധം, അതുകൊണ്ട് വിരസത ഒഴിവാക്കാനായി മറ്റുള്ളവയെപ്പറ്റി പറയുന്നില്ലെന്നു മാത്രം.

ഇനിയിപ്പോൾ ആ പഴയ കഥകളൊക്കെ പറഞ്ഞിട്ടെന്തു കാര്യം? വിനോദ്ചന്ദ്രനെന്ന പേരു തന്നെ ഓർമ്മിക്കുന്നുവരുണ്ടോ എന്നു

സംശയം. ഇപ്പോൾ മോഹിത് വിശുദ്ധനാണ്. അയാൾ നിത്യേന പൂജയും തർപ്പണവും ചെയ്യാറുണ്ട്, സദാ നേരവും വേദശാസ്ത്രങ്ങളെപ്പറ്റി ചർച്ച നടത്തിക്കൊണ്ടിരിക്കും. തന്റെ ഏറ്റവും ഇളയ കുട്ടിയെപ്പോലും യോഗാഭ്യാസം ചെയ്യിക്കുന്നുണ്ട്. സൂര്യചന്ദ്രമാരുത ഗണങ്ങൾക്ക് പ്രവേശനമില്ലാത്ത അന്തഃപുരത്തിൽ കടുത്ത നിഷ്കർഷയോടെയാണ് വീട്ടിലെ പെൺകുട്ടികളെ പാർപ്പിച്ചിരിക്കുന്നത്. ഒരു കാലത്ത് ഒന്നിലധികം സ്ത്രീകളോട് അപരാധം ചെയ്തവനാണെന്നതു കൊണ്ടാവാം ഇന്ന് സമൂഹത്തിൽ സ്ത്രീകളുടെ ഏതപരാധത്തിനും കടുത്ത ശിക്ഷ വിധിക്കുന്നത്.

ക്ഷീരോദായ്ക്ക് തൂക്കുകയർ വിധിച്ച് രണ്ടു മൂന്നു ദിവസങ്ങൾ കഴിഞ്ഞുകാണും. ആഹാരകാര്യങ്ങളിൽ അത്യന്തം തത്പരനായിരുന്ന ജഡ്ജി ജയിലിലെ അടുക്കളത്തോട്ടത്തിൽ നിന്ന് ഇഷ്ടാനുസാരം പച്ചക്കറികൾ തെരഞ്ഞെടുക്കാൻ ചെന്നു. ജീവിതത്തിൽ ചെയ്തുകൂട്ടിയ സമസ്ത അപരാധങ്ങൾക്കും ക്ഷീരോദാ പശ്ചാത്തപിക്കുന്നുണ്ടോ എന്നും കൂടി ജഡ്ജിക്ക് അറിയണമെന്നുണ്ടായിരുന്നു. സ്ത്രീകൾക്കായുള്ള ജയിലിലേക്ക് അയാൾ ചെന്നു.

ദൂരെ നിന്നു തന്നെ ആരൊക്കേയോ തമ്മിൽ കലഹിക്കുന്ന ശബ്ദം അയാളുടെ കാതിൽ വീണു. ക്ഷീരോദാ കാവൽക്കാരനുമായി വഴക്കിടുകയാണ്. മോഹിത് അകമേ ചിരിച്ചു. സ്ത്രീവർഗ്ഗമേ ഇപ്പടിയാണ്. മരണം അടുത്തെത്തിയിരിക്കുന്നു. എന്നിട്ടും വഴക്കിനും വക്കാണത്തിനും കുറവില്ല. ഇവരൊക്കെ യമലോകത്തു ചെന്നാലും യമനോടു വഴക്കിനു ചെല്ലും.

ഒന്നു കയർത്ത് അല്പം ഉപദേശവും നല്കി ഇവരിലൊക്കെ അല്പമെങ്കിലും പശ്ചാത്താപം ഉളവാക്കിയെടുക്കണം. ആ സദുദ്ദേശ്യത്തോടെ ജഡ്ജി ക്ഷീരോദായുടെ അടുത്തെത്തിയതും അവൾ കരുണസ്വരത്തിൽ കൈകൂപ്പിക്കൊണ്ട് കേണപേക്ഷിച്ചു ''ജഡ്ജിയേമോനേ, എന്റെ മോതിരം തിരിച്ചു തരാൻ പറയൂ, നിങ്ങൾക്ക് നല്ലതു വരും.''

അന്വേഷിച്ചപ്പോൾ വിവരം കിട്ടി. ക്ഷീരോദാ മുടിക്കെട്ടിനുള്ളിൽ ഒരു മോതിരം ഒളിപ്പിച്ചു വെച്ചിരുന്നു, സന്ദർഭവശാൽ അതു കണ്ട കാവൽക്കാരൻ അതു തട്ടിയെടുത്തു.

മോഹിത് വീണ്ടും അകമേ ചിരിച്ചു. ഇന്നു കഴിഞ്ഞ് നാളെ തൂക്കിലേറേണ്ടവളാണ്. എന്നിട്ടും മോതിരത്തോടു മോഹം. സ്ത്രീവർഗ്ഗമേ ഇങ്ങനെയാണ്. പൊന്നും പണ്ടവും പണ്ടേ അവർക്കു പ്രിയം.

കാവൽക്കാരനോട് ആജ്ഞാപിച്ചു. ''ഇങ്ങു തരൂ, ആ മോതിരം.'' കാവൽക്കാരൻ മോതിരം ജഡ്ജിയുടെ ഉള്ളംകൈയിൽ വെച്ചുകൊടുത്തു.

ഒരു നിമിഷം എരിയുന്ന കനൽക്കട്ട കൈവെള്ളയിൽ വെച്ച പോലെ ജഡ്ജി ഞെട്ടിത്തരിച്ചു പോയി. ആനക്കൊമ്പു കെട്ടിയ സ്വർണ്ണ മോതിരം. അതിൽ ഒരു വശത്ത് മീശയും താടിയുമുള്ള ഒരു ചെറുപ്പ ക്കാരന്റെ മുഖം എണ്ണച്ചായത്തിൽ വരച്ചിരിക്കുന്നു. മറുവശത്ത് വിനോദ ചന്ദ്രൻ എന്ന് ആലേഖനം ചെയ്തിരിക്കുന്നു.

മോതിരത്തിൽ നിന്ന് കണ്ണെടുത്ത് ജഡ്ജി മുന്നിൽ നിൽക്കുന്ന സ്ത്രീയെ നോക്കി. ഉവ്വ് മുഖച്ഛായയുണ്ട്.

ഇരുപത്തിനാലു വർഷം മുമ്പത്തെ, ലജ്ജയും ആശങ്കയും കലർന്ന കോമളമായ മുഖം, ഒരു ബാലവിധവയുടെ നിഷ്കളങ്കമായ മുഖം, കണ്ണീരുവീണു മലിനമായ മുഖം.

മോഹിത് ഒരിക്കൽ കൂടി മോതിരത്തിലേക്ക് നോക്കി തലയുയർത്തി. മുന്നിൽ കളങ്കിതയും പതിതയുമായ സ്ത്രീ ഒരു കൊച്ചു സ്വർണമോതി രത്തിന്റെ പ്രഭയിൽ തങ്കത്തിൽ തീർത്ത ദേവീപ്രതിമയായി ജ്വലിച്ചു നിൽക്കുന്നു.

(വിചാരക്, 1895)

ചേച്ചി

നാട്ടിലെ നിർഭാഗ്യയായ ഏതോ അയൽക്കാരിയുടെ ഭർത്താവിന്റെ ദുഷ്ചര്യകളെപ്പറ്റി സവിസ്തരം വിവരിക്കുകയായിരുന്നു താര. വളരെ സംക്ഷിപ്തമായി സ്വന്തം അഭിപ്രായം പറഞ്ഞ് അവൾ അവസാനിപ്പിച്ചു: ഇത്തരം ഭർത്താക്കന്മാരെ ജീവനോടെ ചിതയിൽ വെയ്ക്കണം.

ഇതുകേട്ട് ജയഗോപാലിന്റെ പത്നി ശശിക്ക് വല്ലാത്ത വ്യഥ തോന്നി. പുരുഷന്മാരെപ്പറ്റി സ്ത്രീകൾ ഇങ്ങനെ പറയുന്നതു ശരിയാണോ?

ഇക്കാര്യത്തിൽ അവളല്പം സങ്കോചം പ്രകടിപ്പിച്ചപ്പോൾ കഠിന ഹൃദയയായ താര കൂടുതൽ വീറോടെ വാദിച്ചു. ''ഇത്തരം ഭർത്താക്ക ന്മാരുള്ളതിനേക്കാൾ ഭേദം ഏഴു ജന്മം വിധവയായിത്തീരുന്നതാണ്.'' ഇത്രയും പറഞ്ഞ് അന്നത്തെ സഭയും അവസാനിപ്പിച്ച് അവൾ പോയി.

ശശി മനസ്സിൽ പറഞ്ഞു. ഇത്രയും നിർദ്ദയത്വം തോന്നാൻ മാത്രം എന്തപരാധമാവും ഒരു ഭർത്താവു ചെയ്തിരിക്കുക? അവൾക്ക് സങ്ക ല്പിക്കാനേ ആകുന്നില്ല. ചിന്ത ഈ വഴിക്കു പോകവെ മറുനാട്ടിൽ ജോലി ചെയ്യുന്ന സ്വന്തം ഭർത്താവിനെച്ചൊല്ലി അവളുടെ മനസ്സ് തരളിത മായി; മനസ്സിൽ സ്നേഹവർഷമുണ്ടായി. കിടക്കയിൽ ഭർത്താവു കിട ക്കാറുള്ള ഭാഗം അവൾ കൈകൊണ്ടു മൃദുവായി തൊട്ടുതലോടി, അയാളുടെ തലയിണയിൽ ചുംബിച്ചു. തലയണയിൽ നിന്ന് ഭർത്താ വിന്റെ സുഗന്ധം മണത്തെടുക്കാൻ ശ്രമിച്ചു. അതും പോരാതെ വന്ന പ്പോൾ കിടപ്പറയുടെ വാതിലടച്ച് ട്രങ്കു തുറന്ന് ഭർത്താവിന്റെ പഴയൊരു ഫോട്ടോയും അദ്ദേഹമെഴുതിയ കത്തുകളും പുറത്തെടുത്തു. ഒച്ചയും അനക്കവുമില്ലാത്ത മധ്യാഹ്നവേള. മുറിക്കുള്ളിൽ ഏകാകിനിയായി പഴയ ചിന്തകളും വിഷാദവും കണ്ണീരുമായി ശശി കഴിച്ചു കൂട്ടി.

ശശികലയും ജയഗോപാലും നവദമ്പതികൾ ആയിരുന്നില്ല. ചെറു പ്പത്തിലെ വിവാഹിതരായവർ. ഇതിനകം രണ്ടു കുട്ടികളുമായി. ഇരു വരും അനേകകാലം ഒന്നിച്ച് സർവസാധാരണ മട്ടിൽ തന്നെയാണ് ജീവിച്ചു പോന്നത്. ഇരുപക്ഷത്തും അമിതപ്രണയത്തിന്റെ ലക്ഷണ ങ്ങളൊന്നുമില്ലായിരുന്നു. പതിനാറു വർഷം ഒരേപടി ഒന്നിച്ച് ഒരേയിടത്ത്

താമസിച്ച് അവരിരുവരും കുടുംബം നടത്തി. പൊടുന്നനെ ജോലിക്കാര്യത്തിനായി ജയഗോപാലിന് വെളിനാട്ടിലേക്കു പോകേണ്ടിവന്നു. തനിച്ചായിപ്പോയ ശശികലയുടെ മനസ്സിൽ ഭർത്താവിനോടു ശക്തിയായ പ്രണയം അനുഭവപ്പെട്ടു തുടങ്ങിയെന്നതാണ് സത്യം. വിരഹം മൂലം അവളുടെ മനസ്സിൽ എത്രത്തോളം പിരിമുറുക്കം അനുഭവപ്പെട്ടുവോ പ്രണയപാശത്തിന്റെ കുരുക്കും അത്രത്തോളം മുറുകി. ഇരുവരും ഒന്നിച്ചായിരുന്ന സമയത്ത് ഒട്ടും അനുഭവവേദ്യമല്ലാതിരുന്ന വികാരം, വിരഹകാലത്ത് അവളെ വല്ലാതെ വേദനിപ്പിച്ചു.

അതുകൊണ്ടാണ് ഇത്രയും വർഷങ്ങൾക്കു ശേഷം ഇത്രയും പ്രായവും രണ്ടു കുട്ടികളുടെ അമ്മയും ആയശേഷം ഇന്ന് വിരഹശയ്യയിൽ യൗവനോന്മത്തയായ നവവധുവിനെപ്പോലെ ശശികല സ്വപ്നസഞ്ചാരത്തിനു മുതിരുന്നത്. ഇത്രയും കാലം താനറിയാതെ തന്റെ മുന്നിലൂടെ പ്രണയനദി ഒഴുകിയിരുന്നു, ഇന്നാണ് അതിന്റെ കളകളാരവം തന്റെ മനസ്സിനെ ഉണർത്തിയത്. പ്രണയനദിയിലൂടെ സ്വപ്നസഞ്ചാരം നടത്തവേ ഇരുകരകളിലുമായി ഒട്ടനേകം സുവർണനഗരികളും ഉദ്യാനവനങ്ങളും അവളുടെ കണ്ണിൽപ്പെട്ടു. പക്ഷേ അതൊക്കെ കഴിഞ്ഞകാലം. അവിടങ്ങളിൽ ഇനി പോകാനാകില്ല. അവൾ മനസ്സിലുറപ്പിച്ചു. ഇത്തവണ ഭർത്താവ് അവധിക്കു വന്നാൽ ജീവിതം വിരസവും വസന്തം വിഫലവുമാക്കാൻ താൻ സമ്മതിക്കില്ല. എത്രയെത്ര ദിവസങ്ങൾ നിസ്സാരകാര്യങ്ങൾക്ക് തർക്കിച്ചും കലഹിച്ചും താൻ ഭർത്താവിനെ ശല്യപ്പെടുത്തി. ഇനി അങ്ങനെ ഉണ്ടാവില്ല. ഏകാകിനിയായി മുറിയിലിരുന്ന് തപ്തഹൃദയയായി അവൾ തീരുമാനിച്ചു. ഇല്ല, ഇനി ഒരിക്കലും അങ്ങനെ ഉണ്ടാവില്ല. ഒരിക്കലും താൻ അക്ഷമ പ്രകടിപ്പിക്കില്ല. ഭർത്താവിന്റെ ഇഷ്ടത്തിനു തടസ്സം നിൽക്കില്ല. അയാൾ പറയുന്നതെന്തും അനുസരിക്കും. സ്നേഹത്തോടെ, വിനയത്തോടെ അയാളുടെ നല്ലതും ചീത്തയുമൊക്കെ സഹിക്കും. കാരണം ഭർത്താവാണ് സർവസ്വം, തന്റെ പ്രിയതമൻ, കൺകണ്ട ദൈവം.

ശശി ഒരുപാടു കാലം അവളുടെ അച്ഛനമ്മമാരുടെ ഏക അരുമസന്താനമായിരുന്നു. ജയഗോപാലിന്റെ ഉദ്യോഗം വളരെ ചെറുതും സാധാരണവുമായിരുന്നെങ്കിലും ഭാവിയെക്കുറിച്ച് അയാൾക്ക് യാതൊരുവിധ വേവലാതിയും ഉണ്ടായിരുന്നില്ല. കാരണം ഗ്രാമത്തിൽ രാജകീയപ്രൗഢിയിൽ ജീവിക്കാൻ തക്കവണ്ണം ഭാര്യവീട്ടിൽ പിടിപ്പതു സമ്പത്തുണ്ട്. ശശി അവളുടെ അച്ഛനമ്മമാരുടെ ഏക മകളും. അങ്ങനെയിരിക്കെയാണ്, അകാലത്തിൽ ശശികലയുടെ പിതാവ് കാളിപ്രസന്നന് ഒരു പുത്രനുണ്ടായത്. നേരു പറഞ്ഞാൽ അച്ഛനമ്മമാരുടെ ഈ അനാവശ്യവും അസംഗതവും അന്യായവുമായ ചെയ്തി കാരണം ശശിക്ക് അകമേ വല്ലാത്ത ക്ഷോഭം തോന്നി. ജയഗോപാലിനും വലിയ സന്തോഷമൊന്നും ഉണ്ടായില്ല.

വയസ്സുകാലത്തു പിറന്ന മകനിൽ അച്ഛനമ്മമാർ അത്യന്തം വാത്സല്യം ചൊരിഞ്ഞു. സദാനേരവും പാലു കുടിക്കുകയും ഉറങ്ങുകയും മാത്രം ചെയ്തിരുന്ന കുഞ്ഞു നവാഗതൻ ജയഗോപാലിന്റെ സർവ സ്വപ്നങ്ങളും ഭാവി പ്രതീക്ഷകളും സ്വയമറിയാതെ തട്ടിയെടുത്ത് തന്റെ കുഞ്ഞുമുഷ്ടിക്കുള്ളിൽ ഒതുക്കി. അതിൽ കോപിച്ചാണ് ജയഗോപാൽ ആസാമിലെ ചായത്തോട്ടത്തിലെ ജോലി ഏറ്റെടുത്തത്.

അടുത്തെവിടെയെങ്കിലും ജോലി തരപ്പെടുത്താൻ എല്ലാവരും അയാളെ നിർബന്ധിച്ചതാണ്. പക്ഷേ അന്നു വരെ ചെയ്തുപോന്ന അതിസാധാരണ ജോലിയിൽ തൃപ്തിപോരാഞ്ഞിട്ടോ അതോ ചായത്തോട്ടത്തിൽ അതിവേഗം ഉയരാൻ സാധ്യതയുണ്ടെന്നു കണ്ടിട്ടോ ആവോ ജയഗോപാൽ ആരുടേയും വാക്കു കേൾക്കാൻ നിന്നില്ല. ശശിയേയും കുട്ടികളേയും അവളുടെ അച്ഛന്റെ വീട്ടിൽ കൊണ്ടു ചെന്നാക്കി അയാൾ ആസാമിലേക്കു പോയി. അവരുടെ ദാമ്പത്യജീവിതത്തിലെ ആദ്യത്തെ വിരഹം.

ഇക്കാരണം കൊണ്ട് ശശികലയ്ക്ക് കുഞ്ഞനിയന്റെ മേൽ അത്യന്തം ദേഷ്യം തോന്നി. മനസ്സിലെ ആക്ഷേപം വാക്കുകളിലൂടെ പുറത്തു പറയാൻ കഴിവില്ലാത്തവരുടെ ആക്രോശമായിരിക്കും ഏറ്റവും ഉച്ചത്തിൽ. കുഞ്ഞ് അമ്മിഞ്ഞപ്പാലും കുടിച്ച്, കണ്ണുമടച്ച് സുഖനിദ്രയിൽ മുഴുകി. അവന്റെ ചേച്ചി മക്കൾക്കു പാലു ചൂടാക്കുക അവരെ സമയത്ത് സ്കൂളിലെത്തിക്കുക തുടങ്ങിയ നാനാവിധ ചുമതലകളാൽ അഹോരാത്രം കെറുവിച്ചും പരിഭവിച്ചും തന്നെ മാത്രമല്ല, മറ്റുള്ളവരേയും അലോസരപ്പെടുത്തി.

കുറച്ചു ദിവസങ്ങൾക്കകം ശശിയുടെ അമ്മ മരിച്ചു പോയി. മരിക്കുമ്പോൾ അമ്മ മകളുടെ കൈകളിൽ മകനെ ഏല്പിച്ചു.

അധികം താമസിയാതെ അമ്മയില്ലാത്ത കൊച്ചുകുഞ്ഞ് സ്വന്തം ചേച്ചിയുടെ ഹൃദയത്തിൽ അധികാരം സ്ഥാപിച്ചെടുത്തു. ചേച്ചിയുടെ ശരീരത്തിലേക്ക് എടുത്തു ചാടിയും പല്ലില്ലാത്ത മോണ കൊണ്ട് ചേച്ചിയുടെ കവിളും മൂക്കും ചെവിയും കടിക്കാൻ ശ്രമിച്ചും കുഞ്ഞിവിരലുകൾ കൊണ്ട് വിടുവിക്കാനാവാത്തവിധം തലമുടി മുറുകെ പിടിച്ചു വലിച്ചും സൂര്യോദയത്തിനു മുമ്പു തന്നെ ഉണർന്ന് ചേച്ചിയുടെ ശരീരത്തിൽ കൊച്ചുകൈകൾ കൊണ്ട് സ്പർശിച്ച് അവളെ ഉണർത്തിയും അവളുടെ ഇക്കിളിപ്പെടുത്തലിൽ കുടുകുടാ ചിരിച്ചും പതുക്കെപ്പതുക്കെ അവളെ ജിജി, ജിജിമാ എന്നൊക്കെ വിളിച്ചും കുഞ്ഞ് ശശിയുടെ ഹൃദയത്തിൽ സ്വന്തം ഇടം നേടിയെടുത്തു. ശശി വീട്ടുകാര്യങ്ങളിൽ വ്യാപൃതയായിരിക്കെ അരുതാത്ത കാര്യങ്ങൾ ചെയ്തും അരുതാത്ത എന്തെങ്കിലുമൊക്കെ വായിൽ തിരുകിയും അരുതാത്ത ഇടങ്ങളിലേക്ക് തത്തിത്തത്തി നടന്നെത്തിയും ചേച്ചിയെ ആവും മട്ടിൽ അവൻ ശല്യം ചെയ്യുകയും ചെയ്തു. അതോടെ ശശിയുടെ മനസ്സ് കുഞ്ഞു സ്വേച്ഛാധികാരിക്ക്

സമ്പൂർണമായി സ്വയം കീഴടങ്ങി. അമ്മയില്ലാത്ത കുഞ്ഞിന്റെ നേരെ അവൾ അത്യന്തം ആകൃഷ്ടയായി.

രണ്ടാംഭാഗം

കുഞ്ഞിന്റെ പേര് നീലമണി. അവന് രണ്ടു വയസ്സായപ്പോൾ പിതാവിന് കഠിനമായ അസുഖം വന്നു. ഉടനെ നാട്ടിലെത്താനായി ജയഗോപാലിന് കത്തു പോയി. ജയഗോപാൽ വളരെ ക്ലേശിച്ച് അവധി എടുത്ത് വന്നപ്പോഴേക്കും ഭാര്യാപിതാവ് മരണാസന്നനായിരുന്നു.

മരിക്കുംമുമ്പ് കാളിപ്രസന്നൻ പ്രായപൂർത്തിയായിട്ടില്ലാത്ത കുഞ്ഞിന്റെ പേർക്കെഴുതിവെച്ച സമ്പത്തിന്റെ മേൽനോട്ടം ജയഗോപാലിനെ ഏല്പിച്ചു. കുറച്ചു സ്വത്ത് മകളുടെ പേരിലും എഴുതിവെച്ചു.

സ്വത്തുക്കൾ നേരാംവണ്ണം നോക്കിനടത്താനായി ജയഗോപാലിന് ചായത്തോട്ടത്തിലെ ജോലി ഉപേക്ഷിക്കേണ്ടി വന്നു.

ഒരുപാടു നാളത്തെ വേർപാടിനുശേഷം ഭാര്യാഭർത്താക്കന്മാർ വീണ്ടും ഒന്നിച്ചായി. ഒരു നിർജീവവസ്തു വിണ്ടു പിളർന്നാൽ അതിനെ വിളക്കിയോ പശവെച്ചോ വിള്ളൽ തീരെ അറിയാനാകാത്ത വിധം ഒട്ടിച്ചുചേർക്കാം. എന്നാൽ മനഷ്യമനസ്സുകൾ വിണ്ടുപൊട്ടിയാൽ വിള്ളലറിയാത്തവിധം കൂട്ടിച്ചേർക്കാനെളുപ്പമല്ല. കാരണം മനുഷ്യമനസ്സ് സദാ സജീവമാണ്, അനുനിമിഷം മാറിക്കൊണ്ടേയിരിക്കുകയും ചെയ്യും.

ശശിയെ സംബന്ധിച്ചേടത്തോളം രണ്ടു വർഷം കഴിഞ്ഞുള്ള ഈ പുനഃസമാഗമം പുതിയൊരു അനുഭൂതിയാണ് ഉളവാക്കിയത്. ഭർത്താവിനെ വീണ്ടുകിട്ടിയ പ്രതീതി. പഴക്കവെഴക്കങ്ങൾ മൂലം ദാമ്പത്യത്തിൽ അടിഞ്ഞു കൂടിയിരുന്ന വിരസതയെ രണ്ടു വർഷത്തെ വേർപാടിന്റെ വേദന അപ്പാടെ മായ്ച്ചു കളഞ്ഞതുപോലെ, ഭർത്താവിനെ പൂർവാധികം സമ്പൂർണ രൂപത്തിൽ ലഭ്യമായതുപോലെ. അവൾ മനസ്സിൽ പ്രതിജ്ഞയെടുത്തു എന്തു വന്നാലും ശരി, എത്രകാലം കഴിഞ്ഞാലും ഭർത്താവിനോടുള്ള പ്രണയദീപ്തി ഒരിക്കലും മങ്ങാൻ അനുവദിക്കില്ല.

പുനഃസമാഗമത്തിൽ ജയഗോപാലിന്റെ നിലപാട് തികച്ചും വ്യത്യസ്തമായിരുന്നു. മുമ്പ് ഇരുവരും ഒന്നിച്ചു കുടുംബം നടത്തിയിരുന്ന കാലത്ത് അയാൾ തന്റെ സകല ആവശ്യങ്ങൾക്കും ഭാര്യയെ ആശ്രയിച്ചിരുന്നു. അന്നൊക്കെ ജീവിതത്തിന്റെ അനിവാര്യ യാഥാർഥ്യമായിരുന്നു, ഭാര്യ. അവളെ ഒഴിച്ചു നിറുത്തിയാൽ ജീവിതചര്യയിൽ വല്ലാത്തൊരു ശൂന്യത അനുഭവപ്പെടുമായിരുന്നു. അതുകൊണ്ടുതന്നെ മറുനാട്ടിലെത്തിയ ആദ്യനാളുകളിൽ ജയഗോപാലിന് ആഴക്കയത്തിലകപ്പെട്ട പ്രതീതിയുണ്ടായി. പക്ഷേ ക്രമേണ അയാൾ ശീലങ്ങൾ മാറ്റിയെടുത്തു, പുതിയവ പഠിച്ചെടുത്തു.

അതു മാത്രമല്ല. മുമ്പ് യാതൊരുവിധ അല്ലലുമില്ലാതെ നിർബാധം ദിനങ്ങൾ കടന്നു പോയിരുന്നു. ഇടയ്ക്കുള്ള രണ്ടു വർഷങ്ങളിൽ ഉയരാനുള്ള ആഗ്രഹം അയാളുടെ മനസ്സിൽ ബലപ്പെട്ടു തുടങ്ങിയിരുന്നു. ഉയർച്ച അതല്ലാതെ മറ്റൊന്നും അയാളുടെ മനസ്സിൽ ഉണ്ടായിരുന്നില്ല. ഈ പുതിയ ലഹരിയുടെ തീവ്രതയിൽ പഴയകാലജീവിതം വെറും നിഴൽ മാത്രമായി അയാൾക്ക് അനുഭവപ്പെട്ടു. സ്ത്രീയുടെ സ്വഭാവത്തിൽ സുപ്രധാനമാറ്റങ്ങൾ വരുത്തുന്നത് പ്രണയമാണ്, പുരുഷന്മാരിൽ ദുരാഗ്രഹവും.

ജയഗോപാൽ രണ്ടുവർഷത്തിനുശേഷം തിരിച്ചെത്തിയപ്പോൾ തിരികെ കിട്ടിയത് പഴയ ഭാര്യയെ ആയിരുന്നില്ല. അയാളുടെ ഭാര്യയുടെ ജീവിതത്തിൽ ഒരു കുഞ്ഞുജീവി സ്വന്തമായൊരിടം സ്ഥാപിച്ചെടുത്തിരുന്നു. ഈ ഇടം ജയഗോപാലിന് തികച്ചും അപരിചിതമായിരുന്നു, ഈ ഇടത്തിൽ അയാൾക്കൊരു പങ്കുമില്ലായിരുന്നു. ആ ഇടത്തിൽ അയാൾക്കും പങ്കു നല്കാൻ ഭാര്യ കഴിവതും ശ്രമിച്ചെങ്കിലും അവൾക്കതിൽ സഫലയാകാൻ കഴിഞ്ഞെന്നു പറയാനാവില്ല

ശശി നീലമണിയേയും എടുത്തുകൊണ്ട് ചിരിച്ച മുഖത്തോടെ ജയഗോപാലിന്റെ മുന്നിൽ വന്നുനിൽക്കും. അവനെ അയാളുടെ നേർക്കു നീട്ടും, കുഞ്ഞാണെങ്കിൽ ജീവൻ പോകുന്ന മട്ടിൽ ഇരു കൈകളാലും ചേച്ചിയുടെ കഴുത്തിൽ മുറുകെ കോർത്ത് അവളുടെ ചുമലിൽ മുഖം പൂഴ്ത്താൻ ശ്രമിക്കും. യാതൊരു വിധത്തിലും ജയഗോപാലുമായി സൗഹൃദം സ്ഥാപിക്കാൻ കുഞ്ഞു കൂട്ടാക്കിയില്ല. കുഞ്ഞാങ്ങളയുടെ ചേതോഹരമായ കുസൃതികൾ ജയഗോപാലും കാണട്ടെ, കണ്ടാസ്വദിക്കട്ടെ എന്നാണ് ശശിയുടെ മനസ്സിലിരിപ്പ്. പക്ഷേ ജയഗോപാലിന് അതിൽ വിശേഷ താത്പര്യമില്ല, കുഞ്ഞിനും അക്കാര്യത്തിൽ പ്രത്യേക ഉത്സാഹമുണ്ടെന്നു തോന്നിയില്ല. ജയഗോപാലിന് ഒട്ടും മനസ്സിലാവാത്ത ഒരു കാര്യമുണ്ടായിരുന്നു. ശോഷിച്ച ശരീരവും മത്തങ്ങാ വലുപ്പത്തിലുള്ള തലയും ഇരുണ്ട നിറവുമുള്ള ഈ കുഞ്ഞിൽ അമിതമായ സ്നേഹവർഷം പാഴാക്കാൻ മാത്രം എന്തു സവിശേഷതയാണുള്ളതെന്ന് എത്രതന്നെ ആലോചിച്ചിട്ടും ജയഗോപാലിന് പിടികിട്ടിയില്ല.

സ്നേഹത്തിന്റെ ഗതിവിധികൾ സ്ത്രീകൾക്ക് എളുപ്പത്തിൽ മനസ്സിലാകും. അധികനാൾ കഴിയുന്നതിനു മുമ്പുതന്നെ ശശിക്കു മനസ്സിലായി ജയഗോപാലിന് നീലമണിയോട് പ്രത്യേക പ്രതിപത്തിയൊന്നും ഇല്ലെന്ന്. അന്നു മുതൽ അവൾ കുഞ്ഞാങ്ങളയെ മനഃപൂർവം ഭർത്താവിൽനിന്ന് അകറ്റിനിർത്താൻ തുടങ്ങി. ഭർത്താവിന്റെ സ്നേഹശൂന്യമായ, നീരസം പുരണ്ട നോട്ടത്തിൽ നിന്ന് കഴിയുന്നതും നീലമണിയെ മാറ്റി നിർത്തി. അങ്ങനെ നീലമണി അവളുടെ രഹസ്യനിധിയായി, അവളുടെ മാത്രം സ്നേഹപാത്രമായി മാറി. സ്നേഹം രഹസ്യമാണെങ്കിൽ,

ഒളിപ്പിച്ചു വെക്കേണ്ട അവസ്ഥയിലാണെങ്കിൽ, അതിതീവ്രമായിരിക്കു മെന്നത് എല്ലാവർക്കും അറിയാവുന്ന കാര്യമാണല്ലോ.

നീലമണി കരഞ്ഞാൽ ജയഗോപാലിന് രോഷം പതഞ്ഞുപൊന്തും. അതിനാൽ ശശി ഉടനെത്തന്നെ അവനെയെടുത്ത് നെഞ്ചോടു ചേർത്ത് സർവ പ്രകാരത്തിലും സാന്ത്വനിപ്പിച്ച് കരച്ചിലടക്കാൻ ശ്രമിക്കും. പ്രത്യേകിച്ച് നീലമണിയുടെ കരച്ചിലുകൊണ്ട് ജയഗോപാലിന്റെ രാത്രിയിലെ ഉറക്കത്തിന് ഭംഗം വന്നാൽ. അയാൾ ഹിംസ്രഭാവത്തോടെ വെറുപ്പു പ്രകടിപ്പിക്കുംമുമ്പ്, കാടനെപ്പോലെ ഗർജ്ജിക്കാൻ തുടങ്ങും മുമ്പ് ശശി അപരാധിനിയെപ്പോലെ ചുങ്ങിച്ചുരുങ്ങി, കുഞ്ഞിനേയുമെടുത്ത് പുറത്തേക്കു വരും. ആവും വിധം അവനെ സമാശ്വസിപ്പിക്കാൻ ശ്രമിക്കും, എന്റെ തങ്കക്കുട്ടിയല്ലേ, പൊന്നു മോനല്ലേ എന്നൊക്കെ പറഞ്ഞ്, വീണ്ടും ഉറക്കാൻ ശ്രമിക്കും.

കുട്ടികൾ തമ്മിൽ ഇടയ്ക്കൊക്കെ കലഹമുണ്ടാവാറുണ്ട്. മുമ്പൊക്കെ ശശിയായിരുന്നു വിധികർത്താവ്. അവളെപ്പോഴും നീലമണിക്ക് അനുകൂലമായി വിധിച്ചു. കാരണം അവൻ കുഞ്ഞാണ്, അമ്മയില്ലാത്ത കുട്ടിയാണ്. ഇപ്പോൾ സ്ഥിതിയും മാറി, വിധികർത്താവും മാറി. തെറ്റു ചെയ്താലും ഇല്ലെങ്കിലും കഠിനശിക്ഷ നീലമണിക്ക്. ഈ അന്യായം ശശിയുടെ ഹൃദയത്തെ കുന്തമുനപോലെ തുളച്ചു വേദനിപ്പിച്ചു. പരിഹാരമായി അവൾ കുഞ്ഞിന് മധുരപലഹാരങ്ങൾ നല്കി, കളിക്കോപ്പുകൾ നല്കി, ആയിരമായിരം ഉമ്മകൾ നല്കി, ആശ്വസിപ്പിക്കാൻ ശ്രമിക്കും.

ഫലത്തിൽ ശശി നീലമണിയെ എത്രത്തോളം സ്നേഹിച്ചുവോ ജയഗോപാൽ അവനെ അത്രത്തോളം വെറുത്തു. ജയഗോപാൽ നീലമണിയോട് എത്രത്തോളം നീരസം പ്രകടമാക്കിയോ ശശി അത്രത്തോളം അവനിൽ സ്നേഹവർഷം നടത്തി.

ജയഗോപാൽ ഒരിക്കലും ഭാര്യയുടെ നേർക്ക് വിരോധം പ്രകടിപ്പിച്ചില്ല. ഭാര്യയും മറുത്തൊന്നും പറയാതെ വിനയത്തോടെ ഭർത്താവിനെ സേവിച്ചു. കേവലം നീലമണിയെച്ചൊല്ലി ഇരുവരും ഉള്ളിന്റെയുള്ളിൽ അഹോരാത്രം പരസ്പരം ആഘാതമേൽപിക്കാൻ തുടങ്ങിയെന്നു മാത്രം.

അമർത്തിവെച്ച പരോക്ഷമായ, നിശ്ശബ്ദമായ വിരോധം പ്രത്യക്ഷമായ വാചാലമായ വാദവിവാദത്തേക്കാൾ ദുസ്സഹമായിരുന്നു.

മൂന്നാംഭാഗം

നീലമണിയുടെ ശരീരഘടനയിൽ സർവപ്രധാനമായത് അവന്റെ ശിരസ്സായിരുന്നു. കാണുന്നവർക്കു തോന്നും ഈശ്വരൻ ചുള്ളിക്കമ്പു

പോലുള്ള ഉടലിന്റെ ഒരറ്റത്ത് ഫൂ എന്ന് ഊതി, ഒരു വലിയ കുമിളയുണ്ടാക്കിയതാണെന്ന്. ഡോക്ടർമാരും ഇടയ്ക്കിടെ ആശങ്ക പ്രകടിപ്പിച്ചിരുന്നു, ഈ തല കുമിള പോലെത്തന്നെ ക്ഷണഭംഗുരവും ക്ഷണസ്ഥായിയും ആയിരിക്കുമെന്ന്. ഒരുപാടു നാളത്തേക്ക് അവന് ശരിക്കു നടക്കാനും വേണ്ടപോലെ സംസാരിക്കാനും കഴിഞ്ഞിരുന്നില്ല. അവന്റെ വിഷണ്ണമായ മുഖഭാവം കണ്ടാൽ തോന്നും പ്രായം ചെന്ന മാതാപിതാക്കൾ തങ്ങളുടെ സർവ ആകുലതകളും അവന്റെ തലയിലേക്കിറക്കി വെച്ച് ഇഹലോകം വെടിഞ്ഞെന്ന്.

ചേച്ചിയുടെ അശ്രാന്ത പരിശ്രമം കൊണ്ട് നീലമണിയുടെ ബാലാരിഷ്ടം ഒരുവിധം കഴിഞ്ഞു കിട്ടി. അവന് ആറു വയസ്സായി.

കാർത്തികമാസത്തിലെ ഭായ് ഫോട്ടാ ദിനം. ആങ്ങളമാരെ പെങ്ങന്മാർ വിശേഷവിധിയായി കുറിതൊടുവിച്ച് ആദരിക്കുന്ന ദിവസം. അനിയനെ പുതിയ വസ്ത്രങ്ങൾ ധരിപ്പിച്ച് ശശി കുറി തൊടുവിച്ചു. അയൽക്കാരി താര, പലതും പറഞ്ഞു പറഞ്ഞ് ശശിയുമായി വഴക്കിനു നിന്നു.

''രഹസ്യമായി ആങ്ങളയുടെ സർവസ്വും തട്ടിയെടുത്തിട്ട് ഇത്തരത്തിൽ പരസ്യമായി കുറി തൊടുവിച്ചിട്ടെന്തു കാര്യം?''

സങ്കടവും ആശ്ചര്യവും ക്രോധവും കൊണ്ട് ശശി ഇടിയേറ്റ പോലെ നിന്നുപോയി. അവസാനം താര കാര്യം വ്യക്തമാക്കി. ശശിയും ഭർത്താവും കൂടിയാലോചന നടത്തി, പ്രായപൂർത്തിയാകാത്ത നീലമണിക്ക് അവകാശപ്പെട്ട സ്വത്ത് ജയഗോപാലിന്റെ ഇളയച്ഛന്റെ മകന്റെ പേരിൽ വാങ്ങിച്ചുവത്രെ.

ഞെട്ടിപ്പോയ ശശി എല്ലാവരേയും ശപിച്ചു. ഇങ്ങനെ ഇല്ലാത്തതു പറഞ്ഞുണ്ടാക്കുന്നവർക്ക് കുഷ്ഠം പിടിക്കട്ടെയെന്നു ശപിച്ചു.

ഇതു പറഞ്ഞ്, കരഞ്ഞുകൊണ്ട് അവൾ നേരെ ജയഗോപാലിനെ സമീപിച്ചു. ആളുകൾ പറയുന്നതൊക്കെ പറഞ്ഞു കേൾപ്പിച്ചു.

ജയഗോപാൽ കൈ മലർത്തി. ഇക്കാലത്ത് ആരേയും വിശ്വസിക്കാനാവില്ല. ഉപേന്ദ്രൻ എന്റെ ഇളയച്ഛന്റെ മകനാണ്. സ്വത്തിന്റെ ഭാരമെല്ലാം അവനെ ഏല്പിച്ച് ഞാൻ സ്വസ്ഥനായിരിക്കുകയായിരുന്നു. അവനെപ്പോഴാണ് രഹസ്യമായി ഇങ്ങനെ ഖജാന കാലിയാക്കി കൊട്ടാരവും കൈക്കലാക്കിയതെന്ന് എനിക്കറിയില്ല.

ശശി ആശ്ചര്യത്തോടെ ചോദിച്ചു, ''കേസു കൊടുക്കില്ലേ?''

ജയഗോപാൽ പറഞ്ഞു, ''എന്തു കേസ്? എന്തായാലും അവനെന്റെ അനിയനല്ലേ? കേസു കൊടുത്തിട്ടൊന്നും ഒരു ഫലവുമില്ല. പണനഷ്ടം അത്രതന്നെ.''

ഭർത്താവിന്റെ വാക്കുകൾ വിശ്വസിക്കേണ്ടത് ഭാര്യയുടെ കടമയാണ്. പക്ഷേ ശശിക്കെന്തുകൊണ്ടോ വിശ്വാസം വന്നില്ല. സുഖമയമായ

കുടുംബജീവിതം, സ്നേഹപൂർണമായ ഗൃഹസ്ഥി എല്ലാം അവളെ സംബന്ധിച്ചേടത്തോളം അത്യന്തം വികൃതവും ബീഭത്സവുമായിത്തീർന്നു. ഇത്രയും കാലം താൻ ആശ്രയിച്ചു വിശ്വസിച്ചിരുന്ന ഈ വിവാഹബന്ധം ഒരു കെണിയാണെന്ന് അവൾക്കു ബോധ്യപ്പെട്ടു. ആ കെണി സഹോദരിയേയും സഹോദരനേയും നാലു ഭാഗത്തു നിന്നും ചുറ്റി വളഞ്ഞിരിക്കയാണ്. അവൾ ഏകയാണ്, സ്ത്രീയാണ്. നിസ്സഹായനായ നീലമണിയെ എങ്ങനെ രക്ഷിക്കാമെന്ന് അവൾക്ക് ഒരെത്തും പിടിയും കിട്ടിയില്ല. എത്രത്തോളം ആലോചനയിൽ മുഴുകിയോ അത്രത്തോളം ഭയവും അവജ്ഞയും ഉളവായി, ആപത്തിലകപ്പെട്ട കുഞ്ഞാങ്ങളയോട് അപരിമിതമായ സ്നേഹം ഹൃദയത്തിൽ നിറഞ്ഞു കവിഞ്ഞു. തനിക്കു സാധ്യമായിരുന്നെങ്കിൽ മജിസ്ട്രേട്ടിന്, എന്തിന് മഹാറാണിക്കു തന്നെ നിവേദനമെഴുതി ആങ്ങളയുടെ സമ്പത്തും ജീവനും രക്ഷിക്കാനുള്ള ഏർപ്പാടു ചെയ്തിരുന്നേനേ. എന്തുവന്നാലും നീലമണിക്ക് പ്രായപൂർത്തിയാവുംമുമ്പ് എഴുന്നൂറ്റിയെൺപതു രൂപ വാർഷിക വരുമാനമുള്ള മാളിക വിൽക്കാൻ അധികാരികൾ സമ്മതിക്കില്ല.

മഹാറാണിയെ സമീപിച്ച് ജയഗോപാലിന്റെ ഇളയച്ഛന്റെ മകൻ തട്ടിയെടുത്തതൊക്കെ ജപ്തിചെയ്യിച്ചു വീണ്ടെടുക്കാൻ പദ്ധതിയിട്ടുകൊണ്ടിരിക്കേ, നീലമണിക്ക് കടുത്ത പനി പിടിച്ചു. പനി ത്രീവ്രമായപ്പോൾ ഇടയ്ക്കിടെ ബോധം പോകാനും തുടങ്ങി. ജയഗോപാൽ നാട്ടുവൈദ്യനെ വിളിച്ചു വരുത്തി. പട്ടണത്തിൽ നിന്ന് വലിയ ഡോക്ടറെ വിളിച്ചുകൊണ്ടുവരാൻ ശശി കേണപേക്ഷിച്ചു. ജയഗോപാൽ വാദിച്ചു, ''അതെന്താ മോതിലാൽ നല്ല വൈദ്യനല്ലേ?'' ശശി കരഞ്ഞും പിഴിഞ്ഞും അയാളുടെ കാലു പിടിച്ചു. അവസാനം സഹികെട്ട് ജയഗോപാൽ പറഞ്ഞു. ''ശരി, പട്ടണത്തിൽ നിന്ന് ഡോക്ടറെ കൊണ്ടുവരാൻ ഏർപ്പാടു ചെയ്യാം.''

ശശി നീലമണിയെ ഒക്കത്തുവെച്ചും നെഞ്ചോടുചേർത്തും പ്രതീക്ഷയോടെ കാത്തിരുന്നു. നീലമണിയും ചേച്ചിയെ ഒരു നിമിഷം പിരിയാൻ കൂട്ടാക്കിയില്ല. സൂത്രത്തിൽ തന്നെ തനിച്ചാക്കി പോയാലോ എന്നു കരുതി കുട്ടി ശശിയുടെ പുടവത്തുമ്പ് ഉറക്കത്തിലും മുറുകെ പിടിച്ചു.

പകൽ മുഴുവനും ഇങ്ങനെ കഴിഞ്ഞു. ജയഗോപാൽ വന്നു പറഞ്ഞു, ''ഡോക്റ്ററെ കിട്ടിയില്ല. അദ്ദേഹം ദൂരെയെവിടേയോ മറ്റേതോ രോഗിയെ കാണാൻ പോയിരിക്കയാണ്. ഒരു കേസു പ്രമാണിച്ച് എനിക്കിന്നു തന്നെ വേറൊരിടത്തു പോണം. മോതിലാൽ വൈദ്യനോടു വരാൻ പറഞ്ഞിട്ടുണ്ട്. അയാൾ വേണ്ടതു ചെയ്തോളും.''

രാത്രി നീലമണി രോഗമൂർച്ഛയിൽ പിച്ചും പേയും പറയാൻ തുടങ്ങി. വെളുപ്പാൻ കാലത്ത് ശശി ഒരു ക്ഷണം പോലും ആലോചിക്കാതെ കുഞ്ഞിനേയുമെടുത്ത് തോണിയിലേറി നഗരത്തിലെത്തി, ഡോക്ടറുടെ വീട്ടിൽ ഹാജരായി. ഡോക്ടർ വീട്ടിൽത്തന്നെ ഉണ്ടായിരുന്നു. നഗരം വിട്ട് എങ്ങും പോയിരുന്നില്ല. മാന്യയായ അവളെക്കണ്ട് ഡോക്ടർ

വേഗം തന്നെ താമസസ്ഥലവും സഹായത്തിന് ഒരു വിധവയേയും ഏർപ്പാടാക്കിക്കൊടുത്തു. കുഞ്ഞിന്റെ ചികിത്സ ആരംഭിച്ചു.

പിറ്റേന്നു തന്നെ ജയഗോപാലും എത്തി. ക്രോധാവേശം കൊണ്ട് ഭാര്യയോട് തന്നോടൊപ്പം ഉടൻ തിരിച്ചു വീട്ടിലേക്കു പോകാൻ ആജ്ഞാപിച്ചു.

ഭാര്യ പറഞ്ഞു, ''നിങ്ങളെന്നെ വെട്ടിക്കൊന്നാലും ഇപ്പോൾ വീട്ടിലേക്കില്ല. നിങ്ങൾക്കൊക്കെ എന്റെ നീലമണിയെ കൊല്ലണമെന്നാണ്. അവന് അമ്മയില്ല, അച്ഛനുമില്ല. ഞാനല്ലാതെ അവനെ നോക്കാൻ വേറെ ആരുമില്ല. ഞാനവനെ രക്ഷിക്കും.''

ജയഗോപാൽ ക്രുദ്ധനായി പറഞ്ഞു, ''എന്നാപ്പിന്നെ നീ ഇവിടെ ത്തന്നെ നിന്നോ. ഇനിയെന്റെ വീട്ടിലേക്കു തിരിയെ വരേണ്ട.''

ശശിയുടെ മുഖം പ്രദീപ്തമായി. ''നിങ്ങളുടെ വീടോ? അത് എന്റെ ആങ്ങളയുടെ വീടാണ്.''

ജയഗോപാൽ പറഞ്ഞു, ''അതു നമുക്ക് പിന്നീടു നോക്കാം.''

ചുറ്റുവട്ടത്ത് ഈ സംഭവം ഏറെ കോളിളക്കങ്ങളുണ്ടാക്കി.

താര പോലും പറഞ്ഞു ''ഭർത്താവിനോട് കലഹിക്കണമെങ്കിൽ അത് വീട്ടിലിരുന്നായ്ക്കൂടെ പുറത്തു പോയിട്ടു വേണോ? എന്തൊക്കെ പറഞ്ഞാലും ഭർത്താവല്ലേ?''

കൈയിലുണ്ടായിരുന്ന രൂപയെല്ലാം കഴിഞ്ഞു. ആഭരണങ്ങളൊക്കെ വിറ്റു. അവൾ ആങ്ങളയെ മരണമുഖത്തുനിന്നു തിരികെ കൊണ്ടു വന്നു. അപ്പോളാണവളറിഞ്ഞത് കൊല്ലത്തിൽ ആയിരത്തഞ്ഞൂറു രൂപയിലധികം വരവു ലഭിച്ചിരുന്ന ദ്വാരിഗ്രാമത്തിലെ അവരുടെ വീടും പുരയിടവും ജമീന്ദാരുടെ ഒത്താശയോടെ ജയഗോപാൽ സ്വന്തം പേർക്ക് എഴുതിച്ചെടുത്തെന്ന്. ഇപ്പോൾ നീലമണിയുടെ സകല സമ്പത്തും ജയഗോപാലിന്റേതായിത്തീർന്നിരിക്കുന്നു.

പനി മാറിയെഴുന്നേറ്റ നീലമണി ദയനീയസ്വരത്തിൽ പറഞ്ഞു, ''ചേച്ചി, നമുക്കു നമ്മുടെ വീട്ടിലേക്കു പോകാം.''

ശശി കരഞ്ഞുകൊണ്ടു വിലപിച്ചു, ''നമുക്കിനി വീടെവിടെ മോനേ?''

പക്ഷേ കരഞ്ഞിട്ടും പിഴിഞ്ഞിട്ടുമൊന്നും കാര്യമില്ലല്ലോ. ഭൂമിയിൽ ചേച്ചിയല്ലാതെ അനിയന്റെ താത്പര്യം സംരക്ഷിക്കാൻ ആരുമില്ലാത്ത അവസ്ഥ. കണ്ണുനീർ തുടച്ചുകൊണ്ട് ശശി നേരെ ഡെപ്യൂട്ടി മജിസ്ട്രേറ്റ് താരുണിബാബുവിന്റെ വീട്ടിലെത്തി. അകത്തുചെന്ന് അദ്ദേഹത്തിന്റെ ഭാര്യയെ കണ്ടു വിവരങ്ങൾ പറഞ്ഞു.

ഡെപ്യൂട്ടിബാബുവിന് ജയഗോപാലനെ പരിചയമുണ്ട്. തറവാട്ടിൽ പിറന്ന സ്ത്രീ ഭർത്താവുമായി കുടുംബസ്വത്തിനെപ്പറ്റി കലഹിച്ച് വീടു

വിട്ടിറങ്ങി വന്നത് അദ്ദേഹത്തിന് അശേഷം രുചിച്ചില്ല. അയാൾ ഉടനെ ത്തന്നെ ജയഗോപാലിന് കത്തെഴുതി. ജയഗോപാൽ ഭാര്യയെ നീല മണിയോടൊപ്പം ബലപൂർവം തോണിയിലേറ്റി വീട്ടിലേക്കു കൂട്ടിക്കൊണ്ടു പോയി.

രണ്ടാം വിരഹത്തിനുശേഷമുള്ള ഈ പുനഃസമാഗമം. ഇതും ഈശ്വര നിശ്ചയമായിരുന്നു.

അനേക ദിവസങ്ങൾക്കുശേഷം വീട്ടിലേക്കു തിരിച്ചെത്തിയ നീല മണി സന്തുഷ്ടനായിരുന്നു, കൂട്ടുകാരൊത്ത് കളിച്ചും ചിരിച്ചും അവൻ സമയം നീക്കി. ശശിയുടെ ഹൃദയവും ഇതുകണ്ട് ആനന്ദം പൂണ്ടു വികസിച്ചു.

നാലാം ഭാഗം

തണുപ്പുകാലം. മജിസ്ട്രേട്ട് സായിപ്പ് ഗ്രാമത്തിൽ പര്യവേക്ഷണം കഴിഞ്ഞ് ശിക്കാറിനായി തമ്പടിച്ചിരിക്കയാണ്. ഗ്രാമവഴിയിലൂടെ നട ക്കവെ മജിസ്ട്രേട്ട് നീലമണിയെ കണ്ടു. മറ്റു ബാലന്മാർ മജിസ്ട്രേ ട്ടിനെ കണ്ട് പല്ലും നഖവും കൊമ്പുമുള്ള ജന്തുക്കളുടെ കൂട്ടത്തിൽ അയാളെ ഉൾക്കൊള്ളിച്ച് ഭയപ്പെട്ട് അങ്ങു ദൂരേക്കു ഓടിപ്പോവുകയാ ണുണ്ടായത്. എന്നാൽ നീലമണിക്ക് ഭയമൊന്നും തോന്നിയില്ലെന്നു മാത്രമല്ല ഏറെ കൗതുകത്തോടെ മജിസ്ട്രേട്ടിനെ നോക്കിനിൽക്കയാണ് ചെയ്തത്.

സായിപ്പിനും തോന്നി കൗതുകം. ''നീ സ്കൂളിൽ പോകുന്നുണ്ടോ?''

നീലമണി തലയാട്ടി. ''ഉവ്വ്.''

''ആട്ടെ, നിന്റെ പാഠപുസ്തകം ഏതാണ്?''

നീലമണിക്ക് പാഠപുസ്തകത്തെക്കുറിച്ചൊന്നും അറിഞ്ഞുകൂടാ. അവൻ സായിപ്പിനെ നോക്കി നിൽക്കുകമാത്രം ചെയ്തു.

വീട്ടിൽചെന്ന് സായിപ്പിനെ കണ്ട കാര്യം നീലമണി ഏറെ ഉത്സാഹ ത്തോടെ ചേച്ചിയെ പറഞ്ഞു കേൾപ്പിച്ചു.

ഉച്ചയ്ക്ക് സൂട്ടും കോട്ടും തൊപ്പിയുമായി ജയഗോപാൽ മജിസ്ട്രേ ട്ടിനെ കാണാൻ ചെന്നു. വാദികളും പ്രതിവാദികളും ശിപായിമാരും കോൺസ്റ്റബിൾമാരും നാലു ചുറ്റും. ചൂടിനെ ഭയന്ന് സായിപ്പ് മേശയും കസേരയും തമ്പിനു പുറത്താണ് ഇട്ടിരുന്നത്. ജയഗോപാലിനോട് കസേരയിൽ ഇരിക്കാൻ പറഞ്ഞ് സായിപ്പ് ഗ്രാമത്തിലെ സ്ഥിതിഗതി കൾ ആരാഞ്ഞു. ജയഗോപാലിന് മനസ്സിൽ ഗർവ് തോന്നി. നെഞ്ചു വികസിച്ചു. ഗ്രാമവാസികളൊക്കെ കാണണം താൻ മജിസ്ട്രേട്ടിന്റെ മുന്നിൽ ഇരിക്കുന്നത്.

ആ സമയത്ത് നീലമണിയേയും കൂട്ടി തലവഴി പുടവത്തലപ്പ് വലി ച്ചിട്ട് ഒരു സ്ത്രീ നേരെ വന്ന് മജിസ്ട്രേട്ടിന്റെ മുന്നിൽ നിന്നു.

''സാർ, നിങ്ങളുടെ കൈയിൽ എന്റെ ഈ കുഞ്ഞു സഹോദരനെ എല്പിക്കുന്നു. നിങ്ങൾ ഇവനെ രക്ഷിക്കണം.''

സായിപ്പ് മുമ്പു വഴിവക്കിൽ പരിചയപ്പെട്ട കുട്ടിയെ നല്ലവണ്ണം ഒന്നു നോക്കി. കൂടെ വന്ന സ്ത്രീ ഏതോ കുലീനകുടുംബത്തിലേതാണെന്ന് അയാൾക്കു ബോധ്യമായതിനാൽ എഴുന്നേറ്റു നിന്ന് തമ്പിനകത്തേക്കു വന്ന് സാവകാശം സംസാരിക്കാൻ പറഞ്ഞു.

സ്ത്രീ സമ്മതിച്ചില്ല. തനിക്കു പറയാനുള്ളത് അവിടെ നിന്നുകൊണ്ടു തന്നെ പറയുമെന്നായി. ജയഗോപാലിന്റെ മുഖം വിളറി, അയാൾക്ക് ഇരിക്കപ്പൊറുതി ഇല്ലാതായി. നാട്ടുകാർ കൗതുകത്തോടെ നാലുചുറ്റും തിക്കിത്തിരക്കിനിന്നു. സായിപ്പ് ചൂരൽ പൊക്കിയതും എല്ലാവരും ഓടി യകന്നു.

ശശി കുഞ്ഞനിയന്റെ ജീവതകഥ ആദ്യാവസാനം മജിസ്ട്രേട്ടിനെ പറഞ്ഞു കേൾപ്പിച്ചു. ജയഗോപാൽ ഇടയ്ക്കിടെ തടസ്സപ്പെടുത്താൻ ശ്രമിച്ചെങ്കിലും മജിസ്ട്രേട്ട് ഒച്ചവെച്ച് മിണ്ടാതിരിക്കൂ എന്നു പറഞ്ഞ് അയാളെ ഇരുത്തി. പിന്നീട് ചൂരൽ കൊണ്ട് ആംഗ്യം കാണിച്ച് എഴു ന്നേൽപിച്ചു നിർത്തി.

ജയഗോപാൽ മനസ്സുകൊണ്ട് ശശിയോടു ഗർജ്ജിച്ച്, മൗനം പാലിച്ച് അവിടെത്തന്നെ നിന്നു. നീലമണി ചേച്ചിയോട് അത്യന്തം ചേർന്നു നിന്നുകൊണ്ട് അദ്ഭുതപരവശനായി എല്ലാം കേട്ടു നിന്നു.

ശശി പറഞ്ഞതൊക്കെ ശ്രദ്ധിച്ചുകേട്ട മജിസ്ട്രേട്ട് ജയഗോപാലി നോട് ഏതാനും ചോദ്യങ്ങൾ ചോദിച്ചു. ഉത്തരം കേട്ട് അല്പനേരം മൗനം പാലിച്ചു. എന്നിട്ട് സാന്ത്വനസ്വരത്തിൽ ശശിയോടു പറഞ്ഞു. ''നോക്കൂ ഈ കേസ് എന്റെ പരിധിയിൽ പെടുന്നില്ലെങ്കിലും നിങ്ങൾ വേവലാതിപ്പെടേണ്ട. ഞാൻ വേണ്ടതു ചെയ്യാൻ ഏർപ്പാടാക്കാം. നിങ്ങൾ സഹോദരനേയും കൂട്ടി വീട്ടിലേക്കു പൊയ്ക്കൊള്ളൂ.''

ശശി പറഞ്ഞു, ''സാർ അവന് സ്വന്തം വീട് തിരികെ കിട്ടും വരെ അവനെ വീട്ടിലേക്കു കൂട്ടിക്കൊണ്ടു പോകാനുള്ള ധൈര്യം എനിക്കില്ല. നിങ്ങൾ സ്വയം അവനെ സംരക്ഷിക്കണം. വേറെ ആർക്കും അതിനാ വില്ല.''

സായിപ്പ് ചോദിച്ചു, ''നിങ്ങൾ എങ്ങോട്ടു പോകും?''

ശശി ശാന്തയായി പ്രതിവചിച്ചു, ''ഭർത്താവിന്റെ വീട്ടിലേക്ക് ഞാൻ തിരിച്ചു പോകും. എന്നെപ്പറ്റി വിചാരപ്പെടേണ്ട. എനിക്കു ഭയപ്പെടാ നൊന്നുമില്ല.''

സായിപ്പ് ചിരിച്ചുകൊണ്ട് സമ്മതിച്ചു. കഴുത്തിൽ ഏലസ്സിട്ട, കറുത്തു മെലിഞ്ഞ അത്യന്തം മൃദുസ്വഭാവിയുമായ കുട്ടിയെ കൂടെ കൊണ്ടു പോകാൻ അദ്ദേഹം തയ്യാറായി. ''കുഞ്ഞേ, നീ പേടിക്കേണ്ട. എന്നോടൊപ്പം വരൂ.'' സായിപ്പ് അവനോടു പറഞ്ഞു.

ശശി വിടപറയും നേരം ബാലൻ അവളുടെ പുടവത്തുമ്പിൽ മുറുകെ പിടിച്ചു നിന്നു.

നിലയ്ക്കാത്ത കണ്ണീരുമായി ശശി അനിയനെ സമാധാനിപ്പിച്ചു. ''എന്റെ പൊന്നുമോനല്ലേ, നീയിപ്പോൾ പോ. ചേച്ചി പിന്നെ വന്നു കണ്ടോളാം.''

അവനെ ആലിംഗനം ചെയ്ത് അവന്റെ തലയിലും പുറത്തും സ്നേഹത്തോടെ തലോടി, പുടവത്തുമ്പു വിടുവിച്ച് അവളവിടം വിട്ടു. സായിപ്പ് ഇടതുകൈകൊണ്ട് അവനെ ബലമായി തന്നോടു ചേർത്തു നിർത്തി. ചേച്ചി, ചേച്ചി എന്നു വിളിച്ചുകൊണ്ട് അവൻ പിറകെ ഓടാൻ ശ്രമിച്ചു, ഉച്ചസ്വരത്തിൽ കരയാൻ തുടങ്ങി. ശശി ഒരു തവണ തിരിഞ്ഞു നോക്കി അവന് സാന്ത്വനമരുളുന്ന വിധത്തിൽ വലതുകൈ വീശി. തകർന്ന ഹൃദയവുമായി അവൾ പോയി.

ചിരപരിചിതമായ വീട്ടിൽ വീണ്ടും ദമ്പതികളുടെ പുനസ്സമാഗമം. പക്ഷേ ഇത്തവണ സമാഗമം അധികനാൾ നീണ്ടു നിന്നില്ല. ഒരു ദിവസം രാവിലെ ചുറ്റുവട്ടത്തുള്ളവർക്ക് വിവരം ലഭിച്ചു. തലേന്ന് രാത്രി കോളറ മൂർച്ഛിച്ച് ശശി മരിച്ചുപോയെന്നും രാത്രിക്കു രാത്രി ശവദാഹം നടത്തിയെന്നും.

ആരും അതേപ്പറ്റി ഒന്നും പറഞ്ഞില്ല. അയൽക്കാരി താര ഇടയ്ക്കിടെ ഗർജ്ജിച്ചുകൊണ്ട് വിഷയം എടുത്തിടും, പക്ഷേ മറ്റെല്ലാവരും അവളോട് മിണ്ടാതിരിക്കാൻ കല്പിച്ചു.

യാത്ര പറയും നേരത്ത് ശശി അനിയനോടു പറഞ്ഞിരുന്നു, പിന്നെക്കാണാമെന്ന്. ആ വാക്ക് പാലിക്കപ്പെട്ടോ എന്തോ.

(ദീദി, 1895)

മുക്തി

ഗൗരി ധനികകുടുംബത്തിൽ പിറന്നു വളർന്ന കാണാൻ കൊള്ളാവുന്ന യുവതിയായിരുന്നു. ഭർത്താവ് പരേശിന്റെ സാമ്പത്തികസ്ഥിതി തുടക്കത്തിൽ മോശമായിരുന്നു, പിന്നീട് സ്വന്തം പരിശ്രമത്താൽ അല്പ സ്വല്പം മെച്ചപ്പെട്ടു. പരേശിന്റെ നില മോശമായിരുന്നേടത്തോളം കാലം ഗൗരിയെ അവളുടെ മാതാപിതാക്കൾ ഭർതൃഗൃഹത്തിലേക്കയച്ചില്ല. ഇല്ലായ്മയിൽ മകൾ കഷ്ടപ്പെടരുതെന്ന് അവർ കരുതി. പരേശിന്റെ നില മെച്ചപ്പെട്ടപ്പോഴേക്കും ഗൗരി യുവതിയായിക്കഴിഞ്ഞിരുന്നു.

ഒരു വേള ഇക്കാരണങ്ങൾ കൊണ്ടാകാം സുന്ദരിയും യുവതിയുമായ പത്നി തന്റെ വരുതിയിൽ നിൽക്കുന്നവളാണെന്ന് പരേശിന് തോന്നിയില്ല. മാത്രമല്ല സംശയരോഗം അയാളുടെ പ്രകൃതമായിരുന്നു.

പരേശ് അല്പം പടിഞ്ഞാറു മാറിയുള്ള ഒരു പട്ടണത്തിൽ വക്കീൽ പണി നടത്തിയിരുന്നു. വീട്ടിൽ അടുത്ത ബന്ധുക്കളെന്നു പറയാൻ ആരുമില്ലായിരുന്നു. ഭാര്യ ഒറ്റയ്ക്കാണെന്ന വിചാരം അയാളെ സദാ അസ്വസ്ഥനാക്കി. ഇടയ്ക്കൊക്കെ പൊടുന്നനെ അസമയത്ത് അയാൾ വീട്ടിലെത്തും. ആദ്യമൊന്നും ഭർത്താവിന്റെ ഇത്തരത്തിലുള്ള ആകസ്മികമായ വരവിന്റെ കാരണം ഗൗരിക്ക് മനസ്സിലായതേയില്ല.

വീട്ടിലെ വേലക്കാരേയും പരേശ് ഇടയ്ക്കിടെ ജോലിയിൽ നിന്നു പിരിച്ചു വിടാൻ തുടങ്ങി. ആരേയും നീണ്ടകാലത്തേക്ക് പരേശിന് ഇഷ്ടപ്പെടില്ല. പ്രത്യേകിച്ച് ഗൗരി ആരെ നിയമിക്കാൻ അധികം ഉത്സാഹം കാണിക്കുന്നുവോ അവരെ ഒരു ക്ഷണം പോലും പരേശ് നിർത്തില്ല. ഇത് ഗൗരിയെ എത്രത്തോളം മുറിപ്പെടുത്തിയോ പരേശിനെ അത്രത്തോളം അസ്വസ്ഥനാക്കുകയും അയാൾ വിചിത്രമായ രീതിയിൽ പെരുമാറുകയും ചെയ്തു.

ഉദാഹരണത്തിന് പരേശ് വേലക്കാരിയെ രഹസ്യമായി വിളിച്ച് നാനാ പ്രകാരത്തിലുള്ള സംശയാസ്പദമായ ചോദ്യങ്ങൾ ചോദിക്കാൻ തുടങ്ങി. ഇതറിഞ്ഞ് ഗൗരി മുറിവേറ്റ വ്യാഘ്രത്തെപ്പോലെ വെപ്രാളപ്പെട്ടു. അഭിമാനിനിയും അല്പഭാഷിണിയുമായ അവൾ അകമേ വെന്തുരുകാൻ

തുടങ്ങി. ദിനം പ്രതിയെന്നോണം പെരുകിയ പരേശിന്റെ സംശയരോഗം കലിയുടെ വാളുപോലെ അവർക്കിടയിൽ പതിച്ച് ഇരുവരേയും ഒറ്റ വെട്ടിനു വേർപ്പെടുത്തി.

ഗൗരിയുടെ മുന്നിൽ തന്റെ സംശയരോഗം വെളിപ്പെട്ടതോടെ പിന്നെ പരേശിന് ലവലേശം ലജ്ജയില്ലാതായി. ദിവസവും സംശയങ്ങൾ ഉന്നയിക്കും, ഭാര്യയോട് മിനുട്ടുവെച്ചുള്ള വിവരങ്ങൾ ആരായും. കലഹിക്കാൻ തുടങ്ങും. ഗൗരി ഉത്തരം നല്കാതെ അവജ്ഞ പ്രകടിപ്പിക്കും, ദഹിപ്പിക്കുന്ന നോട്ടം കൊണ്ട് അയാളെ ആപാദമസ്തകം ചുട്ടെരിക്കാൻ ശ്രമിക്കും, പക്ഷേ ഇതൊക്കെ പരേശിന്റെ സംശയങ്ങളെ പതിന്മടങ്ങ് വർധിപ്പിക്കാനേ സഹായിച്ചുള്ളൂ.

ഭർതൃസുഖം കിട്ടില്ലെന്നു വന്നപ്പോൾ നിസ്സന്താനയായ ഗൗരി ഭക്തിമാർഗത്തിൽ മനസ്സുറപ്പിച്ചു. ഹരിസഭയിലെ പുതിയ ഗുരുജി ബ്രഹ്മചാരി പരമാനന്ദസ്വാമിയെ വിളിച്ചു വരുത്തി ദീക്ഷയെടുത്തു. നിത്യവും ഭാഗവതവ്യാഖ്യാനത്തിന് ചെല്ലാൻ തുടങ്ങി. നാരീഹൃദയത്തിലെ സകല സ്നേഹപ്രേമഭാവങ്ങളും ഭക്തിരൂപത്തിൽ ഗുരുവിന്റെ കാൽക്കൽ സമർപ്പിച്ചു.

പരമാനന്ദസ്വാമിയുടെ സ്വഭാവത്തെപ്പറ്റി അന്നാട്ടിലോ മറുനാട്ടിലോ ആർക്കും ഒരു ദോഷവും പറയാനുണ്ടായിരുന്നില്ല. എല്ലാവരും അദ്ദേഹത്തെ പൂജിച്ചു, ബഹുമാനിച്ചു. അതുകൊണ്ടുതന്നെ ഗുരുജിയെക്കുറിച്ച് ഒന്നും പറയാനാവാത്ത സ്ഥിതിയിലായിരുന്നു പരേശ്. എന്നാലും ഗുരുവിനെപ്പറ്റി കഴിയുന്നത്ര വിവരങ്ങൾ ഖനനം ചെയ്തെടുക്കാൻ അയാൾ ശ്രമിച്ചു.

ഒരു ദിവസം ഒരു നിസ്സാര കാരണം കൊണ്ട് അയാളുടെ മനസ്സിലെ വിഷം പുറത്തു ചാടി. പരമാനന്ദനെ ഉദ്ദേശിച്ച് കള്ളസന്ന്യാസി എന്നു പറഞ്ഞ് ശകാരവർഷം തുടങ്ങി. ഭാര്യയോടു കല്പിച്ചു: ''നീ സാളഗ്രാം തൊട്ട് ആണയിട്ടു പറയ്, നിനക്ക് ആ കള്ളസന്ന്യാസിയോട് പ്രണയമില്ലെന്ന്.''

നിമിഷമേ വേണ്ടിവന്നുള്ളൂ, ചവിട്ടേറ്റ സർപ്പത്തെപ്പോലെ ഗൗരിയും ഫണമുയർത്തി. വൈരാഗ്യവും വിദ്വേഷവും മൂത്ത് ഭർത്താവിനെ കുത്തിനോവിക്കാനുള്ള അവസരം അവളും പാഴാക്കിയില്ല. അവൾ പറഞ്ഞു, ''ഉവ്വ്, പ്രണയമുണ്ട്, നിങ്ങൾക്കെന്തു ചേതം?''

രോഷാകുലനായ പരേശ് അവളെ വീട്ടിനുള്ളിൽ പൂട്ടിയിട്ട് കോടതിയിലേക്കു പോയി. ഗൗരിക്കും അസഹ്യമായ കോപം വന്നു. എങ്ങനെയൊക്കെയോ വാതിൽ തുറന്ന് അവൾ പുറത്തു കടന്നു. മധ്യാഹ്നസമയം. പരമാനന്ദ് മുറിക്കകത്തിരുന്ന് വേദാധ്യയനം നടത്തുകയായിരുന്നു. പൊടുന്നെനെ മിന്നൽപ്പിണർപോലെ ഗൗരി മുറിക്കകത്ത് കടന്നു ചെന്ന് വായനയ്ക്ക് ഭംഗം വരുത്തി, അയാളുടെ കാൽക്കൽ വീണ് പൊട്ടിക്കരഞ്ഞു.

ഗുരു, ''ഇതെന്താ, എന്തുപറ്റീ?''

ശിഷ്യ പറഞ്ഞു: ''ഈ അപമാനത്തിൽ നിന്ന് എനിക്ക് മുക്തി നേടിത്തരൂ. അങ്ങയെ ശുശ്രൂഷിച്ചുകൊണ്ട് ഇനിയുള്ള കാലം ഞാൻ ജീവിച്ചോളാം.''

പരമാനന്ദ സ്വാമി ഗൗരിയെ കഠിനമായി ഗുണദോഷിച്ചു, വീട്ടിലേക്ക് തിരികെ പറഞ്ഞയച്ചു. പക്ഷേ സ്വാമിക്ക് തടസ്സപ്പെട്ടുപോയ വേദാധ്യയനം പഴയപോലെ തുടരാനായില്ല.

പരേശ് വീട്ടിൽ തിരിച്ചെത്തിയപ്പോൾ വാതിൽ തുറന്നു കിടക്കുന്നതു കണ്ട് ഭാര്യയോടു ചോദിച്ചു. ''ഇവിടേക്ക് ആരാ വന്നത്?''

''ആരും വന്നില്ല. ഞാൻ സ്വാമിജിയെ കാണാൻ പോയി, അത്രതന്നെ.''

പരേശിന്റെ മുഖം ഒരു നിമിഷം വിളറിവെളുത്തുപോയി, അടുത്ത നിമിഷം ക്രോധം കൊണ്ടു ചുവന്നു.

അയാൾ ഗർജിച്ചു, ''എന്തിനു പോയി?''

മറുപടി വന്നു, ''എന്റെ ഇഷ്ടം.''

പരേശും വിട്ടില്ല. അന്നു മുതൽ പരേശ് ഭാര്യയെ വീട്ടിലിട്ടു പൂട്ടി, വെളിയിൽ ആളെ കാവലിനിരുത്തി. അയാളുടെ ഈ വക ചെയ്തികൾ നാടൊട്ടുക്ക് അപവാദം പരക്കുന്നതിന് കാരണമാവുകയും ചെയ്തു.

അന്യായമായ അപവാദവും അപമാനവും ഒക്കെക്കൂടി പരമാനന്ദ സ്വാമിയുടെ മനസ്സിൽ നിന്ന് ഹരിചിന്ത എങ്ങോ പോയ്മറഞ്ഞു. എത്രയും പെട്ടെന്ന് സ്ഥലം വിടേണ്ടത് അത്യാവശ്യമാണെന്ന് ഗുരുവിന് ബോധ്യമായി. പക്ഷേ പീഡിതയെ ഉപേക്ഷിച്ചുപോവാൻ മനസ്സു വന്നില്ല. ആ ദിവസങ്ങളിൽ സന്ന്യാസിയുടെ മനസ്സിൽ നടന്ന വടംവലികൾ അന്തര്യാമിക്കേ അറിയൂ.

വീട്ടുതടങ്കലിലായിരുന്ന ഗൗരിക്ക് ഒരു നാൾ ഒരു സന്ദേശം ലഭിച്ചു. അതിങ്ങനെ. ''വത്സേ ഞാനേറെ ആലോചിച്ചു നോക്കി. ഇതിനു മുമ്പും അനേകം സാധികൾ കൃഷ്ണപ്രണയത്തിൽ ആണ്ട് സംസാരസാഗരം ത്യജിച്ചിട്ടുണ്ട്. ലോകാപവാദം മൂലം നിന്റെ മനസ്സ് ഹരിപാദങ്ങളിൽ നിന്ന് വ്യതിചലിച്ചു പോയിട്ടുണ്ടെങ്കിൽ അറിയിക്കൂ. കൃഷ്ണദാസിയായ നിന്നെ കരകയറ്റി, ഭഗവത്പാദങ്ങളിൽ മുക്തി കണ്ടെത്താനായി ഞാൻ സഹായിക്കാം. നിനക്ക് സമ്മതമാണെങ്കിൽ ബുധനാഴ്ച ഫൽഗുനി മാസം ഇരുപത്തിയാറാം തിയ്യതി ഉച്ചതിരിഞ്ഞ് രണ്ടുമണിക്ക് നിങ്ങളുടെ കുളക്കരയിൽ വന്ന് എന്നെ കാണൂ.''

ഗൗരി കടലാസുകഷണം മടക്കി, ആരും കാണാതിരിക്കാനായി മുടിക്കെട്ടിൽ തിരുകി വെച്ചു. പിറ്റേന്ന്, ഇരുപത്തിയാറാം തിയ്യതി കുളിക്കാനായി മുടിക്കെട്ടഴിച്ചപ്പോൾ കടലാസു കഷണമില്ല. ഇനിയത് മുടിക്കെട്ടിൽ നിന്നൂർന്ന് കിടക്കയിൽ വീണുകാണുമോ? ഭർത്താവിന്റെ

കൈയിൽ കിട്ടിക്കാണുമോ? ഭർത്താവ് ആ സന്ദേശം വായിച്ച് ദഹിച്ചു പോവുന്നത് സങ്കല്പിച്ച് അവളുടെ മനസ്സിൽ സന്തോഷാഗ്നി ആളിക്കാതെയില്ല. പക്ഷേ തനിക്കായുള്ള സന്ദേശത്തിൽ ആ കശ്മലന്റെ കരസ്പർശം ഏറ്റിരിക്കുമെന്നത് അവൾക്കു സഹിക്കാനായില്ല. ഭർത്താവിന്റെ മുറിയിലെത്തിയ അവൾ കണ്ടത് പരേശ് തറയിൽ വീണു കിടക്കുന്നതാണ്. വായിൽനിന്ന് നുരയും പതയും ഒഴുകുന്നു, ശരീരം വല്ലാതെ ഇളകി വിറയ്ക്കുന്നു. അയാളുടെ മുഷ്ടിയിൽ ആ കടലാസു കഷണം ഉണ്ടായിരുന്നു. അതു വലിച്ചെടുത്ത് അവൾ വേഗം ഡോക്ടറെ ആളയച്ചു വരുത്തി.

ഡോക്ടർ വന്നു, പരിശോധിച്ചു, മരണകാരണം അപോപ്ലെക്സി എന്നു വിധിയെഴുതി.

അന്ന് ഗ്രാമക്കോടതിയിൽ പരേശിന് ഒരു പ്രധാന കേസു വാദിക്കാനുണ്ടായിരുന്നു. അക്കാര്യം എങ്ങനെയോ മണത്തറിഞ്ഞ സന്ന്യാസി അന്നേ ദിവസമാണ് ഗൗരിയുമായുള്ള കൂടിക്കാഴ്ച ഒരുക്കിയത്.

ജനാലയിലൂടെ പുറത്തേക്കു നോക്കിയപ്പോൾ സന്ന്യാസി കള്ളനെപ്പോലെ പാത്തും പതുങ്ങിയും കുളക്കടവിലെത്തുന്നത് ഗൗരി കണ്ടു. വജ്രപാതമേറ്റപോലെ അവൾ നോട്ടം താഴ്ത്തി. സന്ന്യാസി എത്രത്തോളം അധഃപതിച്ചു പോയിരിക്കുന്നുവെന്ന് ആ നിമിഷം, ഒരു വെളിപാടു പോലെ ഗൗരിക്ക് ബോധ്യമായി.

ഗുരു വിളിച്ചു ''ഗൗരീ!''

ഗൗരി മറുപടി നൽകി. ''ഇതാ വരുന്നു, ഗുരുജീ.''

മരണവാർത്തയറിഞ്ഞ് പരേശിന്റെ ബന്ധുക്കൾ ശവദാഹത്തിനായി എത്തിച്ചേർന്നപ്പോൾ കണ്ടത്, ഗൗരിയുടെ മൃതദേഹവും ഭർത്താവിന്റെ സമീപത്ത് കിടക്കുന്നതാണ്. വിഷം കഴിച്ചു മരിച്ചതാണത്രെ. ആധുനികകാലത്തോ ഇത്തരം അത്യാശ്ചര്യകരമായ സഹമരണം? പാതിവ്രത്യ മാഹാത്മ്യത്തിന്റെ ഈ മകുടോദാഹരണം സകലരേയും സ്തംഭിപ്പിച്ചു.

(ഉദ്ധാർ, 1900)

അപരിചിത

വയസ്സെനിക്കിപ്പോൾ ഇരുപത്തിയേഴ്. അതായത് പ്രായത്തിന്റെ കാര്യത്തിലും പ്രാപ്തിയുടെ കാര്യത്തിലും നിസ്സാരമെന്നു ചുരുക്കം. എന്നാലും നിസ്സാരത്തിനും അതിന്റേതായ വിലയുണ്ട്, കേട്ടോ. ഉദാഹരണത്തിന് വണ്ട് പൂവിതളിൽ വന്നിരിക്കുന്നത് ക്ഷണനേരത്തേക്ക് മാത്രം, എന്നാലും ആ ക്ഷണനേരത്തെ പാദസ്പർശം മൂലം മൃദുലമായ പൂവിനെ കട്ടിയുള്ള കായായ് മാറ്റുന്നില്ലേ.

ചെറിയ ചരിത്രം, ചുരുക്കമായിത്തന്നെ എഴുതുകയും ചെയ്തേക്കാം. നിസ്സാരമായതിനെ തള്ളിക്കളയാത്തവർക്ക് ഇതിന്റെ ഗുരുത്വം മനസ്സിലാകും.

എന്തൊക്കെ കോളേജ് പരീക്ഷകളുണ്ടോ അതൊക്കെ ഞാൻ പാസായിരിക്കുന്നു. എന്റെ സൗന്ദര്യത്തിൽ അസൂയ തോന്നിയിട്ടാവാം ചെറുപ്പത്തിൽ എന്റെ ഗുരുനാഥന്മാർ എന്നെ മകാൽ പഴം എന്നു വിളിച്ച് പരിഹസിക്കുമായിരുന്നു പുറമേക്ക് ചുമന്നു തുടുത്തതെങ്കിലും മകാൽ പഴം ഒന്നിനും കൊള്ളില്ല. അതിസുന്ദരനെങ്കിലും എന്റെ തലയ്ക്കകത്ത് ഒന്നുമില്ലത്രെ. എനിക്കതു വലിയ നാണക്കേടുണ്ടാക്കി. പിന്നീട് മുതിർന്ന ശേഷം ഇതേപ്പറ്റി ആലോചിച്ചപ്പോൾ അടുത്ത ജന്മത്തിലും എന്റെ മുഖത്ത് സൗന്ദര്യവും ഗുരുനാഥന്മാരുടെ മുഖത്ത് പരിഹാസവും ആയ്ക്കോട്ടെ എന്നും തോന്നിപ്പോയി.

എന്റെ അച്ഛൻ ഒരു കാലത്ത് പരമ ദരിദ്രനായിരുന്നു. പിന്നീട് രാപകലെന്നില്ലാതെ വക്കീൽപ്പണിയെടുത്ത് ഒരു പാടു സമ്പാദിച്ചു കൂട്ടി, പക്ഷേ അതൊന്നും അനുഭവിക്കാനുള്ള യോഗം അച്ഛനുണ്ടായില്ല. മരണ സമയത്താണ് ആദ്യമായി ഒരു ദീർഘശ്വാസം വിടാനുള്ള അവസരം അച്ഛന് ലഭിച്ചത്.

അന്ന് ഞാൻ തീരെ ചെറുത്. അമ്മയാണ് എന്നെ വളർത്തി വലുതാക്കിയത്. അമ്മയും ദരിദ്രകുടുംബത്തിൽ നിന്നായിരുന്നു. അതുകൊണ്ട് ഞങ്ങൾ പൈസക്കാരാണെന്ന കാര്യം അമ്മ ഒരിക്കലും മറന്നില്ല, എന്നേയും മറക്കാൻ അനുവദിച്ചില്ല. അമ്മയുടെ ഒക്കത്തിരുന്നാണ് ഞാൻ വളർന്നു

വലുതായത്. അതുകൊണ്ടാവും ഞാൻ പൂർണ വളർച്ച പ്രാപിച്ചില്ലെന്ന തോന്നൽ. ഇപ്പോഴും എന്നെ കണ്ടാൽ തോന്നും ഞാൻ ഒരു ഉണ്ണിഗണ പതിയാണെന്ന്. എന്റെ ശരിയായ അഭ്യുദയകാംക്ഷി എന്റെ അമ്മാവനാണ്. അമ്മാവന് എന്നേക്കാൾ ഏറിയാൽ ആറോ ഏഴോ വയസ്സുണ്ടാവും. അമ്മാവൻ ഞങ്ങളുടെ ജീവിതത്തെ ആകമാനം തന്റെയുള്ളിലേക്ക് ആവാഹിച്ചെടുത്തു. ഫൽഗുനദിയുടെ വരണ്ട അടിത്തട്ട് കുഴിക്കാതെ ആർക്കും ഒരു കവിൾ പോലും വെള്ളം കിട്ടില്ലെന്ന അവസ്ഥ പോലെത്തന്നെ അമ്മാവനിലൂടെയല്ലാതെ ആർക്കും ഞങ്ങളിലേക്ക് പ്രവേശനമുണ്ടായിരുന്നില്ല. അതെന്തായാലും എനിക്ക് ഒന്നിനെപ്പറ്റിയും വേവലാതിപ്പെടേണ്ടി വന്നില്ല, എന്നു ചുരുക്കം.

ഇനി കല്യാണക്കാര്യം. ഏതു പെൺകുട്ടിയുടെ അച്ഛനും ഞാൻ സ്വീകാര്യൻ. നല്ല പയ്യൻ, പുകവലി പോലും ഇല്ല. നല്ല പയ്യനാവാൻ പ്രത്യേകിച്ച് ഒരു പരിശ്രമവും എനിക്കു നടത്തേണ്ടി വന്നിട്ടില്ല. ഞാൻ പ്രകൃത്യാ നല്ല പയ്യനാണ്. അമ്മയും അമ്മാവനും പറയുന്നതു കേട്ടു നടക്കുന്ന പയ്യൻ. വീട്ടുകാർ പറയുന്നതു കേട്ടു നടക്കാൻ ഞാൻ തയ്യാർ. അല്ലാ, കേൾക്കാതിരിക്കാൻ എനിക്കാവില്ല. ഇനിയിപ്പോ ഏതെങ്കിലും പെൺകുട്ടി സ്വയംവരത്തിന് തയ്യാറെടുക്കുകയാണെങ്കിൽ ഈ നല്ല സ്വഭാവം ഓർമിപ്പിക്കാൻ മറക്കരുതേ.

വലിയ വലിയ വീടുകളിൽ നിന്ന് എനിക്ക് വിവാഹാലോചനകൾ വന്നു. പക്ഷേ, ഈ ഭൂമിയിൽ എന്റെ ഭാഗ്യദേവതയുടെ ദല്ലാൾ ആയ അമ്മാവന് വിവാഹത്തെപ്പറ്റി പ്രത്യേക അഭിപ്രായങ്ങൾ ഉണ്ടായിരുന്നു. പണക്കാരുടെ പെൺമക്കളെ അമ്മാവന് അത്ര പിടുത്തമില്ലായിരുന്നു. ഞങ്ങളുടെ വീട്ടിലേക്ക് വധുവായെത്തുന്ന പെൺകുട്ടി തല കുനിച്ചു വേണം വരാൻ എന്നായിരുന്നു അമ്മാവന്റെ താത്പര്യം. എന്നുവെച്ച് പൈസ വേണ്ടെന്നല്ല. പണത്തോടുള്ള ആസക്തി അമ്മാവന്റെ രക്തത്തിലും മാംസത്തിലും കലർന്നിരുന്നു. വധുപക്ഷക്കാർ പണക്കാരായിരിക്കണമെന്നില്ല, പക്ഷേ പണം തരാൻ മടിക്കുന്നവരാകരുത്. അതായത് അവരെ ചൂഷണം ചെയ്യാനാവണം. മറിച്ച് വരന്റെ പക്ഷത്ത് എന്തെങ്കിലും കുറവുണ്ടെങ്കിൽ ആക്ഷേപം പറയുന്നവരാവരുത്.

എന്റെ സുഹൃത്ത് ഹരീഷിന് കാൺപൂരിലായിരുന്നു ഉദ്യോഗം. അവധിക്ക് കൽക്കത്തയിലെത്തിയ അവൻ എന്റെ മനസ്സിനെയാകെ ഇളക്കി മറിച്ചു. അവൻ പറഞ്ഞു ''നോക്ക്, നല്ലൊരു പെൺകുട്ടിയുണ്ട്, എന്റെ പരിചയത്തിൽ.''

ആയിടയ്ക്കാണ് ഞാൻ എം.എ പരീക്ഷ പാസായത്. ഇനിയങ്ങോട്ട് അവധിതന്നെ അവധി. പരീക്ഷകളില്ല, ഉത്തരവാദിത്തങ്ങളില്ല, ജോലിയില്ല. സ്വന്തം കാര്യം നോക്കി നടത്താനുള്ള വേവലാതിയുമില്ല, ഒന്നാമത് അതിനുള്ള പരിശീലനമില്ല, ഇച്ഛയുമില്ല. പിന്നെ എല്ലാം നേരാം വണ്ണം

നോക്കി നടത്താൻ അകത്ത് അമ്മയുണ്ട്, പുറത്ത് അമ്മാവനുമുണ്ട്. പിന്നെ ഞാനെന്തിന് തത്രപ്പെടണം?

ആ നീണ്ട ഒഴിവുവേളയിൽ എന്റെ മനസ്സ് വിശ്വവ്യാപിയായ നാരീരൂപ മെന്ന മരീചികയിൽ ആകൃഷ്ടമായിരുന്നു. ആകാശത്തിൽ അവളുടെ കണ്ണുകൾ, കാറ്റിൽ അവളുടെ നിശ്വാസം, ഇലകളുടെ മർമ്മരത്തിൽ അവളുടെ രഹസ്യസന്ദേശങ്ങൾ.

ഈ സമയത്താണ് ഹരീഷിന്റെ വരവും പെൺകുട്ടിയെപ്പറ്റിയുള്ള പരാമർശവും. എന്റെ മനസ്സും ശരീരവും വസന്തകാലത്തെ ഇലഞ്ഞിമരം പോലെ തളിരണിഞ്ഞു, കോരിത്തരിച്ചു. ഞാൻ ദിവാസ്വപ്നങ്ങൾ നെയ്തുകൂട്ടാൻ തുടങ്ങി. ഹരീഷ് ഒരൊന്നാന്തരം രസികനാണ്. അവന്റെ വർണനകളിൽനിന്ന് രസം ഇറ്റിറ്റു വീഴും, എന്റെ മനസ്സോ ദാഹാർത്തവും.

ഞാൻ ഹരീഷിനോടു പറഞ്ഞു. ''നമുക്ക് അമ്മാവന്റെ മുമ്പിൽ സംഗതി അവതരിപ്പിക്കാം.''

സദസ്സ് കൊഴുപ്പിക്കാൻ ഹരീഷിനെപ്പോലെ മറ്റൊരാളില്ല. ഇക്കാരണ ത്താൽ അവനെ എല്ലാവർക്കും ഇഷ്ടമായിരുന്നു. അമ്മാവനും ഹരീഷിനെ കൈയിൽ കിട്ടിയാൽ പിന്നെ പെട്ടെന്നൊന്നും വിടില്ല. അങ്ങനെ അമ്മാ വന്റെ സദസ്സിൽ ഹരീഷ് വിഷയം എടുത്തിട്ടു. പെൺകുട്ടിയേക്കാളേറെ അവളുടെ അച്ഛനമ്മമാരെക്കുറിച്ചാണ് അമ്മാവന് അറിയേണ്ടിയിരുന്നത്. ഭാഗ്യവശാൽ അമ്മാവൻ ഇച്ഛിച്ചപോലത്തെ കുടുംബസ്ഥിതി തന്നെ. പണ്ടൊരു കാലത്ത് ലക്ഷ്മീദേവി കനിഞ്ഞനുഗ്രഹിച്ച കുടുംബമായിരുന്നു, ഇപ്പഴങ്ങനെയല്ല. പഴയ പ്രതാപത്തോടെ നാട്ടിൽ തുടരാനാവില്ലെന്ന തിനാൽ ദൂരെ പടിഞ്ഞാട്ട് മാറി, പുതിയൊരു സ്ഥലത്ത്, സാധാരണക്കാരെ പ്പോലെ താമസിക്കുകയാണ്. ഒരൊറ്റ മകളല്ലാതെ വേറെ ആരുമില്ല. അതുകൊണ്ട് ഉള്ളതൊക്കെ മകൾക്കു നൽകാൻ ഒട്ടും മടിക്കില്ലെന്ന് അനുമാനിക്കാം.

എല്ലാം ശരിതന്നെ. പക്ഷേ പെൺകുട്ടിക്ക് വയസ്സ് പതിനഞ്ച് കഴിഞ്ഞി രിക്കുന്നു. അമ്മാവന്റെ മുഖത്ത് ചിന്താഭാരം. ഇനിയിപ്പോ കുലത്തിനോ കുടുംബത്തിനോ വല്ല ദോഷവും ഉണ്ടെന്നു വരുമോ? ഹേയ്, ദോഷ മൊന്നുമില്ല. മകൾക്കൊത്ത വരനെ കണ്ടുകിട്ടാത്തതു കൊണ്ടാണ്. ഒന്നാമത് വരനെ കിട്ടാൻ പ്രയാസം, പോരാഞ്ഞ് നല്ലത് തന്നെ വേണമെന്ന പിടിവാശി. അതു കാരണം കാത്തിരിക്കേണ്ടി വന്നു. പക്ഷേ പെൺകുട്ടി യുടെ വയസ്സ് കാത്തിരിക്കയില്ലല്ലോ.

എന്തായാലും ഹരീഷിന്റെ വാക്ചാതുര്യത്തിന് ഫലമുണ്ടായി. അമ്മാവൻ അയഞ്ഞു. ആദ്യപടി അങ്ങനെ നിർവിഘ്നം നടന്നു കിട്ടി. കൽക്കത്തയുടെ അതിർത്തിക്കപ്പുറത്തുള്ള സകല ഭൂപ്രദേശവും അമ്മാ വനെ സംബന്ധിച്ചേടത്തോളം അന്തമാൻ ദ്വീപാണ്. കഷ്ടിച്ച് ഒരു തവണ

കൊന്നഗർ വരെ പോയിട്ടുണ്ട് അത്ര തന്നെ. അമ്മാവൻ മനുവായിരുന്നെങ്കിൽ ഹൗറാപാലം കടക്കുന്നതു തന്നെ നിഷിദ്ധം എന്നെഴുതിയിരുന്നേനേ. എനിക്ക് മോഹമുണ്ടായിരുന്നു, കല്യാണം കഴിക്കാൻ പോകുന്ന പെൺകുട്ടിയെ ഒന്നു നേരിൽ കാണണമെന്ന്, പക്ഷേ പറയാൻ ധൈര്യം വന്നില്ല.

കല്യാണം നിശ്ചയിച്ച് വധുവിനെ ആശീർവദിക്കാൻ പോയത് ഞങ്ങളുടെ വിനുവേട്ടൻ ആയിരുന്നു. എന്റെ ഇളയച്ഛന്റെ മകൻ. വിനുവേട്ടന്റെ രുചിഭേദങ്ങളും കാര്യക്ഷമതയും അപാരം. അതിനാൽ എനിക്ക് വിനുവേട്ടനിൽ നൂറുശതമാനം വിശ്വാസമുണ്ട്. തിരിച്ചു വന്ന് വിനുവേട്ടൻ പറഞ്ഞു "ആങ്, മോശമില്ല. സ്വർണ്ണം തന്നെ."

വിനുവേട്ടന്റേത് വളച്ചുകെട്ടുകളില്ലാത്ത ഭാഷയാണ്. നമ്മളൊക്കെ ആഹാ, ഓഹോ, എന്തൊരാശ്ചര്യം എന്നൊക്കെ പറയുമ്പോൾ വിനുവേട്ടൻ പറയും, ആങ് കുഴപ്പമില്ല. അതുകൊണ്ട് എനിക്കു ബോധ്യമായി എന്റെ ഭാഗ്യത്തിൽ ബ്രഹ്മാവും കാമദേവനും യാതോരു വിധ വിഘ്നങ്ങളും ഉണ്ടാക്കില്ലെന്ന്.

രണ്ട്

വിവാഹത്തിനായി വധൂപക്ഷക്കാർക്കു കൽക്കത്തയിലേക്കു വരേണ്ടി വന്നു എന്ന് പ്രത്യേകിച്ചു പറയേണ്ടതില്ലല്ലോ. വധുവിന്റെ പിതാവ് ശംഭുനാഥ് ബാബുവിന് ഹരീഷിനെ വളരെ വിശ്വാസമാണെന്ന് എനിക്കു ബോധ്യമായി. കാരണം വിവാഹത്തിന് മൂന്നു ദിവസം മുമ്പു മാത്രമേ അദ്ദേഹം എന്നെ നേരിട്ടു കണ്ട് ആശീർവദിക്കാൻ വന്നുള്ളൂ. ഏതാണ്ട് നാല്പതിനോടടുത്തു പ്രായം, താടിരോമങ്ങളിൽ നരവീഴാൻ തുടങ്ങിയിരിക്കുന്നു. കാഴ്ചയ്ക്ക് സുമുഖൻ. ആൾക്കൂട്ടത്തിനിടയിലായാൽ പോലും ആരും ഒന്നു നോക്കിപ്പോകും.

എന്നെ കണ്ടിട്ട് അദ്ദേഹവും സന്തോഷിച്ചിരിക്കണം. അതങ്ങ് ഉറപ്പിച്ചു പറയാനാവില്ല, കാരണം അധികം സംസാരിക്കുന്ന പ്രകൃതക്കാരനല്ല. ഒന്നോ രണ്ടോ വാക്കുകൾ പറഞ്ഞാൽത്തന്നെ, ഉറക്കെയല്ല പറയുക. അമ്മാവനാണെങ്കിൽ ധാരമുറിയാതെ സംസാരിച്ചുകൊണ്ടേയിരുന്നു. പണത്തിലും പ്രതാപത്തിലും ഞങ്ങളുടെ സ്ഥാനം ഈ നഗരത്തിൽ ആരുടേയും താഴെയല്ലെന്ന് പ്രസംഗിച്ചുകൊണ്ടേയിരുന്നു. ശംഭുനാഥ് ബാബു ഈ പ്രസ്താവത്തിന് തെല്ലും പ്രാധാന്യം കൊടുത്തതായി തോന്നിയില്ല. ഉം എന്നോ, ഓഹോ എന്നോ ഒരു ശബ്ദം പോലും പ്രത്യുത്തരമായി പറഞ്ഞില്ല. ഞാനായിരുന്നെങ്കിൽ ആത്മപ്രശംസ നിർത്തിയേനേ, പക്ഷേ അമ്മാവനല്ലേ ആള്, അമ്മാവനെ നിയന്ത്രിക്കാനാവില്ല. ശംഭുനാഥ് ബാബു മിണ്ടാപ്രാണിയായണെന്നു കണ്ട് അമ്മാവൻ കരുതി ആളു പാവമാണെന്ന്, ഒരു ഉശിരും വീറും ഇല്ലാത്തവനാണെന്ന്.

വധുവിന്റെ അച്ഛന് മറ്റെന്തൊക്കെ ഉണ്ടായാലും ഉശിരും വീറും ഉണ്ടെന്നു വരുന്നത് അത്ര നല്ല കാര്യമല്ല. അതുകൊണ്ട് അമ്മാവൻ അകമേ സന്തോഷിച്ചു. ശംഭൂനാഥ് ബാബു പോകാനായി എഴുന്നേറ്റപ്പോൾ അമ്മാവൻ ഇരുന്നയിരുപ്പിൽ നിന്ന് എഴുന്നേറ്റില്ല, സാമാന്യ മര്യാദ പ്രകാരം പടിക്കൽ വരെ ചെന്ന് യാത്രയാക്കിയതും ഇല്ല.

കൊടുക്കൽ വാങ്ങലുകളുടെ കാര്യത്തിൽ ഇരുപക്ഷക്കാരും തമ്മിൽ മുമ്പേതന്നെ എല്ലാം നിശ്ചയിച്ചുറപ്പിച്ചിരുന്നു. താൻ അത്യന്തം കൗശല ക്കാരൻ ആണെന്ന് അമ്മാവൻ സ്വയം അഭിമാനിച്ചിരുന്നു. ഒരു കാര്യ ത്തിലും വിട്ടുവീഴ്ച ചെയ്യുന്ന ആളായിരുന്നില്ല. റൊക്കം പൈസയുടെ കാര്യം കിറുകൃത്യം. ഇനി ആഭരണങ്ങളുടെ കാര്യത്തിൽ എത്ര പവൻ വേണമെന്നും എത്ര മാറ്റു വേണമെന്നുമൊക്കെ പറഞ്ഞുറപ്പിച്ചിരുന്നു. ഈ ചർച്ചകളിലൊന്നും ഞാൻ ഇടപെട്ടില്ല, കൊടുക്കൽ വാങ്ങലുകളുടെ കണക്കൊന്നും എനിക്കൊട്ട് അറിയുകയും ഇല്ലായിരുന്നു. ഈ പതിവ് വിവാഹത്തിന്റെ ഒരു പ്രധാന ഘടകമാണ് എന്നെനിക്ക് അറിയുമായിരുന്നു. ഈ ഘടകത്തിന്റെ ഉത്തരവാദിത്തം ആരുടെ ചുമലിലാണോ അയാളെ ഒരു തരിമ്പു പോലും പറ്റിക്കാൻ ആർക്കും ആവില്ല എന്നും എനിക്ക് അറിയാമായിരുന്നു. അതിബുദ്ധിമാനും പയറ്റിത്തെളിഞ്ഞവനും എന്ന നിലയ്ക്ക് അമ്മാവൻ ഞങ്ങളുടെ അഭിമാനസർവസ്വമായിരുന്നു. ഞങ്ങളെ സംബന്ധിച്ചുള്ള എല്ലാ കാര്യങ്ങളിലും അമ്മാവൻ ബുദ്ധിയുപയോഗിച്ച് എതിരാളിയെ വീഴ്ത്തും എന്നെനിക്ക് വിശ്വാസമുണ്ടായിരുന്നു. അതു കാരണം, തെറ്റ് ഞങ്ങളുടെ ഭാഗത്താണെങ്കിലും മറുഭാഗത്ത് ഒരു തെറ്റും ഇല്ലെന്നിരിക്കിലും വിജയം ഞങ്ങൾക്കു സുനിശ്ചിതമായിരുന്നു. ഇത് ഞങ്ങളുടെ തറവാടിന്റെ പിടിവാശി ആയിരുന്നു. ഇതിൽ ആരു ചത്താ ലെന്ത്, ജീവിച്ചാലെന്ത്?

വധുവിന്റെ ദേഹത്ത് മഞ്ഞൾ പൂശുന്ന ശുഭദിനം. എന്തൊരു ആർഭാട മായിരുന്നെന്നോ. വധുവിന്റെ വീട്ടിലേക്ക് വരപക്ഷത്തുനിന്ന് എത്ര യെത്ര പേരാണ് സാധനങ്ങളുമായി പോയതെന്നോ. സാധനങ്ങൾ വരവു വെയ്ക്കാൻ കണക്കെഴുത്തുകാരനെ വരുത്തേണ്ടിവരുമെന്നും ചെന്നവരെ യൊക്കെ യഥാവിധി സത്കരിച്ച് യാത്രയയ്ക്കാൻ വധൂപക്ഷം പാടു പെടുമെന്നും പറഞ്ഞു പറഞ്ഞ് അമ്മാവനോടൊപ്പം അമ്മയും ആർത്തു ചിരിച്ചു.

ബാന്റുവാദ്യം, ഷെഹ്ണായി, പാട്ടു കച്ചേരി വേറെയും എന്തൊക്കെ ശബ്ദഘോഷങ്ങളുണ്ടോ അത്രയും കൂട്ടിക്കലർത്തി, സംഗീതസരസ്വതി യുടെ ഉദ്യാനം ചവുട്ടിക്കുഴച്ച് വലിയ കോലാഹലത്തോടെ ആനപ്പുറ ത്തേറി ഞാൻ വിവാഹ വേദിയിലെത്തി. വിലയേറിയ മോതിരങ്ങൾ, രത്നഹാരങ്ങൾ ഇതൊക്കെ ചാർത്തിയ ഞാൻ ലേലത്തിനു വെയ്ക്കപ്പെട്ട ജ്വല്ലറിയാണെന്നു തോന്നിച്ചു. സർവാഭരണഭൂഷിതനായി വരന്റെ മൂല്യം

എത്രയെന്ന് സുസ്പഷ്ടമായി പ്രദർശിപ്പിച്ചുകൊണ്ട് ഞാൻ വധൂപിതാവിനെ വെല്ലുവിളിക്കുകയായിരുന്നു.

വിവാഹസ്ഥലത്തെത്തിയ അമ്മാവൻ സന്തുഷ്ടനായില്ല. നടുമുറ്റത്ത് വരപക്ഷത്തിനായി നീക്കിവെച്ച ഇടം പര്യാപ്തമല്ലായിരുന്നു എന്നതു പോട്ടെ, ഒരുക്കളൊക്കെ ഒരു ഇടത്തരം മട്ടിൽ. ശംഭൂനാഥിന്റെ പെരുമാറ്റത്തിലും ചൂടും വ്യഗ്രതയുമില്ല. അളവറ്റ വിനയമില്ല, അനുനയനങ്ങളില്ല. ശംഭൂനാഥിന്റെ ഒരു വക്കീൽ സുഹൃത്ത് കറുത്തു തടിച്ച്, കഷണ്ടിത്തലയൻ, അരക്കെട്ടിൽ തോർത്തും ചുറ്റിക്കെട്ടി കൈകൂപ്പി വിനയത്തോടെ, പുഞ്ചിരിയോടെ ഞങ്ങളെ സമാധാനിപ്പിച്ചില്ലായിരുന്നെങ്കിൽ, ഓരോരുത്തരേയും പ്രത്യേകം പ്രത്യേകം അഭിവാദ്യം ചെയ്തില്ലായിരുന്നെങ്കിൽ വിവാഹം തുടക്കത്തിലേതന്നെ പ്രതിസന്ധിയിലാവുമായിരുന്നു.

ഞാൻ മണ്ഡപത്തിലെത്തി കുറച്ചു നേരം കഴിഞ്ഞപ്പോൾ അമ്മാവൻ ശംഭൂനാഥ് ബാബുവിനേയും കൂട്ടി അടുത്ത മുറിയിലേക്കു ചെല്ലുന്നതു കണ്ടു. കുറച്ചു കഴിഞ്ഞ് ശംഭൂനാഥ് ബാബു വന്നെന്നെ വിളിച്ചു. ''മോനേ ഒന്നിങ്ങോട്ടു വരൂ.''

സംഗതി ഇതാണ്. എല്ലാവരുടേയും കാര്യമല്ല കേട്ടോ, പക്ഷേ ചിലർക്ക് ജീവിതത്തിൽ ചില ലക്ഷ്യങ്ങളുണ്ടായെന്നു വരും. അമ്മാവന്റെ ഒരേയൊരു ലക്ഷ്യം ഈ ജീവിതത്തിൽ ആർക്കും തന്നെ വഞ്ചിക്കാനാവരുത് എന്നതായിരുന്നു. വധൂപക്ഷം ഞങ്ങളെ ആഭരണത്തിന്റെ കാര്യത്തിൽ ചതിക്കുമോ എന്ന ആശങ്ക അമ്മാവനുണ്ടായിരുന്നു. വിവാഹകർമ്മം കഴിഞ്ഞാൽ പിന്നെ ഒന്നും പറഞ്ഞിട്ടു കാര്യമില്ല. അതുകൊണ്ട് അതിനുമുമ്പ് തീരുമാനമാകണം. വാക്കാൽ പറഞ്ഞത് അപ്പടി വിശ്വസിക്കാനാവില്ല. അമ്മാവൻ എല്ലാം തീരുമാനിച്ചുറപ്പിച്ചിരുന്നു തട്ടാനേയും കൂട്ടിയാണ് അമ്മാവൻ വിവാഹത്തിനെത്തിയിരുന്നത്. മുറിയിലെത്തിയപ്പോൾ കണ്ടു അമ്മാവൻ ഒരു കട്ടിലിൽ ഇരിക്കുന്നു. തുലാസും ഉരകല്ലും തൂക്കങ്ങളുമായി തട്ടാൻ നിലത്തും.

ശംഭൂനാഥ് ബാബു എന്നോടു ചോദിച്ചു, ''നിന്റെ അമ്മാവൻ പറയുന്നത് വിവാഹകർമം നടക്കുന്നതിനു മുമ്പ് വധുവിന്റെ സകല ആഭരണങ്ങളും പരിശോധിച്ചു നോക്കണമെന്നാണ്. നിന്റെ അഭിപ്രായം പറയൂ.''

ഞാൻ തല കുനിച്ച് മൗനം പാലിച്ചു. അമ്മാവനാണ് ഉത്തരം പറഞ്ഞത്.

''അവനെന്തു പറയാൻ?. ഞാൻ പറയുന്നതാണ് ഇവിടെ നടക്കുക.''

ശംഭൂനാഥ് ബാബു വീണ്ടും എന്റെ നേരെ തിരിഞ്ഞ് ചോദിച്ചു: ''അപ്പഴങ്ങനെയാണോ, ഇദ്ദേഹം പറഞ്ഞതേ ഇവിടെ നടക്കൂ? നിനക്കൊന്നും പറയാനില്ലേ?''

ഇക്കാര്യത്തിൽ ഞാൻ തലയിടുന്നത് തികച്ചും അനാവശ്യമെന്ന മട്ടിൽ ഞാൻ തലയാട്ടിയെന്നു വരുത്തി.

ശംഭൂനാഥ് ബാബു പറഞ്ഞു, ''ഓ, ശരി, എന്നാ നീയിരിക്ക്. ഞാൻ പോയി മോളണിഞ്ഞിരിക്കുന്ന ആഭരണങ്ങളൊക്കെ അഴിച്ചെടുത്തിട്ടു കൊണ്ടുവരാം.''

അമ്മാവൻ കല്പിച്ചു. ''അനുപം എന്തിനിവിടെ ഇരിക്കണം? അവൻ മണ്ഡപത്തിലേക്കു പൊയ്ക്കോട്ടെ.''

ശംഭൂനാഥ് തടസ്സം പറഞ്ഞു. ''വേണ്ട, അവൻ ഇവിടെത്തന്നെ ഇരിക്കണം.''

കുറച്ചു നേരത്തിനു ശേഷം ഒരു കിഴിക്കെട്ടിൽ ആഭരണങ്ങളുമായി അദ്ദേഹം തിരിച്ചെത്തി. കിഴിക്കെട്ട് കട്ടിലിൽ വെച്ച് അഴിച്ചു. തലമുറ തലമുറയായുള്ള ആഭരണങ്ങൾ, കനവും മാറ്റും കൂടിയ മുന്തിയ തരം. ഇക്കാലത്തെ പരിഷ്കാരം പോലെ നനുത്ത, മാറ്റു കുറഞ്ഞവയല്ല.

തട്ടാൻ ആഭരണങ്ങൾ ഓരോന്നായി കൈയിലെടുത്തുകൊണ്ടു പറഞ്ഞു, ''ഓ, ഇതൊന്നും തൂക്കുകയോ മാറ്റുരച്ചു നോക്കുകയോ വേണ്ട. എല്ലാം ഉത്തമം. ഇക്കാലത്ത് ഇത്തരം സ്വർണ്ണം ആരും ഉപയോഗിക്കാറില്ല.''

ഇത്രയും പറഞ്ഞ് ഒരു വള കൈയിലെടുത്ത് അയാൾ എല്ലാവരേയും കാണിച്ചു, അതു വളയ്ക്കാനാകില്ലെന്ന്.

അമ്മാവൻ തന്റെ നോട്ടു പുസ്തകത്തിൽ സമസ്ത വിവരങ്ങളും എഴുതിച്ചേർത്തിരുന്നു. അതുമായി ഒത്തു നോക്കി എന്തെങ്കിലും കുറവുണ്ടോ എന്ന് കണക്കുകൂട്ടി. പറഞ്ഞതിലും എത്രയോ കൂടുതൽ സ്വർണം കിഴിയിലുണ്ടായിരുന്നു. ആഭരണങ്ങൾക്കിടയിൽ ഒരു ജോടി കാതിപ്പൂ ഉണ്ടായിരുന്നു. ശംഭൂനാഥ് അതെടുത്ത് തട്ടാനോടു പറഞ്ഞു. ''ഇതൊന്നു മാറ്റുരച്ചു നോക്കൂ.''

തട്ടാൻ പറഞ്ഞു. ''ഓ, ഇത് ഇക്കാലത്തെ വിദേശി സ്വർണമാണ്. ഇതിൽ സ്വർണ്ണത്തിന്റെ അംശം വളരെ കുറവാണ്.''

ശംഭൂനാഥ് കാതിപ്പൂ അമ്മാവന് നല്കിക്കൊണ്ടു പറഞ്ഞു. ''ഇത് നിങ്ങൾ തന്നെ വെച്ചേക്കൂ.''

അമ്മാവൻ കാതിപ്പൂ സെറ്റ് കൈയിലെടുത്തു നോക്കി. വധുവിനെ ആശീർവദിക്കാൻ വരപക്ഷം കൊടുത്തയച്ച ഒരു ജോടി കാതിപ്പൂ.

ജാള്യത മൂലം അമ്മാവന്റെ മുഖം തുടുത്തുപോയി. വടികൊടുത്ത് അടിവാങ്ങിയ നില. ഗൗരവത്തിൽ എന്നോടു പറഞ്ഞു, ''അനുപം, പോ. പോയി മണ്ഡപത്തിലിരിക്ക്.''

ശംഭൂനാഥ് വീണ്ടു തടസ്സം പറഞ്ഞു. ''വരട്ടെ. ഇപ്പോൾ വേണ്ട. ഇപ്പോൾ മണ്ഡപത്തിലേക്കു പോകേണ്ട ആവശ്യമില്ല. ആദ്യം സദ്യ നടക്കട്ടെ.''

കേട്ടുകേൾവി പോലുമില്ലാത്തതാണ്. വിവാഹകർമ്മത്തിനു മുമ്പ് വരപക്ഷം സദ്യയുണ്ണുകയോ? അമ്മാവന് ആശ്ചര്യം. ''എന്തു സദ്യ? ആദ്യം മുഹൂർത്തം തെറ്റിക്കാതെ...''

ശംഭൂനാഥ് സമാധാനിപ്പിച്ചു. ''ഹേയ്! അതൊന്നും സാരമില്ലെന്നേ. അതേപ്പറ്റി വിചാരപ്പെടേണ്ട. നിങ്ങൾ എഴുന്നേൽക്കൂ.''

ശംഭൂനാഥ് സാധുമനുഷ്യനാണ്, സാധാരണ മനുഷ്യനാണ്. പക്ഷേ മനസ്സിനെന്തൊരു ഉറപ്പ്, സ്വരത്തിനെന്തു ദാർഢ്യം. അതു സമ്മതിച്ചേ തീരൂ. അമ്മാവന് എണീക്കേണ്ടി വന്നു. ഒരുക്കങ്ങളിൽ ആഡംബരം ലവലേശമില്ല. പക്ഷേ സദ്യ ഗംഭീരമെന്ന് എല്ലാവരും അഭിപ്രായപ്പെട്ടു. വരപക്ഷത്തിൽ ഞാനൊഴികെ എല്ലാവരുടേയും ഊണു കഴിഞ്ഞു. ഇനി ഞാനേ ബാക്കിയുള്ളൂ. ശംഭൂനാഥ് എന്നെ നിർബന്ധിച്ചു.

അമ്മാവൻ എതിർത്തു. ''ഇതെന്തു കഥ? വിവാഹകർമ്മം നടക്കുംമുമ്പ് വരനെങ്ങനെ ആഹാരം കഴിക്കും?''

അമ്മാവനെ തീർത്തും അവഗണിച്ചുകൊണ്ട് ശംഭൂനാഥ് വീണ്ടും എന്നോടു ചോദിച്ചു. ''നിനക്കെന്തു തോന്നുന്നു, ഇവിടിരുന്ന് ഊണു കഴിക്കുന്നതിൽ എന്തെങ്കിലും തെറ്റുണ്ടോ?''

അമ്മയുടെ പ്രതിനിധിയായി അമ്മാവൻ മുന്നിൽ. അമ്മാവന്റെ ഇച്ഛയ്ക്കു വിപരീതമായി എന്തെങ്കിലും ചെയ്യാൻ എനിക്കാവില്ല. എനിക്ക് പന്തിയിലിരിക്കാനായില്ല.

ശംഭൂനാഥ് അമ്മാവനോടു പറഞ്ഞു. ''നിങ്ങളെയൊക്കെ ഒരുപാടു ബുദ്ധിമുട്ടിച്ചു, അല്ലേ, ക്ഷമിക്കണം. ഞങ്ങൾ പണക്കാരല്ല. നിങ്ങളെ വേണ്ടപോലെ സത്കരിക്കാനായില്ല. ക്ഷമിക്കണം. ഇനിയും നിങ്ങളെ ബുദ്ധിമുട്ടിക്കണമെന്നില്ല. അതുകൊണ്ട്...''

അമ്മാവൻ ഉടനടി മറുപടി നൽകി. ''ശരി, ശരി. എന്നാപ്പിന്നെ മണ്ഡപത്തിലേക്കു പോയേക്കാം.''

ശംഭൂനാഥ് ശാന്തനായി പറഞ്ഞു. ''നിങ്ങൾക്കു തിരിച്ചുപോകാനുള്ള വണ്ടി ഏർപ്പാടാക്കട്ടെ?''

അമ്മാവൻ കയർത്തു. ''ഇതെന്താ, തമാശക്കളിയാണോ?''

ശംഭൂനാഥ് സൗമ്യനായി പറഞ്ഞു. ''തമാശക്കളി നിങ്ങളല്ലേ തുടങ്ങിവെച്ചത്? ഇത്തരം തമാശക്കളിക്കാരുമായി സ്ഥിരമായൊരു ബന്ധത്തിലേർപ്പെടാൻ എനിക്ക് തീരെ താത്പര്യമില്ല.''

അമ്മാവന്റെ കണ്ണു തള്ളിപ്പോയി.

ശംഭൂനാഥ് പറഞ്ഞു. ''എന്റെ മകൾക്കു കൊടുക്കേണ്ട സ്വർണ്ണത്തിൽ ഞാൻ ചതിചെയ്യുമെന്നു കരുതുന്ന കുടുംബത്തിലേക്ക് എന്റെ മകളെ ഞാൻ പറഞ്ഞയയ്ക്കില്ല.''

എന്നോട് ഒരു വാക്കു പോലും പറയുന്നത് ആവശ്യമാണെന്ന് അദ്ദേഹത്തിന് തോന്നിയില്ല. ഞാൻ നട്ടെല്ലില്ലാത്തവനാണെന്ന് ആദ്യമേ തെളിയിച്ചു കഴിഞ്ഞിരുന്നല്ലോ.

അതിനുശേഷം നടന്നതൊന്നും വിവരിക്കാൻ എനിക്ക് താത്പര്യമില്ല. ചില്ലുവിളക്കുകൾ തകർത്തു തരിപ്പണമാക്കിയും സാധനങ്ങൾ തച്ചുടച്ചും മണ്ഡപത്തെ ദക്ഷയാഗത്തിനുശേഷമുള്ള പരുവത്തിലാക്കി വരപക്ഷം സ്ഥലം വിട്ടു.

തിരിച്ചുവരുമ്പോൾ അകമ്പടിയായി സംഗീതകോലാഹലമോ ഗാസ് ലൈറ്റുകളോ ഉണ്ടായിരുന്നില്ല. തങ്ങളുടെ സകല കർത്തവ്യവും ആകാശത്തിലെ നക്ഷത്രങ്ങളെ ഏല്പിച്ച് ദീപാലങ്കാരങ്ങൾ എവിടെ പോയ്മറഞ്ഞെന്ന് ആർക്കും പറയാനായില്ല.

മൂന്ന്

എന്റെ വീട്ടുകാർ അടങ്ങാത്ത കോപം കൊണ്ടു ജ്വലിച്ചു. പെണ്ണിന്റെ അച്ഛന് ഇത്ര ധിക്കാരമോ? കലികാലം ഇങ്ങെത്തിയോ? എല്ലാവരും പറഞ്ഞു കാണട്ടെ, ആ പെണ്ണിന്റെ കല്യാണം ഇനി എങ്ങനെ നടക്കുമെന്ന് ഒന്നു കാണട്ടെ.

പക്ഷേ, മകളുടെ കല്യാണത്തെക്കുറിച്ച് ആശങ്കയില്ലാത്ത വ്യക്തിയോട് എങ്ങനെ പകരം വീട്ടാനാകും?

ഈ ബംഗാൾ രാജ്യത്തിൽ വധുവിന്റെ പിതാവ് സ്വമേധയാ വിവാഹ മണ്ഡപത്തിൽ നിന്ന് ഇറക്കിവിട്ട ഒരേയൊരു വരൻ, ഞാൻ, ഞാനൊറ്റൊരുത്തൻ മാത്രം. കെങ്കേമനായ വരന്റെ നെറ്റിത്തടത്തിൽ ഇത്രയും വലിയൊരു കളങ്കമോ? ഏതു ദുഷ്ടഗ്രഹമാണ് വലിയ ശബ്ദഘോഷങ്ങളോടെ, പ്രഭാപൂരത്തോടെ ഈ കളങ്കം ചാർത്തിയതാവോ? എന്തായാലും കഷ്ടം തന്നെ.

വരപക്ഷത്തിന് വേറൊരു സങ്കടം കൂടിയുണ്ടായിരുന്നു. വധൂപക്ഷം സൂത്രത്തിൽ എല്ലാവരേയും ഊട്ടി, അങ്ങനെ ഒരുക്കിയ സദ്യ പാഴായില്ല. അതല്ലെങ്കിൽ അവരു തയ്യാറാക്കിവെച്ചിരുന്ന വിഭവങ്ങൾ ആസകലം പാത്രത്തോടെ എടുത്തെറിഞ്ഞും തട്ടിമറിച്ചും സദ്യ ആർക്കും ഉപകരിക്കാത്ത അവസ്ഥയുണ്ടാക്കി എന്നെങ്കിലും ആശ്വസിക്കാമായിരുന്നു.

വിവാഹം മുടക്കിയതിന്, അപമാനിച്ചതിന്, മാനനഷ്ടത്തിന് കേസു കൊടുക്കുമെന്നും പറഞ്ഞ് അമ്മാവൻ പുറപ്പെട്ടു. പക്ഷേ ഗുണകാംക്ഷികൾ ഉപദേശിച്ചു, ഇനി അതും കൂടിയേ വേണ്ടൂ, ബാക്കിയുള്ള മാനം കൂടി പോകാൻ.

ഞാനും രോഷാകുലനായിരുന്നു. ഏതെങ്കിലും വഴിക്ക് ശംഭൂനാഥ് ബാബു പശ്ചാത്തപിച്ച് ഞങ്ങളുടെ കാൽക്കൽ വന്നു വീഴുമെന്ന്, മീശ

തടവിക്കൊണ്ട് ഞാൻ ദിവാസ്വപ്നം കാണാൻ തുടങ്ങി. പക്ഷേ അങ്ങനെയൊന്നും നടന്നില്ല. ദിവസങ്ങൾ പോകെപ്പോകെ എന്റെയുള്ളിലെ ആക്രോശം കറുത്തുകൊഴുത്ത ഉറവയായി മാറി. പക്ഷേ അതിനു തൊട്ടടുത്ത് മറ്റൊരു ഉറവ കൂടി രൂപം കൊണ്ടു. അതിന്റെ നിറം കറുപ്പായിരുന്നില്ല, അത് തെളിനീരുറവയായിരുന്നു, അത് അവളെക്കുറിച്ചുള്ള ചിന്തകളായിരുന്നു.

എന്റെ മനസ്സ് ആ അപരിചിതയുടെ പുറകെയായിരുന്നു, പക്ഷേ അവളെ എനിക്കു കാണാനോ സങ്കല്പിക്കാനോ ആയില്ല. കല്യാണമണ്ഡപത്തിന്റെ ചുമരിനപ്പുറത്ത് അവൾ അദൃശ്യയായി നിലകൊണ്ടു. നെറ്റിയിലും കവിളിലും ചന്ദനപ്പൊട്ടു ചാർത്തി, ചുവന്ന പട്ടുപുടവയുടുത്ത്, ലജ്ജകൊണ്ട് തുടുത്ത മുഖവുമായി. അവളുടെ അകതാരിൽ എന്തായിരുന്നുവെന്ന് എങ്ങനെ പറയാൻ, എങ്ങനെ അറിയാൻ. സ്വപ്നലോകത്തിലെ വസന്തപുഷ്പങ്ങളൊന്നാകെ, തന്റെ സർസ്വവും എന്റെ കാലടികളിൽ സമർപ്പിക്കാൻ അവൾ ഒരുങ്ങി നിൽക്കുകയായിരുന്നു. ഇളംകാറ്റു വീശി, സുഗന്ധം പരന്നു, ഇലകളനങ്ങി, ഒരു ചുവടുകൂടി വെച്ചാൽ അവളെന്റേതായി തീരുമായിരുന്നു. അപ്പോഴാണ് ഒരൊറ്റ ക്ഷണം കൊണ്ട് ആ ഒരു ചുവട് മറികടക്കാനാവാത്ത ഒരായിരം ചുവടുകളായി അതിവിദൂരതയായി മാറിയത്.

വിവാഹനിശ്ചയത്തിനുശേഷം ദിവസവും സന്ധ്യയ്ക്ക് ഞാൻ വിനുവേട്ടന്റെ വീട്ടിലേക്ക് പോയി, ഏട്ടനെ ബോറടിപ്പിക്കുമായിരുന്നു. വിനുവേട്ടന്റെ വർണ്ണന അതിസംക്ഷിപ്തവും സങ്കീർണവുമായിരുന്നു. അതുകൊണ്ടു തന്നെ ഏട്ടന്റെ ഓരോ വാക്കും തീപ്പൊരി പോലെ എന്റെ മനസ്സിൽ പതിക്കുമായിരുന്നു. വിനുവേട്ടൻ പറഞ്ഞിരുന്നു അവളുടെ രൂപം വിസ്മയജനകമാണെന്ന്. പക്ഷേ എനിക്കവളെ കാണാനായില്ലെന്നതു പോട്ടെ, അവളുടെ ഫോട്ടോ പോലും കാണാനായില്ല. മനസ്സിനകത്തോ പുറത്തോ അവളുടെ രൂപം സങ്കല്പിച്ചെടുക്കാനായില്ല. അതുകൊണ്ടാവണം എന്റെ മനസ്സ്, നെടുവീർപ്പുകളുതിർത്തുകൊണ്ട് വിവാഹമണ്ഡപത്തിന്റെ ചുമരിൽത്തന്നെ തങ്ങി നിന്നു പോയത്. ആ ചുമരിനു പുറകിലെവിടെയോ, അന്ന് അവളുണ്ടായിരുന്നു, എനിക്ക് അദൃശ്യയായി.

ഹരീഷിൽ നിന്നു കേട്ടതാണ്. അവളെ എന്റെ ഫോട്ടോ കാണിച്ചിരുന്നത്രെ. ഇഷ്ടപ്പെട്ടുകാണണം, അല്ലാതെന്ത്? ഇഷ്ടപ്പെടാതിരിക്കാൻ വിശേഷിച്ചു കാരണമൊന്നുമില്ലല്ലോ. എന്റെ മനസ്സു പറയുന്നു, ആ പടം അവൾ തന്റെ പെട്ടിയിലെവിടേയെങ്കിലും സൂക്ഷിച്ചു വെച്ചിരിക്കുമെന്ന്. വിരസമായ മധ്യാഹ്നവേളകളിൽ മുറിക്കുള്ളിൽ തനിച്ചിരിക്കുമ്പോൾ പെട്ടി തുറന്ന് ഫോട്ടോ കൈയിലെടുത്ത് നോക്കിയെന്നു വരും. മുഖം കുനിച്ച് പടത്തിലേക്കു നോക്കുമ്പോൾ അവളുടെ മുടിയിഴകൾ

അതിലേക്കു വീണെന്നു വരും. പുറത്ത് കാല്പെരുമാറ്റം കേൾക്കുമ്പോൾ ദ്രുതഗതിയിൽ പടം പുടവത്തുമ്പിൽ ഒളിപ്പിച്ചെന്നു വരും.

ദിവസങ്ങൾ കടന്നു പോവുകയാണ്. ഒരു കൊല്ലം കടന്നു പോയി. ജാള്യത കാരണമാവാം അമ്മാവൻ കല്യാണക്കാര്യം സൂചിപ്പിക്കുന്നു പോലുമില്ല. എന്റെ അപമാനത്തിന്റെ കഥ നാട്ടുകാർ മറന്നു പോയ ശേഷം മതി അടുത്ത വിവാഹാലോചന എന്നാണ് അമ്മയുടെ അഭിപ്രായം.

ഞാൻ വേറേയും ചിലതൊക്കെ കേട്ടു. അവൾക്ക് മറ്റൊരു നല്ല ആലോചന വന്നെന്നും അവളത് നിരാകരിച്ചുവെന്നും. ഇനിയൊരിക്കലും വിവാഹം കഴിക്കില്ലത്രെ. ഇതുകേട്ട് എന്റെ മനസ്സ് പുളകം കൊണ്ടു. എനിക്ക് ഭാവനയിൽ എല്ലാം വ്യക്തമായി കാണ്മാൻ കഴിഞ്ഞു. അവൾക്ക് ശരിയായി ഊണും ഉറക്കവുമില്ല. നേരത്തും കാലത്തും മുടിചീകാറില്ല. അവളുടെ അച്ഛൻ വിഷമിക്കും. പാവം എന്റെ മോൾക്കെന്തു പറ്റീ? പൊടുന്നനെ ഒരു ദിവസം അവളുടെ മുറിയിൽ ചെല്ലുമ്പോൾ കാണും മകളുടെ കണ്ണുകൾ നിറഞ്ഞൊഴുകുന്നത്. അച്ഛൻ വാത്സല്യപൂർവം ചോദിക്കും ''മോളെ നിനക്കെന്തു പറ്റീ?'' മകൾ കണ്ണീരു തുടച്ച് പറയും ''ഒന്നുമില്ലച്ഛാ, വെറുതെ.'' അച്ഛന്റെ വത്സല പുത്രി, ഒരേയൊരു മകൾ. ഒരു പൂ പോലെ മകൾ വാടിക്കുഴഞ്ഞ് നിലംപതിക്കുമ്പോൾ സകല മാനാഭിമാനങ്ങളും വെടിഞ്ഞ് പുത്രീവത്സലനായ അച്ഛൻ ഞങ്ങളുടെ പടിവാതിൽക്കൽ എത്തും. ഞങ്ങളുടെ കാൽക്കൽ വീഴും. അപ്പോൾ... അപ്പോൾ? അപ്പോഴോ, മനസ്സിനകത്തെ കറുകറുത്ത ഉറവ കാളസർപ്പം പോലെ ഉയർന്നു പൊങ്ങി പടം വിടർത്തും. സീൽക്കാരത്തോടെ ചീറ്റും. ആഹാ, നടക്കട്ടെ, വിവാഹത്തിനുള്ള ഏർപ്പാടുകൾ നടക്കട്ടെ, ഇനിയൊരിക്കൽക്കൂടി വരൻ ചമയ്, നാടൊട്ടുക്കും ക്ഷണിക്ക്, ദീപാലങ്കാരങ്ങളും സംഗീതഘോഷങ്ങളുമായി ഘോഷയാത്രയായി വധൂഗൃഹത്തിലേക്ക് ചെല്ല്, എന്നിട്ട് അവിടെ വിവാഹമണ്ഡപത്തിൽ കയറിനിന്ന് വരന്റെ ശിരോമകുടം വലിച്ചു താഴെയിട്ട് കാലുകൊണ്ട് ചവുട്ടിമെതിച്ച്, അരങ്ങുലച്ച് തിരിച്ചു പോര്. പകരം വീട്ട്.

പക്ഷേ തെളിനീരുറവ രാജഹംസത്തിന്റെ രൂപം പൂണ്ട് എന്നോടു പറയും. പണ്ടൊരിക്കൽ ഞാൻ സന്ദേശവുമായി ദമയന്തിയുടെ പുഷ്പവനത്തിൽ ചെന്നിരുന്നു. എന്നെ പറക്കാൻ സഹായിക്കൂ. ഞാൻ ചെന്ന് നിന്റെ വിരഹിണിയുടെ കാതിൽ മധുരസന്ദേശമെത്തിക്കാം. അപ്പോൾ... അപ്പോൾ? അപ്പോഴോ ദുഃഖരാത്രികൾ അതോടെ അവസാനിക്കും, പുതുമഴ പെയ്യും, വാടിത്തളർന്ന പൂച്ചെടി ഉയിരു വീണ്ടെടുക്കും, പൂ പുഞ്ചിരിക്കും. ലോകത്തെയാകമാനം ചുമരിനു പുറത്തു നിറുത്തി അകത്തേക്ക് ഒരേയൊരാൾ മാത്രം പ്രവേശിക്കും. എന്നിട്ട്? എന്നിട്ടോ, സുഖപര്യാവസാനം.

നാല്

പക്ഷേ, കഥ അങ്ങനെയൊന്നുമല്ല അവസാനിച്ചത്. എങ്ങനെയാണ് അത് അവസാനിച്ചത് എന്ന് ചുരുക്കിപ്പറഞ്ഞ് ഈ ആഖ്യാനം അവസാനിപ്പിക്കാം.

അമ്മയേയും കൊണ്ട് തീർഥയാത്രയ്ക്കു പോവുകയായിരുന്നു. അമ്മാവൻ ഹൗറാപാലം താണ്ടാൻ മടിക്കുന്നവനായതിനാൽ ഈ ചുമതല എന്റെ തോളിൽ വീണു. ട്രെയിനിൽ ഞാൻ ഉറങ്ങിപ്പോയി. വണ്ടിയുടെ കുലുക്കത്തിൽ പലതരം സ്വപ്നങ്ങൾ കൂടിക്കുഴഞ്ഞ് തലയ്ക്കകത്ത് കോലാഹലം കൂട്ടി. ഏതോ ഒരു സ്റ്റേഷനെത്തിയപ്പോൾ ഞാൻ പൊടുന്നനെ ഉണർന്നു പോയി. ഇരുട്ട് ചാലിച്ച വെളിച്ചം, അതും ഒരുതരം സ്വപ്നംപോലെത്തന്നെ അനുഭവപ്പെട്ടു. ആകാശത്തെ നക്ഷത്രങ്ങൾ മാത്രം സുപരിചിതർ. ബാക്കിയുള്ളതൊക്കെ തികച്ചും അപരിചിതം. അവ്യക്തം. പുറമെ, വെളിച്ചം ശിരസ്സിലേന്തി നിൽക്കുന്ന വിളക്കുകാലുകൾ ഈ ഭൂമി എത്ര അപരിചിതയാണെന്ന്, ചുറ്റിലുമുള്ളതൊക്കെ എത്ര ദൂരെയാണെന്ന് കാട്ടിത്തന്നു. അമ്മ ഉറക്കമാണ്. വെളിച്ചം അലോസരപ്പെടുത്താതിരിക്കാൻ പച്ച കർട്ടൻ വലിച്ചിട്ടിട്ടുണ്ട്. ട്രങ്കും മറ്റു സാധനങ്ങളുമൊക്കെ വലിച്ചു വാരിയിട്ട അവസ്ഥയിൽ. പച്ച കർട്ടനിലൂടെ അരിച്ചിറങ്ങുന്ന വെളിച്ചത്തിൽ അവ ഉള്ളതും ഇല്ലാത്തതുമായ അവസ്ഥയുടെ നടുവിൽ പെട്ടുപോയപോലെ. ഏതോ സ്വപ്നലോകത്തിലെ സാമഗ്രികളാണവയെന്ന പ്രതീതി. അതിവിസ്മയകരമായ ഭൂമി, അതിവിസ്മയകരമായ രാത്രി. ആരോ പെട്ടെന്ന് വിളിച്ചു പറഞ്ഞു. ''വരൂ, വേഗം വരൂ, ഈ ബോഗിയിൽ ഇടമുണ്ട്.''

പാട്ടു കേൾക്കുന്നതു പോലെയാണ് തോന്നിയത്. ബംഗാളി പെൺകൊടിയുടെ ബംഗാളി ഭാഷ. ആഹാ! എന്തു മാധുര്യമാണതിന്. അനവസരത്തിൽ, അസ്ഥാനത്ത് ആകസ്മികമായി കേട്ടാൽ മാത്രമേ അതിന്റെ സവിശേഷത പൂർണമായി മനസ്സിലാക്കാനാവൂ. ആ ശബ്ദത്തെ വെറുതെ ഒരു പെൺകുട്ടിയുടെ കണ്ഠസ്വരം എന്നു വിശേഷിപ്പിച്ചതുകൊണ്ടായില്ല. ഇത് വിശേഷപ്പെട്ട മനുഷ്യസ്വരം. കേട്ടയുടൻ മനസ്സു പറഞ്ഞുപോകും ആഹാ, ഇതിനു മുമ്പൊരിക്കലും ഇത്തരം സ്വരമാധുരി കേട്ടിട്ടില്ലല്ലോയെന്ന്.

എന്നെ സംബന്ധിച്ചേടത്തോളം കണ്ഠസ്വരം സത്യരൂപമാണ്. മുഖസൗന്ദര്യത്തിന് പ്രാധാന്യമില്ലെന്നല്ല. പക്ഷേ അനന്യരും അനിർവചനീയവരും ആയവരുടെ വ്യക്തിമുദ്ര അവരുടെ സ്വരമാണ്, അതാണ് അവരുടെ മുഖം. ഞാൻ വേഗം എഴുന്നേറ്റ് ജനാലയിലൂടെ പുറത്തേക്കു നോക്കി. ഒന്നും കാണാനായില്ല. പ്ലാറ്റ്ഫോമിന്റെ ഇരുട്ടിൽ നിന്നുകൊണ്ട് ഗാർഡ് ഒറ്റക്കണ്ണൻ വിളക്ക് പതുക്കെ ആട്ടി, വണ്ടി നീങ്ങുകയും ചെയ്തു. ഞാൻ ജനാലയ്ക്കൽ തന്നെ ഇരുന്നു. എന്റെ കണ്ണുകൾക്കു മുന്നിൽ ആരും ഉണ്ടായിരുന്നില്ല, പക്ഷേ അകതാരിൽ ഒരു ഹൃദയം എനിക്കു

കാണാനായി. നക്ഷത്രഖചിതമായ രാത്രി പോലെ ആ സ്വരം എനിക്കു ചുറ്റുമുണ്ട്, പക്ഷേ പിടി തരുന്നില്ലെന്നു മാത്രം. ഒരൊറ്റ നിമിഷം കൊണ്ട് എനിക്ക് ചിരപരിചിതായിത്തീർന്ന വിസ്മയകരമാം വിധം പരിപൂർണമായ സ്വരം. ചഞ്ചലവും ക്ഷുബ്ധവുമായ എന്റെ ഹൃദയത്തിൽ അതൊരു പൂവായി വിടർന്നല്ലോ. പക്ഷേ ആ ക്ഷുബ്ധതയേറ്റ് അതിന്റെ ഒരൊറ്റ ഇതളു പോലും പൊഴിഞ്ഞില്ല, ഒരൊറ്റ ഇതളിൽപ്പോലും പോറൽ വീണില്ല.

ഉരുക്കു പാളത്തിൽ മൃദംഗത്തിലെന്നപോലെ താളമുതിർത്തുകൊണ്ട് ചക്രങ്ങൾ മുന്നോട്ടു പാഞ്ഞു, എന്റെ മനസ്സിലോ ഒരു പാട്ട്. പാട്ടിന് ഒരൊറ്റ വരി മാത്രം ഈ ബോഗിയിൽ ഇടമുണ്ട്. ഉണ്ടോ, ഇടമുണ്ടോ? അതോ ഇനി ഇടം കിട്ടിയില്ലെന്നുവരുമോ? ആർക്കും ആരേയും തിരിച്ചറിയാനും ആവില്ല. പക്ഷേ ആ അറിയലും അറിയാതിരിക്കലും വെറും മൂടൽമഞ്ഞുപോലെ, വെറും ഒരു മായ. അതു നീങ്ങിയാൽ പിന്നെ പരിചയത്തിന് അവസാനമില്ല. സുഭാഷിണീ, നിന്നെയെനിക്ക് എത്രയോ കാലമായി പരിചയമുണ്ടല്ലോ. ഇടമുണ്ടത്രെ, വേഗം വരാൻ പറഞ്ഞല്ലോ, ഇതാ ഞാനുടൻ എത്തിയിരിക്കുന്നു, ഒരു നിമിഷം പോലും വൈകിച്ചില്ല, കേട്ടോ.

രാത്രി നന്നായി ഉറങ്ങാനായില്ല. ട്രെയിൻ ഓരോ സ്റ്റേഷനിൽ നിൽക്കുമ്പോഴും ഞാൻ ജനാലയിലൂടെ പുറത്തേക്കു നോക്കി, ഇനി അഥവാ അവൾ രാത്രിയുടെ അന്ധകാരത്തിൽ ഇറങ്ങി അദൃശ്യയായാലോ.

പിറ്റേന്ന് രാവിലെ ഒരു വലിയ സ്റ്റേഷനിലെത്തി. ഇവിടെ വണ്ടി മാറിക്കേറണം. ഞങ്ങളുടെ കൈയിൽ ഫസ്റ്റ് ക്ലാസ് ടിക്കറ്റുണ്ട്. അതു കൊണ്ട് വലിയ തിരക്കുണ്ടാവില്ലെന്നു കരുതി. പ്ലാറ്റ്ഫോമിൽ ഇറങ്ങിയപ്പോൾ കണ്ടു സായിപ്പന്മാരുടെ സേവകർ സാമാനങ്ങളുമായി കാത്തിരിപ്പാണ്. ഏതോ വലിയ പട്ടാള ഓഫീസർ സർക്കീട്ടിനെത്തിയിട്ടുണ്ടത്രെ. രണ്ടു മൂന്നു മിനിട്ടിനകം ട്രെയിനെത്തി. ഫസ്റ്റ് ക്ലാസ് കിട്ടുമെന്ന പ്രതീക്ഷയേ വേണ്ട. അമ്മയേയും കൂട്ടി ഇനി ഏതു ബോഗിയിൽ കയറണമെന്നത് വലിയ പ്രശ്നമായി. എല്ലാ ബോഗികളിലും തിരക്ക്. ഓരോന്നിന്റെയും വാതിൽക്കൽ ചെന്നു നോക്കാൻ തുടങ്ങി. ഇത്തരുണത്തിൽ സെക്കൻഡ് ക്ലാസ് ബോഗിയിൽനിന്ന് ഒരു പെൺകുട്ടി അമ്മയെ ലക്ഷ്യമാക്കി പറഞ്ഞു. ''നിങ്ങൾക്ക് ഇവിടെ കയറാം. ഇവിടെ ഇടമുണ്ട്.''

ഞാനങ്ങ് ഞെട്ടിപ്പോയി. ആശ്ചര്യം! അതേ സ്വരം. അതേ ഗാനം, അതേ പല്ലവി. ഇടമുണ്ട്. ഒരൊറ്റ നിമിഷം പാഴാക്കാതെ വണ്ടിയിൽ കയറിക്കൂടി. സാമാനങ്ങൾ കയറ്റാനുള്ള സമയം ഉണ്ടായിരുന്നില്ല. എന്നെപ്പോലെ കഴിവുകെട്ടവൻ ഈ ഭൂലോകത്തില്ല. ആ പെൺകുട്ടിയാണ് കൂലിയെ വിളിച്ചു വരുത്തി, നീങ്ങിത്തുടങ്ങിയ വണ്ടിയിൽ എല്ലാം കയറ്റിയത്. എന്റെ വിലപിടിച്ച ക്യാമറ പ്ലാറ്റ്ഫോമിൽ വീണുപോയത് ഞാൻ ശ്രദ്ധിച്ചുപോലുമില്ല.

എന്റെ മനസ്സിനകത്ത് ആനന്ദസാഗരം അലയടിച്ചു. അതിനുശേഷം നടന്നതിനെപ്പറ്റി എങ്ങനെ എഴുതണം, എവിടന്നു തുടങ്ങണം, എവിടെ അവസാനിപ്പിക്കണം എന്നൊന്നും ഒരു രൂപവുമില്ല. വാചകങ്ങൾ ഓരോന്നായി അടുക്കോടെ ചിട്ടയോടെ കോർത്തെടുക്കാൻ ആകുമെന്നു തോന്നുന്നില്ല.

മധുരഭാഷിണിയെ കണ്ണുകളാൽ നോക്കിക്കണ്ടു. അപ്പോഴും അവളല്ല, അവളുടെ സ്വരമായിരുന്നു കണ്ണിലും മനസ്സിലും. അമ്മയും കണ്ണിമയ്ക്കാതെ അവളെ നോക്കിയിരിപ്പാണ്. പെൺകുട്ടിക്ക് പതിനാറോ പതിനേഴോ പ്രായം വരും. പക്ഷേ ശരീരത്തിലൊരിടത്തും നവയൗവനത്തിന്റെ ഭാരമില്ല. സഹജവും സരളവുമായ പ്രകൃതം, നിർമ്മലമായ സൗന്ദര്യം, ഒരിടത്തും ഒരല്പം പോലും അലസഭാവമില്ല.

ഇതിലധികം വിസ്തരിച്ചു പറയാൻ എനിക്കാവില്ല. അവളെന്താണ് ധരിച്ചിരുന്നതെന്നോ എങ്ങനെയാണ് ധരിച്ചിരുന്നതെന്നോ എനിക്കു പറയാനാവില്ല. അവളുടെ വേഷവിധാനത്തിൽ പറയത്തക്കതായി ഒന്നും ഉണ്ടായിരുന്നില്ല. എന്നാലും ചുറ്റുമുള്ളവരേക്കാൾ വിശേഷപ്പെട്ടവൾ. ചെടിയെക്കാളേറെ ഉയർന്നു നിലകൊള്ളുന്ന രജനീഗന്ധ പൂവുപോലെ. അവളോടൊപ്പം രണ്ടുമൂന്നു കൊച്ചുബാലികമാരും ഉണ്ടായിരുന്നു. അവരുടെ കളിയും ചിരിയും അവസാനിച്ചതേയില്ല. പേരിന് ഒരു പുസ്തകം കൈയിലേന്തി ഞാൻ അവരുടെ സംസാരം ശ്രദ്ധിച്ചുകൊണ്ടേയിരുന്നു. കാതിൽ വീണതൊക്കെ കുട്ടിക്കളികൾ, കളിതമാശകൾ. ഞാൻ പറഞ്ഞുവന്നത് അവരുടെ പെരുമാറ്റത്തിൽ പ്രായവ്യത്യാസം ഒരു ഘടകമേ അല്ലായിരുന്നുവെന്നാണ്. കൊച്ചുകുട്ടികളോടൊപ്പം അവളും അനായാസേന ആഹ്ലാദത്തോടെ കൊച്ചുകുട്ടിയായതുപോലെ. അവരുടെ കൈകളിൽ ചിത്രകഥാപുസ്തകം ഉണ്ടായിരുന്നു. അതിലെ ഏതോ കഥ പറയാനായി കുട്ടികൾ അവളെ നിർബന്ധിച്ചുകൊണ്ടിരുന്നു. പത്തിരുപതു തവണ ആ കഥ അവർ കേട്ടിരിക്കണം. കുട്ടികൾക്ക് അവളിൽ നിന്ന് ഈ കഥ കേൾക്കാൻ എന്തിത്ര ആഗ്രഹം എന്ന് എനിക്കറിയാം. ആ കണ്ഠത്തിൽ നിന്നുതിരുമ്പോൾ കഥകൾ സജീവം, അതിമധുരം. അവളുടെ ശരീരത്തിൽ, ഇരിപ്പിൽ നടപ്പിൽ ചൈതന്യം വെട്ടിത്തിളങ്ങി. കുട്ടികൾ കഥയല്ല കേൾക്കുന്നത്. അവളെ, അവളുടെ മധുരമായ സ്വരത്തെയാണ് അവർ കാതിൽ ഏറ്റുവാങ്ങുന്നത്. അവളുടെ സ്വരം അവരുടെ ഹൃദയത്തിൽ ചൈതന്യം വർഷിക്കുന്നു. അവളുടെ ചൈതന്യം എന്റെ അന്നത്തെ പകൽവെളിച്ചത്തിന് ജീവൻ നല്കി. പ്രകൃതി എനിക്കു ചുറ്റും തീർത്തിരിക്കുന്ന ആകാശമെന്ന ആവരണം സത്യത്തിൽ ഈ പെൺകുട്ടിയുടെ അക്ലാന്തവും അമ്ലാനവുമായ ചൈതന്യമാണ്. അടുത്ത സ്റ്റേഷനെത്തിയപ്പോൾ അവൾ പൊരികടല ഏതാനും പൊതികൾ വാങ്ങിച്ചു. അവളും കുട്ടികളും സ്വാദോടെ, കളിചിരിയോടെ യാതൊരു വിധ സങ്കോചവും കൂടാതെ അതു കൊറിക്കുന്നത് ഞാൻ

കണ്ടു. വളരെ സ്വാഭാവികമായി, ചിരിച്ചുകൊണ്ട് അവരോട് എനിക്കും തരാൻ ആവശ്യപ്പെടാമായിരുന്നു. പക്ഷേ എന്റെ സ്വഭാവത്തിൽ കുരുക്കുകളുണ്ട്, അതുകൊണ്ട് എനിക്ക് കൊതിയുണ്ടായിരുന്നെങ്കിലും കടലപ്പൊരി ചോദിച്ചു വാങ്ങാൻ സങ്കോചം തോന്നി.

അമ്മ എല്ലാം കാണുന്നുണ്ടായിരുന്നു. അമ്മയുടെ മനസ്സ് അവളെപ്പറ്റി ഒരു തീരുമാനത്തിലെത്താനാകാതെ കുഴങ്ങുകയാണെന്ന് എനിക്കു മനസ്സിലായി. ഞാനൊരു പുരുഷനാണെന്ന പരിഗണനയില്ലാതെ അവളും കുട്ടികളും സങ്കോചമില്ലാതെ പെരുമാറുന്നത്, സ്വാദോടെ പൊരികടല തിന്നുന്നത് ഇതൊന്നും അമ്മയ്ക്കത്ര ഇഷ്ടപ്പെട്ടിട്ടില്ലെന്നു വ്യക്തം. എന്നുവെച്ച് അവൾ വലിയ തന്റേടക്കാരിയാണെന്നു പറയാനും വയ്യ. അമ്മയ്ക്കു തോന്നിയത് പെണ്ണിനു പ്രായം തികഞ്ഞിരിക്കുന്നു, പക്ഷേ വീട്ടുകാർ നല്ല ശീലങ്ങളൊന്നും പഠിപ്പിച്ചിട്ടില്ല, എന്നാണ്. അമ്മ പെട്ടെന്നങ്ങനെ ആരുമായും അടുക്കുന്ന പ്രകൃതക്കാരിയല്ല. അല്പം അകന്നേ നില്ക്കൂ. ഈ പെൺകുട്ടിയുമായി പരിചയപ്പെടണമെന്ന് അമ്മയ്ക്ക് മോഹമുണ്ട്, പക്ഷേ സ്വഭാവം തടസ്സം നിന്നു.

ട്രെയിൻ ഒരു വലിയ സ്റ്റേഷനിൽ നിന്നു. പട്ടാള ഓഫീസറുടെ അനുചരസംഘം ട്രെയിനിൽ കയറാൻ തയ്യാറായി നിൽക്കയാണ്. ട്രെയിനിലാണെങ്കിൽ ഇടമില്ല. ഒരുപാടു തവണ അവർ ഞങ്ങളിരുന്ന കംപാർട്ട്മെന്റിൽ എത്തി നോക്കി. അമ്മയുടെ മുഖത്ത് ഭയം വ്യക്തം, എനിക്കും അങ്കലാപ്പുണ്ടായി.

ട്രെയിൻ പുറപ്പെടുന്നതിന് അല്പം മുമ്പ് ഒരു റെയിൽവേ ഉദ്യോഗസ്ഥൻ ഞങ്ങളുടെ ബോഗിയിൽ കയറി പേരെഴുതിയ രണ്ടു ചീട്ടുകൾ ഞങ്ങളിരുവരും ഇരുന്ന സീറ്റിനു മുകളിൽ പതിച്ച് എന്നോടായി പറഞ്ഞു. ''ഈ രണ്ടു ബെഞ്ചുകളും മുന്നേക്കൂട്ടി റിസർവ് ചെയ്തതാണ്. നിങ്ങളിറങ്ങിത്തരണം.''

ഞാനുടൻ തന്നെ പെട്ടിയും കിടക്കയും എടുത്ത് ഇറങ്ങാൻ തയ്യാറായി നിന്നു. പെൺകുട്ടി ഹിന്ദിയിൽ തറപ്പിച്ചു പറഞ്ഞു:

''ഇല്ല, ഞങ്ങളിറങ്ങിത്തരില്ല.''

അയാളും വിടുന്ന മട്ടില്ല. ''ഇറങ്ങാതെ പറ്റില്ല.''

പക്ഷേ പെൺകുട്ടി അനങ്ങാൻ ഭാവമില്ലെന്നു കണ്ട് അയാളിറങ്ങിപ്പോയി ഇംഗ്ലീഷുകാരൻ സ്റ്റേഷൻമാസ്റ്ററേയും കൂട്ടിവന്നു.

സ്റ്റേഷൻമാസ്റ്റർ അനുനയിപ്പിക്കാൻ ശ്രമിച്ചു. ''എനിക്ക് ഖേദമുണ്ട്, പക്ഷേ...''

അതു കേട്ട പാതി കേൾക്കാത്ത പാതി ഞാൻ കൂലി, കൂലി എന്നു വിളി തുടങ്ങി. പെൺകുട്ടിയോ തീപ്പൊരി പാറുന്ന കണ്ണുകളോടെ എന്നോട് ആജ്ഞാപിച്ചു.

''ഇല്ല, താങ്കൾ ഇറങ്ങില്ല. ഇരിക്കുന്നിടത്തിരിക്കൂ.''

അവൾ വാതിൽക്കൽ നിന്നിരുന്ന സ്റ്റേഷൻമാസ്റ്ററോടു ഇംഗ്ലീഷിൽ പറഞ്ഞു. ഈ സീറ്റുകൾ മുൻകൂട്ടി റിസർവ് ചെയ്തിരുന്നുവെന്നു പറയുന്നത് പച്ചക്കള്ളമാണ് എന്നു പറഞ്ഞ് പേരെഴുതിയ ചീട്ടുകൾ വലിച്ചെടുത്ത് നെടുകെ കീറി കാറ്റിൽ പറത്തി.

ഇതിനകം അനുചരന്മാരോടൊപ്പം പട്ടാളയൂണിഫോമിട്ട സായിപ്പും വാതിൽക്കലെത്തി. സാധനങ്ങൾ അകത്തേക്ക് എടുത്തുവെയ്ക്കാൻ അയാൾ അനുചരനോട് ആംഗ്യഭാഷയിൽ കല്പിച്ചു. പക്ഷേ പെൺകുട്ടിയുടെ മുഖഭാവം കണ്ടിട്ടാവാം, സ്റ്റേഷൻമാസ്റ്ററെ ഒരു വശത്തേക്കു നീക്കിനിർത്തി എന്തോ പറഞ്ഞു. പുറപ്പെടാനുള്ള സമയമായെങ്കിലും മറ്റൊരു കംപാർട്ട്മെന്റ് ട്രെയിനിനോടു യോജിപ്പിച്ച ശേഷമേ ട്രെയിൻ സ്റ്റേഷൻ വിട്ടുള്ളൂ. പെൺകുട്ടി ഒന്നും സംഭവിച്ചിട്ടില്ലാത്ത മട്ടിൽ കൊച്ചു പിള്ളേരുമായി കളിയും ചിരിയും തുടങ്ങി. ഞാനാണെങ്കിൽ ലജ്ജ കാരണം, ജനാലയിലൂടെ പുറത്തേക്കു നോക്കിയിരുന്നു, പ്രകൃതിസൗന്ദര്യം ആസ്വദിക്കയാണെന്ന മട്ടിൽ.

കാൺപൂരിലെത്തി ട്രെയിൻ നിന്നപ്പോൾ പെൺകുട്ടി സാമാനങ്ങളുമായി ഇറങ്ങാൻ തയ്യാറായി നിന്നു. പ്ലാറ്റ്ഫോമിൽ നിന്നിരുന്ന ഒരു ഹിന്ദിക്കാരൻ പയ്യൻ, വേലക്കാരനായിരിക്കണം, സഹായിക്കാൻ ഓടി വന്നു.

അമ്മയ്ക്ക് പിന്നെ ഒട്ടും നിയന്ത്രിക്കാനായില്ല. ജിജ്ഞാസ അടക്കാനാവാതെ അവളോടു ചോദിച്ചു. ''മോളെ നിന്റെ പേരെന്താ?''

''എന്റെ പേര് കല്യാണി.''

കേട്ടതും അമ്മയും ഞാനും ഒന്നു ഞെട്ടിയെന്നതു സത്യം.

''നിന്റെ അച്ഛൻ?''

''ഇവിടെ ഡോക്ടറാണ്, ശംഭൂനാഥ് സെൻ.''

ഇത്രയും പറഞ്ഞ് കുട്ടികളോടൊപ്പം അവളിറങ്ങിപ്പോയി.

ഉപസംഹാരം

അമ്മാവന്റെ വിലക്കു വകവെയ്ക്കാതെ, അമ്മയുടെ ആജ്ഞ ലംഘിച്ച് ഞാൻ കാൺപൂരിലെത്തി. കല്യാണിയുടെ അച്ഛനെ ചെന്നു കണ്ടു, കൈ കൂപ്പി, തല കുമ്പിട്ടു, ശംഭൂനാഥ് ബാബുവിന്റെ മനസ്സലിഞ്ഞു. പക്ഷേ കല്യാണി കട്ടായം പറഞ്ഞു, ''എനിക്ക് വിവാഹമേ വേണ്ട.''

ഞാൻ ചോദിച്ചു ''എന്താ അങ്ങനെ?''

''അമ്മയുടെ ആജ്ഞ.''

വലിയ പുലിവാലായല്ലോ. ഇവൾക്കും അമ്മയും അമ്മാവനും തടസ്സമോ?

പിന്നെയാണ് മനസ്സിലായത്, അമ്മ എന്നുവെച്ചാൽ ജന്മഭൂമി, ഭാരതമാതാ. വിവാഹം മുടങ്ങിയതിനു ശേഷം കല്യാണി, പെൺകുട്ടികളുടെ വിദ്യാഭ്യാസം വ്രതമായി ഏറ്റെടുത്തിരിക്കയാണ്.

പക്ഷേ എനിക്ക് പ്രതീക്ഷ കൈവിടാനായില്ല. ആ സ്വരം ഇന്നും എന്റെ ഹൃദയത്തിൽ മാറ്റൊലി കൊള്ളുന്നു. ഏതോ അലൗകികമായ ഓടക്കുഴലിൽ നിന്നെന്നപോലെ. എന്റെ ഇടുങ്ങിയ ലോകത്തിനു പുറത്തെവിടെയോ നിന്നുള്ള മധുരധ്വനി, ബാഹ്യലോകത്തിന്റെ വിളി. അന്നൊരു നാൾ രാത്രിയുടെ അന്ധകാരത്തിൽ എന്റെ കാതിൽ വീണ വാക്കുകൾ, 'ഇടമുണ്ട്'. ആജീവനാന്തം എന്റെ ഗാനത്തിന്റെ പല്ലവി. അന്നെനിക്കു വയസ് ഇരുപത്തിമൂന്ന്. ഇന്ന് ഇരുപത്തിയേഴ്. ഇനിയും പ്രതീക്ഷ കൈവെടിഞ്ഞിട്ടില്ല, പക്ഷേ അമ്മാവനെ കൈവെടിഞ്ഞു, അമ്മയെ കൈവിടാനാവില്ല, ഞാനൊരൊറ്റ മകനായിപ്പോയില്ലേ!

ആഹാ, എനിക്കറിയാം നിങ്ങളൊക്കെ കരുതുന്നത് എന്താണെന്ന്. ഞാൻ അവളെ വിവാഹം ചെയ്യാൻ ആഗ്രഹിക്കുന്നു, എന്നല്ലേ? അല്ലേയല്ല, ഒരിക്കലുമല്ല. എന്റെ മനസ്സിൽ ആ രാത്രിയിലെ അപരിചിതമെങ്കിലും മധുരസ്വരം മാത്രം 'ഇടമുണ്ട്.' ഉവ്വ്, നിശ്ചയമായും ഇടമുണ്ട്. അല്ലെങ്കിൽ എങ്ങനെ, എവിടെയാണെനിക്ക് നിലനില്പ്? കൊല്ലങ്ങൾ കടന്നു പോയിരിക്കുന്നു, എന്നിട്ടും ഞാനിവിടെത്തന്നെയുണ്ട്. കാരണം തമ്മിൽ കാണാം, സ്വരം കേൾക്കാം, അവളേൽപിക്കുന്ന ചില്ലറ ജോലികൾ ചെയ്തു കൊടുക്കാം. മനസ്സു പറയും: ഉവ്വ് ഇടമുണ്ട്, ഇടം കിട്ടിയിരിക്കുന്നു. പക്ഷേ, അവൾ അപരിചിതയായി തുടരുന്നു, പൂർണമായും പരിചയപ്പെടാനായില്ല, ആവുകയുമില്ല. പക്ഷേ എന്റെ ഭാഗ്യം, എനിക്കല്പം ഇടം കിട്ടിയല്ലോ.

(അപരിചിത, 1918)

www.ingramcontent.com/pod-product-compliance
Lightning Source LLC
LaVergne TN
LVHW040752051026
849519LV00007BA/2526
* 9 7 8 9 3 9 1 0 7 2 0 4 9 *